मी, संपत पाल,

गुलाबी साडीवाली रणरागिणी

मूळ फ्रेंच शब्दांकन

ॲनी बरथॉड

अनुवाद

सुप्रिया वकील

मेहता पब्लिशिंग हाऊस

Mehta Publishing House Pvt. Ltd., Pune 411030.

✆ +91 020-24476924 / 24460313 / Mob. No. 9545000513

Email : production@mehtapublishinghouse.com

Website : www.mehtapublishinghouse.com

- *या पुस्तकातील लेखकाची मते, घटना, वर्णने ही त्या लेखकाची असून त्याच्याशी प्रकाशक सहमत असतीलच असे नाही.*

I, SAMPAT PAL, WARRIOR IN A PINK SARI by SAMPAT PAL

Translated into Marathi Language by Supriya Vakil

मी, संपत पाल, गुलाबी साडीवाली रणरागिणी / अनुवादित आत्मकथन

अनुवाद : सुप्रिया वकील

Email : author@mehtapublishinghouse.com

मराठी अनुवादाचे व प्रकाशनाचे हक्क : मेहता पब्लिशिंग हाऊस प्रा. लि., पुणे

संस्थापक : सुनील अनिल मेहता

प्रकाशक : मेहता पब्लिशिंग हाऊस प्रा. लि.,
१९४१, सदाशिव पेठ, माडीवाले कॉलनी, पुणे ४११०३०.

मुद्रक : ट्रिनिटी अ‍ॅकॅडमी फॉर कॉर्पोरेट ट्रेनिंग लिमिटेड

मुखपृष्ठ : फाल्गुन ग्राफिक्स

प्रकाशनकाल : सप्टेंबर, २०११ / पुनर्मुद्रण : जुलै, २०२३

किंमत : ₹ ३२०

P Book ISBN 9788184982763

अनुक्रमणिका

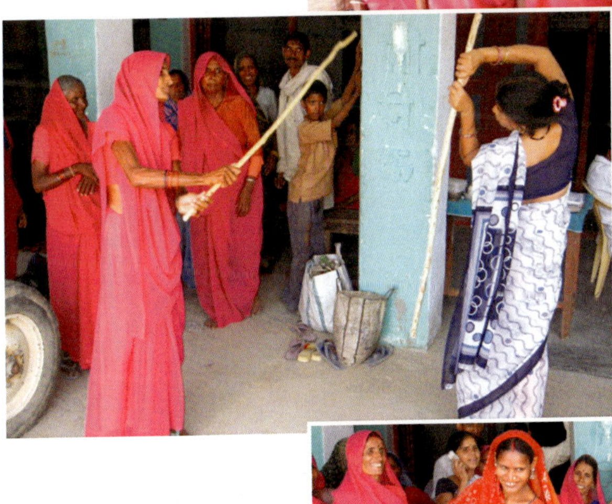

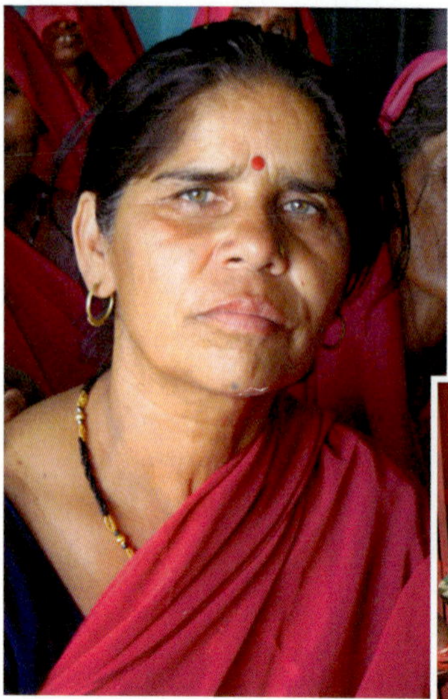

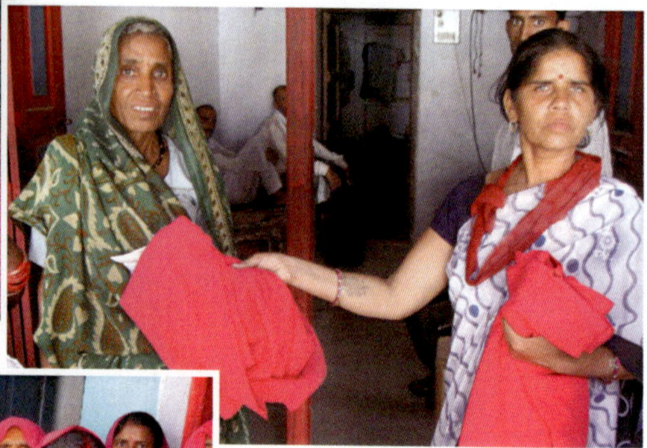

उपोद्‌घात

सकाळचे आठ वाजलेत. मी आवरून तयार होतीय. यांत्रिकपणे माझ्या हालचाली घडतायत. मी माझ्या छोट्याशा अंधाऱ्या खोलीत आहे. गेल्या दोन वर्षांपासून हे माझं मुख्य कार्यालय आहे. मी केसांचा अंबाडा वळते, मग गुलाबी साडीची घडी उघडून ती नेसते. बाहेर जमलेल्या गर्दीचा गलका केव्हापासूनच कानावर पडतोय. त्या सगळ्या जणी युद्धासाठी सज्ज आहेत. माझ्याकडून एक इशारा मिळायचा अवकाश, त्या आणखी मोठ्यानं गर्जत उसळून उठतील!

झालं... माझं आवरून झालंय. मी काठी घेऊन बाहेर जाते. मी दारापाशी येताच आभाळाच्या दिशेनं उंचावलेल्या काठ्यांचं जंगल माझ्या स्वागतासाठी उत्साही आवाजात गगनभेदी गर्जना करतं :

"गुलाबी गँग! गुलाबी गँग!"

इथला रस्ता सकाळच्या वेळी नेहमी शांत शांत असतो. पण आता तो थरारून गेला आहे. मीही समोरचं दृश्य पाहून उत्साहित होत माझ्या गँगला त्याच घोषणेनं प्रत्युत्तर देते.

अतार्रा गावातल्या उखडलेल्या मुख्य रस्त्यावर दुतर्फा छोटी छोटी काँक्रीटची घरं आहेत. हे सारं तडाखेबंद गुलाबी लाटेनं झाकून गेलंय. या मानवतेच्या महापुरात सर्व वयोगटातल्या स्त्रिया आहेत. त्या आमच्या गँगचा गणवेश परिधान करून आल्या आहेत. या साडीनं आम्हाला लोकप्रिय बनवलंय. इथं जवळपास दीडशे बायका एकत्र जमल्या आहेत, कदाचित दोनशेसुद्धा असतील. त्यांच्यापैकी बऱ्याचशा खालच्या जातीतल्या आहेत. त्या अतिशय कष्टात आयुष्य कंठतात, पण त्या स्वखुशीनं घरातून बाहेर पडून माझ्या आवाहनाला प्रतिसाद देत आपली कामं सोडून इथं आल्या आहेत. त्यांच्यातल्या काही जणी जवळपासच्या खेड्यांतून बैलगाड्यांतून किंवा टॅक्सी करून आल्या आहेत. काही जणी कुणा गाडीवानाला सोबत नेण्याची विनंती करून, तर कुणी कित्येक किलोमीटर्सचा रात्रभर प्रवास

करून इथं पोहोचल्या आहेत. मी माझ्यासोबत निरनिराळ्या खेड्यांत काम करणाऱ्या माझ्या काही सहकारी महिलांना काल रात्री फोन केला होता. त्यानंतर काही तासांतच त्यांनी माझा निरोप सर्वत्र पोहोचवला.

कुठं त्यांनी घराची दारं ठोठावून माझा निरोप पोहोचवला, तर काही ठिकाणी चौकाचौकांत जाहीर घोषणा केल्या.

''संपत पालचा निरोप आहे. उद्या सकाळी सर्वप्रथम तिच्या कार्यालयात हजर राहा, गणवेशात!''

ज्यांना ज्यांना शक्य होतं त्या सगळ्या जणींनी माझ्या आवाहनाला साद दिली होती आणि गुलाबी साडी परिधान करून त्वेषानं हातात काठी पकडून इथं हजेरी लावली होती. माझं न्यायदाता सैन्य... किती विलक्षण दृश्य असतं! उशिरा येणाऱ्यांची प्रतीक्षा करत मी त्यांच्यात मिसळते. माझ्या दलांमध्ये चेतना जागवते. माझ्या ब्लाऊजमध्ये खोचलेला माझा सेलफोन अविरत वाजत असतो. माझ्या गँगमधली एखादी बाई नवा गट आल्याचं सांगत असते किंवा एखादा पत्रकार आम्ही खरंच आगेकूच करतोय ना, याची खातरजमा करत असतो. पत्रकार महोदय आले आहेत. कारण आम्ही जेव्हा जेव्हा धाड टाकायला जातो तेव्हा कायम, न विसरता प्रेसला सूचना देतो. आम्हाला जितके जास्त लोक बघतील तितका आमचा आवाज ऐकला जाण्याची शक्यता जास्त असेल. आज आम्ही खळबळ माजवणार असं मला वाटतंय!

बायका अतिशय थरारून गेल्या आहेत; उतावीळ झाल्या आहेत. सर्वत्र हास्याचे फवारे, किलबिल भरून राहिलीय. पायांचे आवाज येतायत. काही जणी आतुरता शमवण्यासाठी हवेत काठी फिरवण्याचा सराव करतायत. प्रतिस्पर्ध्याला भीती घालण्यासाठी किंवा दृष्टी किंचित कमी असलेल्या अधिकाऱ्याला 'कारण' दाखवण्यासाठी 'लाठी'सारखं शस्त्र नाही. या बायका इथं नटण्यामुरडण्याची मौज करायला जमलेल्या नाहीत. त्या इथं जमल्या आहेत ते त्यांना संताप आलाय म्हणून आणि त्यांना हे सर्वांना कळायला हवंय.

एव्हाना सूर्य वर आला होता. आमची निघायची वेळ झाली होती. मी निघण्याचा इशारा दिला,

''चलो!''

मिरवणूक पुढं निघाली. या धुमसत्या लाव्हालोळाच्या अग्रभागी मी आमच्या नेहमीच्या घोषणा देत होते :

''गुलाबी गँग! गुलाबी गँग! बघा, आम्ही आलोय! लक्ष्मणरेषा ओलांडायचा

प्रयत्नही करू नका! विजय आमचाच आहे, गुलाबी गँगचा!''

आम्ही आम्हाला अतिशय चांगली माहीत असणारी गाणी मंत्र म्हणावेत तशी म्हणतो. आमच्या लेखी ही जणू युद्ध सुरू होण्याआधी रक्त उसळवणारी रणदुदुंभी असते. अतार्राच्या रस्त्यावरून आमची यात्रा सुरू होताच इथले रहिवासी आमचा गलबला ऐकून घराबाहेर येतात. दर खेपेला त्यांची प्रतिक्रिया एकच असते. ते भारून गेलेले असतात. त्यांच्यापैकी बरेच जण आमच्यामागून येऊ लागतात. आम्ही कुठं निघालोय हे जाणून घ्यायचं कुतूहल त्यांना स्वस्थ बसू देत नसतं. औत्सुक्यानं आमच्या मागून येणाऱ्या या मंडळींसोबत आमची यात्रा सुरूच असते. आमचा ज्वर आता पराकोटीला पोहोचलेला असतो. आमच्या गालांनाही आमच्या साडीचाच रंग चढलेला असतो. आमची ही यात्रा पाहून दर्शक चार पावलं मागं सरकून आम्हाला वाट करून देत असतात. आता ही यात्रा एक अजस्त्र, तेजस्वी गुलाबी रंगाची लाट बनलेली असते... सर्वत्र फक्त हीच लाट दिसत असते. अर्ध्या तासानं आम्ही आमच्या नियोजित लक्ष्याप्रत पोहोचतो. गावातलं पोलीस ठाणं. मी माझ्या हातातली काठी उंचावून थांबण्याचा आदेश देते. तत्क्षणी सगळ्या जणी थांबतात. नि:शब्द शांतता पसरते. समोरच्या इमारतीमधून जराही आवाज येत नसतो. मात्र पोलीस खिडकीतून आमच्याकडं बघतायत हे लक्षात येतं.

'' साहेब बाहेर या! आम्हाला तुमच्याशी बोलायचंय.''

.....

''तुमच्याशी बोलल्याशिवाय आम्ही इथून हलणार नाहीय!''

मग त्या इमारतीतून एक माणूस बाहेर येतो आणि माझ्या दिशेनं येऊ लागतो.

''तर मग तुम्हाला काय हवंय?''

''आम्हाला तक्रार दाखल करायचीय.''

''कुणाविरुद्ध?''

''खेड्यातल्या भ्रष्टाचारी प्रमुखांविरुद्ध! ते गरीब माणसांसाठी असणारा पैसा शोषत आहेत.''

''तुम्ही कशाबद्दल बोलताय?''

''आम्ही प्रधान मंडळींबद्दल बोलतोय. त्यांनी गरीब लोकांना काम द्यायचं आहे, त्यासाठी सरकारी निधीतून पैसे मिळतात. काही जण सांगतात की, कामही नाहीय आणि पैसेही नाहीत. पण मी चौकशी केलीय, पैसे आले आहेत. मग ते गेले कुठं?''

''आणि म्हणून तुम्ही उत्तर प्रदेशच्या सर्व रहिवाशांना तक्रार दाखल करण्यासाठी सोबत घेऊन आला आहात?''

"दुःखाची गोष्ट आहे, पण याचं उत्तर 'होय' आहे. तुम्हाला ते चांगलंच ठाऊकही आहे. अलीकडं कित्येक महिने आम्ही या सार्वजनिक निधीला कुठं पाय फुटतात याचा तपास करत होतो. कितीतरी लोकांनी त्यांच्या गावातल्या पोलीस ठाण्यात स्वतंत्रपणे तक्रार दाखल करण्याचाही प्रयत्न केलाय, पण प्रत्येक वेळी तुमच्या अधिकाऱ्यांनी एकतर त्यांना हाकलून दिलंय किंवा त्यांची तक्रार नोंदवून घ्यायला नकार दिलाय. तुम्ही पोलीसवालेही इतर अधिकाऱ्यांसारखेच, आतपर्यंत पोखरलेले!"

"असलं बोलायचं काम नाही!"

"तुम्हाला माझं खरं बोलणं नकोय, पण तुम्ही या जिल्ह्यातल्या पोलिसांना त्यांची कर्तव्यं न पार पाडण्याची परवानगी देता."

"मी या संदर्भात काहीही करू शकत नाही."

"तुम्ही असं सांगायचं धाडसच कसं करता? हे अधिकारी तुमच्या आज्ञेनुसार काम करतात. तुम्ही त्यांना आमच्या तक्रारी दाखल करून घ्यायला लावू शकता. त्यांना त्यासाठी तर पगार मिळतो."

"हं... ठीक आहे. मी बघतो काय करता येतंय ते."

"नुसतं बघू नका. करा!"

"पण मी काय करावं अशी तुमची अपेक्षा आहे?"

"या गुन्ह्याबद्दल प्रधानांविरुद्ध आमच्या तक्रारी दाखल करून घ्या. आत्ताच्या आत्ता! त्यानंतर कायद्याची अंमलबजावणी करायला नकार देणाऱ्या पोलिसांना निलंबित करा. ते अधिकारीवर्गाचं प्रतिनिधित्व करण्याच्या लायकीचे नाहीत."

"ते ठरवण्याचं काम तुमचं नाही."

"बरोबर आहे! आमचं नाही, तुमचं आहे. बघा, तुम्ही जर काहीच केलं नाही, तर मी पुढच्या वेळी देशातल्या सर्व स्त्रियांचा उठाव घडवीन आणि तुम्ही तरीही काही केलं नाहीत, तर आम्ही जिल्हान्यायाधीशांना भेटू. समजा त्यांनीही काही केलं नाही तर आम्ही थेट राज्याच्या मुख्यमंत्र्यांना जाऊन भेटू आणि कदाचित, नवी दिल्लीत पंतप्रधानांनासुद्धा!"

त्या पोलिसानं माझ्याकडं तुच्छतेनं पाहिलं. पण तो आमची तक्रार दाखल करून घेणार, हे मी ओळखून होते. कारण एका बाईला हुसकून लावणं सोपं असेल, पण शंभर बायकांना घालवणं अशक्य असतं. म्हणूनच मी दोन वर्षांपूर्वी 'गुलाबी गँग'ची मुहूर्तमेढ रोवली. दबाव आणून न्याय मिळवण्यासाठी!

ही गँग महिलांचीच का? त्याचं कारण म्हणजे महिलांच्या माध्यमातूनच समाजपरिवर्तन घडेल. सगळ्या लोकांमध्ये महिला सर्वांत कमजोर असतात, पण त्याच सर्वांत ताकदवानही असतात. कारण त्यांच्यात जास्त एकी असते. इतकी

एकी पुरुषांमध्ये कधीच होणार नाही. आम्ही एकत्र आल्यामुळं आमच्यात प्रस्थापित नियम-हुकुमांची चौकट उलथून लावण्याची ताकद आहे.

माझ्या बाबतीत अपवादात्मक असं, खास करून सांगण्याजोगं काहीही नाही. इतर बायकांपेक्षा मी जास्त भोगलंय अशातलाही भाग नाही. सर्वांत तिरस्कृत मानल्या जाणाऱ्या एका जातीतल्या गरीब कुटुंबात माझा जन्म झाला. माझं शिक्षण झालेलं नाही. मी भारतातल्या लक्षावधी स्त्रियांसारखीच एक स्त्री आहे. माझा नवरा माझ्या माथी मारला गेला होता. कितीतरी काळ मी शरणागती पत्करून आयुष्य जगत होते. इतर अनेक स्त्रियांसारखीच मीही 'बळी' ठरू शकले असते. पण एके दिवशी मी पुरुषांच्या कायद्यापुढं मान तुकवायला नकार दिला. ते सोपं नव्हतं, पण मी स्वतःच्या आयुष्याचा मार्ग निवडला. आज मी या गँगचं नेतृत्व करते, अन्यायाचा बळी ठरलेल्या सर्वांच्या पाठीशी उभी राहते : समाजानं तिरस्कृत केलेल्या, गरीब आणि शोषितांच्या, पिळवणुकीचे बळी ठरलेल्यांच्या, ज्यांच्या जमिनी बळकावल्या गेल्या आहेत अशा लोकांच्या, मनमानी हिंसाचाराच्या आणि भ्रष्ट अधिकाऱ्यांच्या कारभाराचे बळी ठरलेल्या लोकांच्या रक्षणार्थ धावून जाते. यामागचा माझा उद्देश योग्य व बरोबर आहे आणि या ठाम खात्रीमुळंच मला जराही भय वाटत नाही. मला अधिकारीवर्गाचं दडपण येत नाही. मी माझ्या धनगर जातीतल्या एखाद्या शेतकऱ्याची जशी कानउघडणी करीन, तशाच पद्धतीनं एखाद्या पोलीस-निरीक्षकाला त्याची जागा दाखवून देईन. मी त्याला त्याच आक्रमकपणे धमकी देईन, त्याच ठाम निश्चयानं त्याला जेरीला आणीन. मी कुणी फार मोठी वगैरे नाहीये, पण मला जबरदस्त शरीरप्रकृती लाभली आहे. माझ्या भेदक नजरेची लोकांवर कशी छाप पाडायची ते मला चांगलं माहीत आहे. मला जबरदस्त आवाजही लाभला आहे आणि लोक माझं बोलणं ऐकतात. मी एक स्त्री आहे. मला माझा आवाज इतरांना ऐकवायचा असेल, तर मला इतरांपेक्षा जास्त मोठा आवाज काढावा लागेल; शक्य असेल तेव्हा शांततेनं आणि गरज पडली, तर माझ्या मनगटांच्या जोरावर!

गुपचूप शाळा

माझं नाव आहे संपत पाल देवी. हिंदीमध्ये 'पाल' म्हणजे धनगर. माझ्या जातीतल्या सगळ्या लोकांना हे नाव आहे. माझी जात आहे गडरिया– शेळ्यामेंढ्या, गुरंढोरं पाळणारे लोक. माझ्या कुटुंबात कित्येक पिढ्यांपासून पशुपालन आणि शेती केली जाते. मी ज्या राज्यात राहते ते राज्य उत्तर प्रदेश- उत्तर भारतातली अत्यंत ग्रामीण राज्य आहे. इथं नजरेच्या टप्प्यात सर्वत्र येतात ती शेतं, भाताचं पीक आणि म्हशी. माझा जन्म झाला त्या कैरी गावात असंच चित्र आहे. माझं जन्मगाव शेताशिवारांमध्ये वसलेलं आहे. मला माझी जन्मतारीख माहीत नाही, पण माझा जन्म ४७ वर्षांपूर्वी झाला, एवढं मला माहीत आहे. बहुधा नोव्हेंबरमध्ये... दिव्यांचा उत्सव मानल्या जाणाऱ्या दिवाळीच्या दरम्यान, जरासा आधी किंवा नंतर असेल.

माझे माता-पिता, रामसरेय आणि गुडिया पाल अतिशय साधे होते. दोघंही निरक्षर होते. मातीत घाम गाळण्यातच त्यांचं उभं आयुष्य गेलं. मी माझ्या वडलांना घरात क्वचितच पाहिलंय. बाप्पा शेतात मशागतीची कामं करत नसले, तर गायी आणि शेळ्यांची देखभाल करत असायचे. ते उशिरा घरी येत असत. मग शांतपणे जेवून थेट झोपायला जात असत. कधीकधी अम्मा शेतीच्या लहानसहान कामात त्यांना मदत करत असे. तिचा बाकीचा वेळ घरातल्या रामरगाड्यातच जात असे. ते दोघंही अतिशय 'रिझर्व्हड्' प्रकारातले होते. ते कधीही मनमोकळेपणे भावना व्यक्त करत नसत. ते एकमेकांशीसुद्धा क्वचितच बोलत असत. कधीकधी बाप्पा अम्माला दम भरत असत. त्या वेळीसुद्धा ती कधीही काहीही बोलत नसे. फक्त मान खाली घालत असे. ते दोघं एकत्र झोपतसुद्धा नसत. खेड्यापाड्यात समीप येण्याचे क्षण तसे दुर्मीळच असतात.

त्यांचं त्यांच्या मुलांशी वागणंही तसंच होतं. त्यांनी मला कधीही, कसल्याही प्रकारची माया-ममता दाखवली नाही. प्रेम व्यक्त करणारी कुठली भावनिक कृती केली नाही. एवढंच काय, कधी प्रेमानं डोक्यावर थोपटलंसुद्धा नाही. याचा अर्थ त्यांचं माझ्यावर प्रेम नव्हतं असा नाही. पण मी ज्या पार्श्वभूमीतून आले होते, तिथं

आईनं आपल्या मुलाला कुरवाळणं अनुचित मानलं जातं. शिवाय, मी माझ्या आईला कायम डोक्यावरून पदर ओढलेलं पाहिलंय. माझे वडील किंवा आजी समोर असताना आई डोक्यावर पदर ओढायची. माझ्यासमोरसुद्धा ती क्वचितच पदर बाजूला करायची. पण अम्मा अतिशय देखणी होती. फिकट पांढुरक्या त्वचेची, सडपातळ कंबरेची.

मला प्रेम मिळालं ते माझ्या आजीकडून - दाईकडून! मला घाऱ्या डोळ्यांचा वारसा तिच्याकडूनच मिळाला आहे. त्याला लोक 'मांजरी डोळे' म्हणतात. इथल्या लोकांच्या दृष्टीनं असे डोळे लबाडी आणि दुटप्पीपणाची खूण मानले जातात. खरीखुरी घरधनीण असणारी दाई कधीही कुणाशीच प्रेमळपणे वागत नसे, विशेषकरून माझ्या आईशी तर नाहीच नाही. पण माझ्या बाबतीत गोष्ट वेगळी होती. बराच काळ आमच्या घरात मी एकमात्र लहान मूल असल्यामुळं मला सगळ्यांनी भरपूर बिघडवलं होतं. त्याला माझ्या आजीचाही अपवाद नव्हता. मी दिवसभर तिचा घागरा धरून फिरत असायची. ती बरेचदा माझ्यासाठी भरपूर साय घालून मिठाया बनवायची. ते सगळं फक्त माझ्यासाठी असायचं. माझे धाकटे काका-काकूही आमच्यासोबत राहत असत. तेही माझ्यावर खूप माया करत असत. त्या वेळी त्यांना मूलबाळ नव्हतं. त्यामुळं ते मलाच मुलगी मानत असत. माझे काका-कक्का मला तासन्तास खांद्यावर बसवून फिरवत असत. त्यांच्याबरोबर प्रत्येक ठिकाणी माझी वरात हटकून असे. एकीकडं माझे वडील असे तुटक असताना कक्का मात्र माझ्या चेहऱ्यावर स्मित फुलवण्याची एकही संधी दवडत नसत. दाई आणि कक्काच्या सहवासात मला पोटभर प्रेम लाभलं. मी अगदी आनंदी प्राणी होते. मला घरकामाला वगैरे कधीही हात लावावा लागत नसे. खरं सांगायचं, तर मी मला हवं ते करायला मुक्त होते.

वर्षभरात फक्त एकदाच घरात माझ्या मदतीची गरज असे. ती म्हणजे पावसाळ्यात! शेतकऱ्यांच्या दृष्टीनं ते दिवस फार महत्त्वाचे असतात. त्यांना चिखली खाचरात भातलावणी करायची असते. या अत्यंत कंटाळवाण्या कामाला भरपूर मनुष्यबळ लागतं. त्यामुळं घरातल्या प्रत्येकाला कामाला लागावं लागायचं. माझ्यासारख्या घरातल्या शेंडेफळालासुद्धा! आमच्याकडं कोवळ्या अंकुरांवर लक्ष ठेवायचं आणि म्हशींना तिकडं फिरकू न देण्याचं काम असे. आम्ही छोट्या पिशवीत लोणी-भाकरी सोबत घेऊन शेतावर जायचो, ते दुपार टळून गेल्यावर घरी परतायचो. दिवसा आमच्याकडं कुणाचं लक्ष नसायचं. अशी बरीच मुलं यायची. आम्ही एकमेकांची काळजी घ्यायचो. हे काम फारसं कंटाळवाणं नसायचं आणि

त्यामुळं आमचे खेळही थांबत नसत. आम्हाला फक्त नुकत्याच तरारलेल्या रोपांकडं सतत लक्ष ठेवावं लागत असे.

एके दिवशी आम्ही एकमेकांच्या अंगावर पाणी उडवत मजेत खेळत असताना मी शेतातल्या पायवाटेवरून निघालेली मुलांची रांग पाहिली. ती मुलं माझ्याच वयाची होती. त्यांच्या पोशाखाकडं माझं लक्ष वेधलं होतं. ती मुलं छान, स्वच्छ, तरतरीत आणि हुशार दिसत होती. तो पोशाख भाताच्या खाचरात पचक् पचक् चालताना घालण्याचा नक्कीच नव्हता. दुसऱ्या दिवशी ती मुलं पुन्हा दिसली, त्याच वेळी साधारण साडे-सातच्या सुमाराला. मी माझ्या मित्रमैत्रिणींना त्याबद्दल विचारताच आमच्यातल्या सगळ्यात मोठ्या मुलानं सांगितलं की, ती मुलं शाळेला निघाली असतील.

शाळा?

मला अर्थातच हा शब्द माहीत होता, पण लोक तिथं जाऊन काय करतात हे मात्र माहीत नव्हतं. माझी समजूत होती की, शाळा म्हणजे श्रीमंत लोकांनी आपल्या मुलांना लिहायला, वाचायला शिकण्यासाठी पाठवण्याचं ठिकाण. खेड्यात फार थोडे लोक मुलांना शाळेत घालत असत. स्वत: कधी शाळेत न गेलेल्या माझ्या आईवडिलांचाही इतर बऱ्याच शेतकऱ्यांसारखाच विचार होता. तो म्हणजे मुलगे शेतात राबायला अधिक कामाचे. मुलींच्या बाबतीत तर हा प्रश्नही उद्भवत नव्हता. पोळ्या लाटायला लिहिता-वाचता येण्याची काय गरज?

तर अशा प्रकारे मी चिखलात उभी असायची, त्या वेळी ही मुलं शाळेत जात असत. मला शाळा म्हणजे काहीतरी मोठी अज्ञात गोष्ट वाटत होती. शाळा या गोष्टीनं मी झपाटले होते. 'ही ठिकाणं कशी असतात? एकदा पाहून यायलाच हवं' मनात येत होतं. मग एके दिवशी मी माझ्या मनाचा कौल घेतला आणि माझ्या मित्रमैत्रिणींना सोडून, मला सांगितलेलं रोपांच्या जपणुकीचं काम सोडून त्या मुलांच्या मागून निघाले. आपण काय करतोय वगैरे कसलाही विचार माझ्या मनात नव्हता. मी स्वत:ला रोखू शकत नव्हते.

मी त्या मुलांमागून शेतातून बराच वेळ चालत होते. आम्ही कैरीला पोहोचलो तेव्हा आठ वाजायला आले होते. ती मुलं गावात गेली. गावाच्या मध्यात एका इमारतीतून मुलांचा गोंगाट ऐकू येत होता. ती इमारत म्हणजे आच्छादित मैदानच होतं. चारी बाजूंनी खुलं. त्यामध्ये पन्नास-एक विद्यार्थी – मुख्यत्त्वे मुलं आनंदात बागडत होती. तितक्यात घंटा झाली आणि ते सगळे जण सारवलेल्या जमिनीवर बसले. तिथं ना भिंती होत्या ना खिडक्या! मी कुणाच्या नजरेला पडण्याच्या भयानं अंतर राखून उभी राहिले. 'तू इथं काय करतीयस?' हा कुणाचा प्रश्न मला नको होता.

आता तिथं नीरव शांतता पसरली होती. फक्त गुरुजींचा आवाज येत होता. ते विद्यार्थ्यांना म्हणाले, "नमस्ते!"

त्यावर विद्यार्थ्यांनी उभं राहून एका सुरात 'नमस्ते' केलं.

"बसा, आज आपण मुळाक्षरं शिकायला सुरुवात करणार आहोत. पाट्या काढा."

मी माझ्या अंगावरची चिखलानं लडबडलेली साडी सावरून तिथून काही अंतरावर उकीडवी बसून ते दृश्य पाहत होते. विद्यार्थ्यांची माझ्याकडं पाठ होती. मी लांब अंतरावर असल्यामुळं मला शिक्षकांचं बोलणं ऐकू येत नव्हतं. पण वर्गात घडणाऱ्या सगळ्या गोष्टी मला दिसत होत्या. मग गुरुजी फळ्याकडं वळले. त्यांनी फळ्यावर खडूनं काहीतरी विचित्र आकृती रेखली. ते बहुधा अक्षर वा शब्द असावा. याआधी मी माझ्या घरात आईवडलांकडं असणाऱ्या काही कागदपत्रांत असल्या आकृत्या पाहिल्या होत्या. मी जिथं बसले होते तिथून मला ती आकृती नीटशी समजत नव्हती. मग मी आजूबाजूला पाहिलं. कुणीही नव्हतं. मग मी दबकत दबकत बदकासारख्या चालीनं जराशी पुढं सरकले. पण आता एक दगडी खांब मध्ये येत असल्यामुळं मला फळ्यावरचं दिसत नव्हतं. मी शक्य तितकी मान उंचावून पाहिलं. आता मला फळ्यावर लिहिलेलं अधिक स्पष्ट दिसत होतं. गुरुजी त्यांच्या हातातल्या छडीचं टोक त्या अक्षरावर टेकवून शिकवत होते :

"क कबुतर. माझ्यामागून म्हणा."

मी हिंदी बोलत नसले, तरी मला हिंदीतला हा शब्द माहीत होता. आमच्या घरी आम्ही फक्त बनफरी या स्थानिक बोलीभाषेत बोलत असू.

मग मुलं गुरुजींपाठोपाठ एका सुरात घोकू लागली,

"क कबुतर!"

मग मीही माझ्या नकळत त्यांच्यासोबत घोकू लागले. मला तिथून जाणाऱ्यायेणाऱ्यांचा विसर पडला. फळ्यावरच्या त्या आकृतीनं मी मंतरल्यासारखी झाले होते. मी डोळे ताणून ताणून शक्य तितक्या एकाग्रतेनं तो आकार लक्षात ठेवायचा प्रयत्न करत होते.

"हे अक्षर पाटीवर काढा. आणि नीट काढायचं. मी तुमच्या पाट्या तपासायला येणार आहे!"

सगळे विद्यार्थी गुडघ्यावर वाकून लिहिताना दिसत होते. ते पाहून मला इतकं निराश वाटत होतं. 'ती मुलं जे करतायत ते मी कसं करणार? बोटानं? शक्यच नाही.' जमीन अजूनही ओली असल्यामुळं मी बोटानं काहीही रेखलं तरी ते उमटत नव्हतं. अजून उन्हाचा ताव वाढायचा होता. मला धीर धरणं भागच होतं. मी गुरुजी दुसरं अक्षर शिकवण्याची वाट बघत होते.

"ख खरगोश. म्हणा माझ्यामागून."

खरगोश म्हणजे ससा. हे अक्षरसुद्धा माझ्या मनात घोळत राहिलं. मी अगदी भारून गेले होते. त्या क्षणी मला वाचायला शिकणं अतिशय मौजेचं वाटत होतं. कानावर पडणाऱ्या नव्या उच्चारांमुळं जरासं गोंधळल्यासारखं होत होतं, पण ते शिकणं कठीण नव्हतं. बाकीचे विद्यार्थी खडूनं पाटीवर अक्षरं काढत असताना मी ती अक्षरं तोंडातल्या तोंडात घोकत होते. एव्हाना मी जिथं बसले होते तिथली जमीन वाळली होती, पण त्यावर लिहिण्याच्या दृष्टीनं फारच उशीर झाला होता.

आता गुरुजींनी मुलांना पाट्या बाजूला ठेवायला सांगितलं होतं. आता गणित सुरू झालं होतं. 'गणित'... कसला विचित्र शब्द! खरंतर गुरुजी त्या मुलांना अंक मोजायला शिकवत होते. मी पुन्हा त्यांच्यामागून गुपचूप अंक घोकले. किती सोपं! मला शाळा फारच आवडली होती. त्यामुळं वेळ कधी सरला तेही कळलं नाही. शाळेची घंटा झाली तेव्हा पहिल्यांदा मला मधली सुट्टी झाल्याचं कळलंच नव्हतं. मी मुलांना वर्गातून धावत बाहेर येताना पाहिलं आणि झटकन उठून पळाले. तिथून मी थेट भाताच्या शेतात पुन्हा माझ्या मित्रमैत्रिणींत परत आले. ते सगळे दुपारचे जेवण घेत होते.

"मग, कशी होती शाळा?"

"छान!"

मला त्याबद्दल बोलायचं नव्हतं. मी जे पाहिलं होतं त्यातलं त्यांना नुसतं सांगून काय कळणार होतं? ते प्रत्यक्ष तिथं येऊनच पाहायला हवं होतं! मला भूक लागली होती. मी लोणी-भाकरीवर तुटून पडले. पण मला उद्यापर्यंत धीर धरवत नव्हता.

दुसऱ्या दिवशी मी पुन्हा तसंच केलं. त्या मुलांच्या रांगेमागून निघाले. वाटभर मी स्वत:शीच गुणगुणत होते. त्या मुलांमागून शाळेत पोहोचल्यानंतर मी काल जिथं बसले होते तीच जागा धरली आणि शाळेची घंटा झाल्यानंतर त्या दिवसाच्या अभ्यासात बुडून गेले. मी गुरुजींची प्रत्येक हालचाल निरखत होते. त्यांचा शब्दन्‌शब्द पिऊन घेत होते. त्यांच्या मागून हळू आवाजात ते घोकत होते. कारण कुणी माझा आवाज ऐकेल याची मला भीती वाटत होती. तो धडा संपला तेव्हा मी वर्गापासून अवघ्या काही मीटर अंतरावर होते. मी इतक्या जवळ कधी सरकत गेले तेसुद्धा मला कळलं नव्हतं. गुरुजींनी मला तिथं नक्कीच पाहिलं असणार, पण त्याला त्यांची काही हरकत नसावी. दुसऱ्या दिवशी मी पुन्हा तिथं गेले. तिसऱ्या दिवशीही गेले. त्या वर्गात मला माझ्या ओळखीचा एक मुलगा दिसला. आमच्या शेजारी राहणारा रामदेव पटेल. तो माझ्यापेक्षा थोडासा मोठा होता. आम्ही दोघं अनेकदा

आमच्या घराबाहेर एकत्र खेळायचो. मला शाळेत न समजलेल्या काही गोष्टी मी त्याच्याकडून समजून घ्यायचे. गुरुजींनी फळ्यावर लिहिलेल्या गोष्टींना काय म्हणतात- ती अक्षरं होती की शब्द? ती एकूण किती असतात? मुळाक्षर म्हणजे काय? बाकीच्या विद्यार्थ्यांना माझ्यापेक्षा बरंच जास्त माहीत होतं. रामदेव पटेलनं मला अभ्यासात त्यांच्याशी बरोबरी गाठण्यात मदत करायचं कबूल केलं. शाळा सुटल्यावर तो दहा-पंधरा मिनिटं थांबून वर्गात शिकवलेली अक्षरं माझ्याकडून घोटून घेत असे.

मी सारखं घोकत असायची,

"क कबुतर, ख खरगोश, ग गमला... म्हणजे कुंडी, घ घड्याळ... वेळ बघण्यासाठी... कबुतर, खरगोश, गमला, घडी... कबूतर, खरगोश, गमला, घडी...

एका आठवड्यात सगळी मुळाक्षरं मला तोंडपाठ झाली. मलातर हे खेळासारखंच वाटत होतं. मी हिंदी खूप झटपट शिकले. मला एखादा शब्द अडला, तर शाळा सुटल्यानंतर रामदेव पटेल तो शब्द मला समजावून द्यायचा. आता मी शाळेत लपूनछपून जाणं बंद केलं होतं. मी वर्गाबाहेरच बसायची, पण आता इतरांपासून दोन मीटर्सपेक्षाही कमी अंतरावर असायची. शाळेतलं सकाळचं सत्र आटोपलं की, मी पुन्हा धावत भाताच्या खाचरात येऊन तिथली सूत्रं घ्यायची.

दरम्यानच्या वेळात माझ्या शेतातले भाताचे कोवळे अंकुर राखायला कुणीच नसायचं. एके दिवशी एका जनावरानं - ते कुठल्या जातीचं होतं ते मला कधीच कळलं नाही - माझी सगळी रोपं फस्त केली. माझे काका भातावर लक्ष ठेवायला तिथं नियमित चक्कर टाकायचे. हा प्रकार त्यांच्या लगेचच लक्षात आला. ते भयंकर संतापले. त्यांनी तिथल्या बाकीच्या मुलांना मी कुठं गेलीय हे खडसावून विचारताच त्यांनी सरळ माझं गुपित फोडून टाकलं.

पण मला त्याची काहीच कल्पना नव्हती. मी वर्गाबाहेर उकिडवी बसून वाळूत काठीनं अक्षरं रेखण्यात मग्न असताना कुणीतरी मागं येऊन उभं असल्याची चाहूल लागली. मी वर पाहिलं आणि एकदम धस्सच झालं! आयुष्यात मला इतकी भीती कधीच वाटली नसेल. माझ्यासमोर माझे काका संतापानं धगधगत डोळे फिरवत उभे होते. उजेडाच्या पार्श्वभूमीवर तर ते आणखीनच भयंकर दिसत होते. माझ्या पोटात गोळा आला होता! मला वाटलं आता ते मला बदडून काढणार. पण तसं घडलं नाही! काही क्षणांतच काकांचा संतापानं लालबुंद झालेला चेहरा निवळला आणि ते हसू लागले.

"संपत, तू इथं काय करतीयस?"

"शाळेतली मुलं जे करतायत ते करतीय. मी लिहायला शिकतीय. तुम्हाला नाही आवडलं?"

“आवडलं! तू पुढं काय ठरवलं आहेस?” त्यांनी विचारलं.

माझ्या काकांचा खरंच अजिबात विरोध नव्हता. ते अतिशय आश्चर्यचकित झाले होते. त्यांनी आनंदानं मला उचलून घेऊन उंच उडवलं. आपण या प्रसंगातून इतके सहज बाहेर पडलोय यावर माझा विश्वासच बसत नव्हता. त्या क्षणानंतर मी पुन्हा मोकळा श्वास घेऊ शकले. आता लपूनछपून जायची गरज नव्हती. अखेर मला शिकता येणार होतं. आता कुणी पाहील का, कुणाला कळेल का याची चिंता नव्हती. माझे आईवडील याबद्दल काहीच बोलले नाहीत. त्यांनी काकांच्या हो त हो मिसळलं. कक्का माझ्या वडलांचे धाकटे भाऊ असले, तरी घरातले खरे कर्ताधर्ता तेच होते. ते आमच्या घरातले एकमात्र सुशिक्षित व्यक्ती होते. पदवीधर झाल्यानंतर त्यांना कृषी अभियांत्रिकीमध्ये चांगली नोकरी मिळाली होती. पण माझ्या आजोबांनी त्यांना शेती करण्यासाठी गावी परत बोलवलं होतं. त्यानंतर कक्का नाराजीनंच परत आले होते. मी शाळेत जायची इच्छा व्यक्त केली, तेव्हा त्यांनी मला खूप समजून घेतलं. मी अशी जमिनीवर किती काळ अक्षरं गिरवणार होते! आता मला पाटी हवी होती. मला खरी विद्यार्थिनी बनायचं होतं. मला लिहिणं, वाचणं, अंक मोजणं सगळं शिकायचं होतं. ते माझं स्वप्न होतं. मी दररोज शाळेत पाठवण्यासाठी वडिलांच्या मागं लागायची. अखेर त्यांनी माझ्या हट्टापुढं मान तुकवली. शेवटी आले काकांच्या मना तिथे... असंच असायचं.

माझं शाळेत नाव घालायला काका माझ्यासोबत आले होते. तिथं गुरुजींनी मला काय काय येतंय हे पाहण्यासाठी माझी चाचणी घेतली. त्या निकालाची त्यांच्यावर छाप पडली असावी. कारण मला थेट वरच्या प्राथमिक वर्गात प्रवेश मिळाला! हे सगळं आश्चर्यकारक वाटेल कदाचित, पण माझ्या आठवणीनुसार हे असंच घडलं. एक गोष्ट नक्की आहे, मी माझ्या वयाच्या मानानं हुशार विद्यार्थिनी होते. ते वर्ष मोठं छान होतं. माझी ज्ञानतृषा शमत नव्हती. माझे काका सकाळी लवकर उठून माझा अभ्यास घेत असत. माझी स्मरणशक्ती उत्तम होती. कुठलीही गोष्ट एकदा सांगितली की, माझ्या लक्षात राहत असे. शाळेमध्ये माझ्याखेरीज इतर कुणाही विद्यार्थ्याला, अगदी मोठ्या मुलांनासुद्धा इंग्रजीत पन्नासपर्यंत आकडे मोजता येत नसत. मी वर्गात वरच्या नंबरापर्यंत पोहोचले होते. वर्षाच्या अखेरीस गुरुजींनी आम्हाला गृहपाठ दिला होता. त्यामध्ये एका प्रश्नाचं उत्तर लिहायला सांगितलं होतं.

प्रश्न होता, “तुमच्या वार्षिक परीक्षेच्या दिवशीच तुमच्या आईवर अंत्यसंस्कार करण्याची वेळ आली, तर तुम्ही काय कराल?”

त्यावर माझं उत्तर अशासारखं होतं की,

“त्यामुळं मी परीक्षा चुकवणार नाही. माझ्या घरी राहण्यानं तिचे प्राण पुन्हा

परत येणार नाहीत. मी परीक्षेत नापास झाले, तर माझं वर्ष वाया जाईल. आणि मी परीक्षा देऊन येईपर्यंत माझ्या घरचे थांबू शकतात. मी नंतर अंत्यसंस्कारासाठी जाऊ शकते.''

माझ्या या व्यवहारी उत्तराची छाप पडली. माझ्या गुरुजींना माझा हा युक्तिवाद इतका आवडला की ते म्हणाले, ''तू मधल्या सगळ्या इयत्ता गाळून थेट नववीत जाऊ शकतेस.''

शप्पथ सांगते, खरंच असं घडलं.

पुढच्या वर्षीही काका मला घरी शिकवतच होते. शाळेत मी सर्वांत चौकस विद्यार्थिनी होते. मी गुरुजींवर व्याकरण, अंकगणित, भूगोल अशा विषयातल्या प्रश्नांची सरबत्ती करत असायचे. मला उच्चारशास्त्र हा विषयही फार आवडला होता. हिंदी शब्दांच्या उच्चारांबद्दल मी तासन्तास विचार करायचे. काही अक्षरांचा, ती ज्या शब्दांत अथवा शब्दसमुदायात असतील त्यानुसार उच्चार बदलतो, ही गोष्ट माझ्या लक्षात आली होती. दातांवर जीभ वेगळ्या पद्धतीनं ठेवली की, त्या शब्दांचा उच्चार बदलतो, हे मला कळलं होतं. मी ही गोष्ट गुरुजींना सांगितली, तेव्हा ते मला याबद्दल काहीही स्पष्टीकरण देऊ शकले नाहीत. माझ्या प्रश्नांनी ते अस्वस्थ मात्र झाले. त्या वर्षाअखेरीला वर्गातली सगळी मुलं परीक्षेला बसली. मला शंभरपैकी शंभर मार्क मिळाले. एकदा शाळा-तपासनीस आमच्या शाळेत आले असता, मला त्यांच्यासमोर नेलं होतं. मला इतका अभिमान वाटला होता सांगते!

त्यांनी मला विचारलं, ''तुला पुढं काय करायचंय?''

''मला शिकायचंय.''

''असाच अभ्यास कर, तू खूप शिकशील.''

हे फक्त बोलायला सोपं होतं. सुट्टीमध्ये आम्ही घर बदललं. माझ्या वडलांनी कैरीपासून ५० किलोमीटरवर बरीच जमीन विकत घेतली होती. आम्ही चित्रकूट पर्वतराजींतल्या हनुमान धरामध्ये राहायला गेलो. हनुमान धरा हे खड्या टेकडीच्या माथ्यावर वसलेलं मूठभर घरांचं अत्यंत छोटं खेडं होतं. तिथं ३६० पायऱ्या चढून जावं लागत असे. तो जंगलाचा प्रदेश होता. एका बाजूला नजर पोहोचेल तिथंवर शेतंच शेतं, तर दुसऱ्या बाजूला जंगल. तिथं वीज, नळाचं पाणी या गोष्टी नव्हत्या. मग शाळा असणं तर दूरच! तिथून सगळ्यात जवळ असणारी शाळा माझ्या आईवडलांच्या मते फारच दूर असल्यामुळं मला शाळेत घालण्याचा विचारही होण्याची शक्यता नव्हती. अशा प्रकारे माझ्या शिक्षणाची अखेर झाली. त्यामुळं माझं काळीज दुःखानं पिळवटलं.

त्यानंतर मी पुन्हा माझे आईवडील, काका-काकू, आजी-आजोबा यांच्यासोबत

माझ्या पूर्वीच्याच जीवनक्रमात परतले. आम्ही मोठ्या दगडी घरात अगदी सामान्य आयुष्य जगत होतो. आमच्या घराला मधोमध अंगण होतं आणि बाजूला बऱ्याच खोल्या होत्या. या खोल्यांना खिडक्या नव्हत्या. त्यामुळं आम्ही स्वयंपाक, जेवणखाण, पाहुण्यांचं आदरातिथ्य सगळं याच अंगणात करत असू. उन्हाळ्याच्या दिवसांत फार गरम व्हायचं, तेव्हा आम्ही इथंच झोपत असू. या ठिकाणी आम्हाला विहिरीतून पाणी शेंदून आणावं लागत असे. उजेडासाठी तेलाचे दिवे वापरावे लागत असत. पण आम्ही गरीब वगैरे नव्हतो. मला कधी कशाची उणीव भासली नाही किंवा कधी पोटाला कमी पडलं नाही. याचं श्रेय अर्थातच आमच्या शेतीला आणि माझ्या वडलांच्या पशुपालन उद्योगाला होतं. त्यामुळं आमच्या घरात कायम भरपूर दूधदुभतं आणि तांदूळ-मसूर असं धान्य मुबलक असे. कुणाही यात्रेकरूला अथवा भिकाऱ्यांना अगत्यानं खाऊ घालणं, हे माझ्या आईला तिचं कर्तव्य वाटत असे आणि चित्रकुटावर असे बरेच लोक असत. हिंदूंची अशी श्रद्धा आहे की, प्रभू श्रीरामांनी वनवासातली बारा वर्षं या ठिकाणी घालवली, त्यामुळं हे पवित्र स्थान मानलं जातं. हनुमान धरा हेही हनुमानजींना समर्पित पवित्र स्थान मानलं जातं.

बाकी परिस्थिती खडतर असली, तरी माझं बालपण तुलनेनं चिंतामुक्त होतं. मी थोडी मोठी झाल्यानंतरसुद्धा मला कुणी कधी कामात मदत करायला किंवा भावंडांना सांभाळायला सांगितलं नाही. माझ्या भावंडांमध्ये माझ्या पाठीवर पाच वर्षांनी ऊर्मिला झाली. तिच्या पाठीवर पाच वर्षांनी रामलाल आणि त्यानंतर पाच वर्षांनी शिव नरेश हे शेंडेफळ झालं. माझे वडील अशिक्षित असले, तरी बाईच्या दृष्टीनं पाठोपाठ बाळंतपण होणं हानिकारक असतं ही गोष्ट त्यांना माहीत होती. माझी आई कुठल्या गर्भनिरोधक गोळ्या वगैरे घेत नव्हती. त्यामुळं प्रत्येक बाळंतपणानंतर ते मध्ये बरीच वर्षं तिच्यापासून दूर राहून तिला त्रास होऊ देत नसत.

मी ऊर्मिलाशी खेळायची, आजूबाजूला भटकायची. त्यानंतर मी आजोबा आणि काकांबरोबर गावात जाऊ लागले. मला सगळ्यांशी गप्पा मारायला आवडत असे. मी बरेचदा मुलांबरोबर भटकायची. मग आम्ही दगड मारून किंवा झाडावर चढून कैऱ्या तोडायचो.

एकदा अम्मानं मला माकडासारखं झाडावर चढलेलं पाहिलं. ते दृश्य पाहून ती प्रचंड भडकली. आम्ही कैऱ्या गोळा करायला गेलो होतो आणि असं झाडावर कैऱ्या शोधण्यात मला काहीच गैर वाटत नव्हतं.

"आत्ताच्या आत्ता खाली उतर! पडशील-बिडशील! मुलीच्या जातीनं असं करू नये!"

मी उडी मारून खाली उतरले. माझ्या अर्ध्या चड्डीचे खिसे कैऱ्यांनी ओसंडून वाहताना पाहून अम्मा आणखीनच भडकली आणि माझी तक्रार घेऊन काकांकडं गेली.

"मला या पोरीनं नुसता वैताग आणलाय. मनाला येईल तसं वागतीय. दांडगट पोरांसारखी झालीय आणि पूर्ण हाताबाहेर गेलीय."

त्यावर कक्कांनी नुसते खांदे उडवले. पण मला मात्र याचं स्पष्टीकरण हवं होतं.

"अम्माजी, हे बरोबर नाही! मुलांनाही माझ्यासारखेच दोन हात असतात, दोन पाय असतात. मग त्यांच्यात आणि माझ्यात काय फरक आहे?"

"फरक असतो संपत. मुलं दणकट असतात, ती चपळाईनं निसटून जाऊ शकतात."

"पण मीसुद्धा दणकट आहे. मी दररोज किती दूध पिते. त्यामुळं मीसुद्धा इतरांइतकीच दणकट झालीय."

ही हुज्जत दुरून ऐकणारी माझी आजी हसू लागली. ती अम्माला चिडवत म्हणाली,

"आता... आता काय म्हणशील गुडिया? पोरीला त्रास देऊ नकोस. ती तुला ऐकणार नाही!"

माझ्या आईची कुरकुर सुरू झाली होती. अम्मा अजिबात मनमोकळ्या स्वभावाची नव्हती. ती अतिशय नाजूक होती. तिला वाटायचं की, मी चांगल्या मुलीसारखं वागावं, नीट बोलावं, तिची पाठ वळली की, परकराचा काचा मारू नये. पण मी मात्र बडबडी आणि खोडकर होते. मी कधीकधी अशी थट्टामस्करी करत असायची की, जी गैर वाटायची. मी मनात येईल ते धाडकन बोलायची. मला कुणाचीही भीती वाटत नसे. माझे बरेच मित्रमैत्रिणी मला टरकूनच असायचे. मी दोन हात करायला तयारच असायची सदैव आणि कुणी मला एक लगावली, तर मी त्याला त्याच तोडीच्या दोन उलट्या लगावायची.

आमच्या शेजारी आणखी एक धनगर वस्ती होती. ते आम्हा गडरियांपेक्षा ताकदवान होते. त्यांच्या मालकीची बरीच जमीन होती. खेड्यात सगळे लोक शेतात जाऊन विधी आटोपत असत. दोन्ही वस्त्यांमधल्या आम्हा मुलांच्या दृष्टीनं हा महत्त्वाचा प्रश्न बनला होता. दुसऱ्या गटानं आमच्यापुढं टेंभा मिरवण्यासाठी आम्हाला त्यांच्या शेतात जाऊन विधी करण्यास मनाई केली होती. तिथं काही जमीन अशी होती की, जी कुणाच्याच मालकीची नव्हती. त्यामुळं आम्ही सर्वसाधारणत: त्यांना न डिवचता या शेतात जात असू. मात्र एके दिवशी दुसऱ्या गँगनं हुकूम काढला की, आम्ही त्या शेतातही जायचं नाही. आम्हाला तिथं लघवीला जाता येणार नाही. ही जणू युद्धाची नांदीच होती!

मग एके दिवशी दुपारी, सगळं गाव गाढ झोपलेलं असताना, माझ्या काकांचाही

डोळा लागलेला पाहून मी माझ्या बाजूच्या बऱ्याच मुलींना गोळा करून त्या समाईक शेतात गेले. तिकडून ते पाहतायत हे माहीत असूनही आम्ही लघवीला खाली बसलो. अकस्मात प्रतिस्पर्धी गँग आमच्यासमोर उभी ठाकली. त्या मुलींनी आमची टर उडवायला सुरुवात केली. आम्ही काहीही बोललो नाही, त्यांना आमच्याजवळ येऊ दिलं. ती गँग जवळ येताच आम्ही अकस्मात उठलो आणि अंगाचा थरकाप उडवणाऱ्या आरोळ्या ठोकत त्यांच्यावर घाणीचा नखशिखान्त वर्षाव केला. संताप आणि प्रचंड किळस अशा संमिश्र भावनेनं धगधगणाऱ्या त्या मुलींच्या तोंडून शब्दच फुटेना. माझ्या दोघी मैत्रिणी हे कृत्य करायला घाबरत होत्या, पण मी आमच्या तिघींच्या वाट्याचं काम पार पाडलं! त्यानंतर प्रतिस्पर्धी गँगनं आमच्यावर हल्ला चढवला. सर्वत्र ठोश्यांचा पाऊस सुरू झाला. झिंज्या सर्व दिशांना उडू लागल्या. सगळ्यात छोट्या मुलींनी भयभीत होऊन काढता पाय घेतला.

हा गलका ऐकून काही मुलं काय चाललंय हे पाहायला आली. समोरचं दृश्य पाहताच त्यांनी ताबडतोब त्यात उतरायचा प्रयत्न केला.

"मागं फिरा! हा आमचा मुलीमुलींचा विषय आहे. आमचं आम्ही बघून घेऊ!"

त्यानंतर दहा मिनिटांनी रणांगणात फक्त दोनच मुली उरल्या होत्या. एक दुसऱ्या बाजूची मुलगी आणि दुसरी मी. आम्ही तीक्ष्ण नजरांनी एकमेकींचा अंदाज घेतला. मी कुठल्याही परिस्थितीत तिला वरचढ होऊ देणार नव्हते. मला हरणं आवडत नव्हतं. अगदी खेळातसुद्धा! मग आम्ही दोघी सर्वशक्तीनिशी एकमेकींना भिडलो. मी वाघिणीसारखी चवताळून लढले. हळूहळू ती दुसरी मुलगी नरमली आणि अखेर थकून मागं सरकली.

मी जिंकले होते.

एव्हाना जवळपासच्या सर्वांना कळलं होतं की, गावाबाहेर मुली एकमेकींच्या उरावर बसल्या आहेत. ही बातमी कळताच पालक झोपेतून उठून धावत आले.

माझ्या दुर्दैवी प्रतिस्पर्धी मुलीला बरीच बोलणी खावी लागली.

"गडरिया पोरीवर हल्ला करण्याचं तुझ्या डोक्यात आलंच कसं? ते सदैव भांडत असतात, माहीत आहे ना तुला! तू असला मूर्खपणा कशाला केलास?"

माझे काकाही तिथं आले होते. त्यांना माझ्या असल्या मारामाऱ्यांची सवय होती. आमच्या गावातले लोक मी त्यांच्या मुलांना मारल्याची तक्रार घेऊन नेहमी त्यांच्याकडं येत असत. त्या लोकांसमोर कक्का मला चांगलंच सुनावत असत. पण हे लोक गेले की, त्यांचा स्वर निराळा होत असे.

"तू योग्य केलंस. त्याला तसंच पाहिजे. कधीही कुणाचा मार खाऊन यायचं नाही. कुणी एक दिली तर त्याला तशीच उलट लगावायची."

या खेपेला त्यांनी आईवडलांसमोर माझी बाजू घेतली.

"मी काहीही बोलणार नाही. ही मारामारी योग्यच होती."

माझे लाडके कक्का! त्यांचं माझ्या जीवनात खूप महत्त्वाचं स्थान होतं. ते नसते, तर मला कधीही हिंदी शिकता आलं नसतं. आकडे मोजता आले नसते. माझी शाळा थांबल्यानंतरही ते मला घरी शिकवत होते. माझी ज्ञानाची तृषा माझ्या वडलांना कधीच समजली नाही. त्यांना मुलीनं शिकण्यात काहीही अर्थ वाटत नव्हता. पण माझ्या काकांनी मात्र मला कायम प्रोत्साहन दिलं. माझ्या लक्षात येत होतं की, त्यांना मी इतरांच्या पुढं जायला हवीय. माझ्या संपूर्ण आयुष्यात ते माझ्या लेखी नैतिक आधार बनून राहिले आहेत. त्यांनी माझ्यात अत्यंत महत्त्वाची मूल्यं रुजवली. मी ती आजही मानते.

"कधीही चोरी करू नये. खोटं बोलू नये" ते मला नेहमी सांगत असत. काळाच्या ओघात मी त्यांच्या नियमांची चौकट पूर्णपणे आत्मसात केली आहे. त्यांच्यावाचून अन्यायाविरुद्ध लढा देणारी एकेकाळची ही छोटी मुलगी आज जी न्यायदात्री बनली आहे, तशी कधीच बनू शकली नसती.

रक्तलांच्छित विवाहबंधन

मार्चच्या मध्यातले दिवस होते. वसंत ऋतू बहरला होता. एके दिवशी तीन माणसं आमच्या घरी आली. मी त्यांना यापूर्वी कधी पाहिलं नव्हतं. माझ्या आजोबांनी त्यांचं अंगणातच स्वागत केलं. अम्मानं लगेच मला त्यांच्यासाठी पाणी घेऊन जायला सांगितलं. मी पाण्याचे पेले घेऊन बाहेर जाताच आजोबांनी मला सांगितलं,

"संपत, बाळा, हे लोक तुला काही प्रश्न विचारतील. नीट उत्तर दे."

मग त्यातल्या सर्वांत वयस्क माणसानं पहिला प्रश्न विचारला,

"तुझं नाव काय?"

"संपत."

"किती वर्षांची आहेस?"

"बारा."

"तुला बहीण-भाऊ किती?"

"एक बहीण, दोन भाऊ."

"तुला मैत्रिणींबरोबर काय खेळायला आवडतं?"

"मला झाडावर चढायला आवडतं!"

हे लोक फारच छान होते. मी त्यांच्या प्रश्नांची उत्तरं जराही न लाजता छानपैकी देत होते. सगळ्यांचं लक्ष माझ्यावरच एकवटलेलं असण्याचा मला जरा जास्तच आनंद झाला होता. मी त्यांच्यावर चांगली छाप पाडायचं ठरवलं होतं.

"तर मग संपत, तुला चपाती करता येते?"

"हो, येते ना! माझ्या आजीनं शिकवलंय मला."

"करून दाखवशील?"

अंगणात एका कोपऱ्यात चूल होती. मी कणीक मळून चपाती लाटली, ती भाजली. माझ्या आजीसहित सगळे जण बारकाईनं पाहत होते. हुश्श्य! चपाती करपली नव्हती. मी ती चपाती ताटलीत काढून घेऊन त्या वृद्ध सद्गृहस्थांना दिली. चपाती खाऊन पाहताच त्यांच्या चेहऱ्यावर समाधानाचं स्मित उमटलं. माझे

वडीलही खूश दिसत होते.

"छान संपत. आता जा खेळायला."

त्यानंतर तासाभरानं आजोबांनी मला परत बोलवून घेतलं. त्या तीन माणसांना जाण्याआधी मला काही भेटवस्तू द्यायच्या होत्या : एक पन्नासची नोट, गळ्यात घालण्याचा पितळी दागिना, स्लीपर्सचा जोड आणि दोन साड्या - एक लाल, एक हिरवी, मोठमोठ्या गुलाबी फुलांची. त्या साड्या जाड्याभरड्या नायलॉनच्या होत्या, पण मला त्या फार छान वाटल्या. मला आयुष्यातलं बाकी काही कळत नसलं, तरी या भेटवस्तूंचा अर्थ मात्र मला कळला होता : ही माणसं मला लग्नाची मागणी घालायला आली होती.

मी बारा वर्षांची होते. माझ्यापेक्षा लहान मुलींची यापूर्वीच लग्नं झालेली मला माहीत होतं. लग्न म्हणजे काय हे जरी मला कळत नसलं, तरी मला ही कल्पना मात्र फारच आवडली. मात्र मला नवऱ्या मुलाबद्दल फारसं माहीत नव्हतं. त्याचं नाव होतं मुन्नीलाल पाल. तोही माझ्यासारखाच गडरिया होता. तो माझ्यापेक्षा साधारण दहा वर्षं मोठा होता. नऊ वर्षांपूर्वी त्याचं माझ्या दूरच्या नात्यातल्या बहिणीशी लग्न झालं होतं. पण ती काही महिन्यांपूर्वी प्रचंड तापाचं निमित्त होऊन वारली होती. या गोष्टींनी फारसा फरक पडत नव्हता. मला फक्त एवढंच जाणून घ्यायचं होतं की, तो दिसायला कसा आहे!

आमच्या लग्नाची तारीख ठरली. दोन महिन्यांनंतरचा मुहूर्त होता. लग्न आमच्याकडं होतं. प्रथेनुसार माझ्या वडिलांनी स्वागतसमारंभाचा खर्च केला. ३ मे रोजी २०० माणसांच्या वऱ्हाडाच्या स्वागताची सज्जता पूर्ण झाली होती. माझी आजी, आई आणि काकू कित्येक दिवस स्वयंपाकघरात खपत होत्या. गरमागरम चपात्या आणि भाज्यांच्या रश्श्याचा खमंग वास घरात भरून राहिला होता. या उत्सवी वातावरणाचा स्पर्श घडल्यामुळं मीही अतिशय आनंदात होते. बाहेर खेळताना टीपेच्या आवाजात गाणी गात होते. दुपारी अम्मानं मला पिवळी साडी नेसवली. लग्नात याच रंगाची साडी नेसण्याचा पारंपरिक रिवाज आहे. दरम्यान, दाईनं माझ्या पायांच्या कडा मेंदीनं रंगवल्या. एव्हाना सूर्य ढळू लागला होता. मी नवऱ्या मुलाची वरात येण्याची आतुरतेनं प्रतीक्षा करत होते. तितक्यात वरात येताना दिसली. त्याबरोबर मी लहान मुलासारखी त्याला भेटायला धावत गेले. तो वरातीच्या अग्रभागी खुर्चीत विराजमान होता. त्याच्यामागून इतर वऱ्हाडी मंडळी पायी चालत किंवा बैलगाड्यांतून येत होती.

मी वरात थांबण्याची प्रतीक्षा करत होते. अखेर मला त्याचं दर्शन झालं. त्यानं पिवळा कुर्ता आणि पांढराशुभ्र पायजमा घातला होता. अंगावर पिवळी शाल गुंडाळली होती. त्याच्या माथ्यावर वाळलेल्या पानांचा मुकुट होता. मी इतका छान

माणूस पहिल्यांदाच पाहत होते. तो उंचापुरा, सडपातळ होता. त्याचं धीरगंभीर व्यक्तित्व ही मला त्याच्या उमदेपणाची साक्ष वाटली. मला तो अतिशय देखणा वाटला. मी जराही न लाजता त्याच्याकडं पाहत होते. उत्तम शिष्टाचारांनुसार मी नजर खाली झुकवून राहणं गरजेचं होतं. पण मला ते काही जमलं नाही. माझ्या आजीचा मी डोक्यावरून पदर घ्यावा यासाठी आग्रह होता, पण मी तो न जुमानता पदर मागं खांद्यावर टाकला. त्यामुळं मी माझ्या भावी पतीच्या दृष्टीस पडले. त्यानं जे काही पाहिलं, ते त्याला आवडलं असावं असं मला त्याच्या चेहऱ्यावरचे भाव पाहून वाटलं. त्यामुळं मला वेड्यासारखा आनंद झाला होता.

त्यानंतर सर्वांचा परिचय करून देण्याचा कार्यक्रम झाला. एव्हाना माझं कुतूहल शमलं होतं. त्यामुळं माझ्या मनात फक्त एकच विचार होता. आत्ता नुकत्याच आलेल्या पाहुण्या मुलांच्यात खेळायला जाण्याचा! माझे सासरे मिठाया वाटू लागले होते. त्यामुळं सगळी मुलं त्यांच्याभोवती गर्दी करून होती. क्षणभरापूर्वी मला थरारून सोडणाऱ्या माझ्या भावी पतीचा विचार विसरून मीही हात पुढं करून त्या गर्दीत मिसळण्यासाठी धावत गेले. पण लगेचच माझ्या काकांनी मला परत वळणावर आणलं,

''संपत, आत जाऊन बस आणि शांत राहा.''

मी नाखुशीनंच त्यांची आज्ञा पाळत अंगणात इतर बायकांसमवेत जाऊन बसले. अंगणात सारवलेल्या जमिनीवर जाड कांबळी अंथरली होती. प्रत्येक कोपऱ्यात उदबत्त्या दरवळत होत्या. त्या वासानं डोकं जरासं भणाणल्यासारखं झालं होतं. वऱ्हाडी मंडळी आमच्या घरी आल्यानंतर सर्वांना जाईची फुलं आणि गोड मसाला पानं देण्यात आली. सगळे लोक तासन् तास पान चघळून सतत सगळीकडं थुंकत होते. मलाही पान खायचं होतं, म्हणून मी माझ्याच वयाच्या एका मुलाला हाक मारली आणि मला पान आणून द्यायला सांगितलं. पण त्या डुकरानं चक्क नकार दिला! मला त्याचा असला राग आला! काहीही असलं तरी हे माझं लग्न होतं. माझ्या स्वत:च्याच समारंभात मला मौजमजा करू न देण्याचा त्याला काय अधिकार होता? अखेर मी पान मिळवलंच आणि मोठ्या माणसांसारखी सुपारी फोडत, सगळीकडं रस माखून घेत मोठ्या अभिमानानं ते खाल्लं. त्या वेळी मी अगदी विदूषकासारखी दिसले असणार! पण मला पर्वा नव्हती. मी माझ्या आयुष्याची मजा अनुभवत होते. खरोखरच किती गंमत येत होती!

हा समारंभ तीन दिवस चालला. दुसऱ्या दिवशी सायंकाळी मुन्नीलाल आणि मी अधिकृतरीत्या विवाहबद्ध झालो. या सोहळ्यासाठी खास मांडव घातला होता. मुन्नीलाल माझ्याशेजारी स्टुलावर बसला होता. आमच्याभोवती आमचे आई-वडील, आजी-आजोबा, काका-काकू सगळा गोतावळा होता. माझ्या वडलांनी प्रतीकात्मक विधीद्वारे माझं कन्यादान करून माझा हात त्यांच्या भावी जावयाच्या

हातात दिला. दोन्ही कुटुंबातल्या सदस्यांनी एकमेकांना आदरपूर्वक चरणस्पर्श केला. पुरुषमंडळी बिड्या पीत होती. बायका मिठायांचा आस्वाद घेत होत्या. मी आता मुन्नीलालची बायको होते. हे सगळं काहीसं आभासयुक्त वाटत होतं. मला फक्त माझ्या वयाच्या मुलांबरोबर खेळायचं होतं.

त्यानंतर तिसऱ्या दिवशी दुपारच्या भोजनानंतर सगळे जण परत निघाले. माझ्या सासरच्या मंडळींनी माझ्या वडलांनी दिलेल्या भेटवस्तू सोबत घेतल्या होत्या : एक म्हैस, मोठा, लाकडी बिछाना, सोन्याचांदीचे दागिने, चिनीमातीची भांडी, स्वयंपाकाची भांडीकुंडी. मी निराश मनानं वऱ्हाडी मंडळींचा ताफा परत जाताना पाहत होते. खरंतर मला मनापासून त्यांच्यासोबत जायचं होतं. मला माझं नवीन घर बघण्याचा धीर निघत नव्हता. पण अजून मी फारच लहान होतो ना! माझ्या आजोबांनी मी पंधरा वर्षांची झाल्यानंतर मला सासरी पाठवायचं ठरवलं होतं, म्हणजे अजून खूप काळ जावा लागणार होता.

त्यानंतर जीवन पुन्हा पूर्वपदावर आलं. मी नवऱ्याबद्दल विचार करणं थांबवून पुन्हा माझं नेहमीचं आयुष्य जगू लागले. त्यानंतर दोन-तीन महिन्यांनी मी आजीबरोबर चित्रकूटला गेले. तिथं कामता धाम नावाचा भव्य उत्सव असतो. अमावस्येच्या रात्री हा महोत्सव असतो. त्या वेळी नदीत स्नान करून पवित्र होण्यासाठी कुठून कुठून हजारो भाविक तिथं येतात. दाई ही आमच्या घरातली धार्मिक परंपरा पाळणारी एकमात्र व्यक्ती होती. ती दररोज पूजाअर्चा करायची. हिंदू देवदेवतांची प्रार्थना करायची. पूजा झाल्यावर कपाळावर चंदनी टिळा रेखायची. ती हनुमानाची मूर्ती धुवायची, तेव्हा तिच्या वेडगळ श्रद्धेला आजोबा हसायचे. पण दाईला त्याची पर्वा नसायची. ती काय वाटेल ते झालं तरी कामता धाम यात्रा चुकवत नसे. त्या दिवशी गाझी एक मैत्रीणही आमच्यासोबत आली होती. मी माझ्या सासऱ्यांनी दिलेली लाल साडी नेसले होते. त्यावरून माझ्या नवऱ्यानं मला ओळखलं. तो त्याच्या चुलतभावासोबत आला होता. तो चुलतभाऊ माझ्या मैत्रिणीचा मेव्हणा निघाला. त्याला पाहताच ती त्याच्याशी बोलायला गेली. ती परत, आली ते शंभराची नोट घेऊन.

"हे घे. तुझ्या नवऱ्यानं दिलीय, तुझ्यासाठी!"

"माझा नवरा? कुठं आहे तो?"

"तो काय, माझ्या मेव्हण्याबरोबर आहे तो. त्यानं तुला या लाल साडीवरून ओळखलं. त्याला तुला काहीतरी भेटवस्तू द्यायची होती."

मी आश्चर्यानं त्या दिशेला पाहिलं. तो थोड्या अंतरावर उभा होता, पण एवढ्या अंतरावरून मला त्याचा चेहरा नीट लक्षातच येत नव्हता. मी लग्नाचा दिवस आठवण्याचे निष्फळ प्रयत्न करून पाहिले : माझ्या भावी पतीचा चेहरामोहरा मी

व्यवस्थित पाहिला होता, पण अगदीच निसटता! पण आता त्या स्मृती रंगीबेरंगी प्रतिमांच्या गजबजाटात हरवून गेल्या होत्या. गर्दीत माझ्याकडं पाहणारा तो माणूस माझ्या दृष्टीनं कुणीतरी अनोळखी होता. मी त्यानं दिलेले पैसे घ्यायला नकार देऊन त्याच्याकडं दुर्लक्ष केलं. मला असं भेटवस्तू देऊन विकत घेता येईल असं त्याला वाटत होतं की काय? तो संपूर्ण दिवस मुन्नीलाल मला माझ्या त्या मैत्रिणीकरवी छोट्या भेटी पाठवत माझ्यामागून फिरत होता. पण मी स्वस्तातल्या बांगड्या किंवा लिपस्टिकची भेट स्वीकारली नाही. अखेर सोन्याचं पदक समोर आलं, तेव्हा मात्र मी प्रचंड लाजले. आता शंका घ्यायचं काही कारणच नव्हतं. आमच्या लग्नात माझ्या वडिलांनी त्याच्या वडिलांना जे सोनं-नाणं दिलं होतं, त्यात हे पदक होतं. मी बावरून गेले होते. मी ते पदक माझ्या गळ्यातल्या सोनसाखळीत अडकवलं, तेव्हा मनात फुलपाखरं भिरभिरली. आम्ही घरी परत आल्यानंतर मी याबद्दल कुणालाच काही बोलले नाही.

दुसऱ्या दिवशी माझे सासरे आमच्या घरी आले. त्यांनी आल्याआल्या माझ्या वडलांना प्रश्न केला,

"माझ्या मुलाच्या गळ्यात पदक दिसत नाहीय. तो म्हणतोय की, त्यानं ते पदक तुमच्या मुलीला दिलंय. हे खरं आहे?"

मी दिलगीर मनानं त्यांच्या म्हणण्यास दुजोरा दिला. बाप्पा मुन्नीलालवर चांगलेच भडकले होते. त्याच्या या औदार्यात डोकावणारा उतावीळपणा माझ्या वडलांना अनुचित वाटला होता. ते पदक मी ताबडतोब परत करावं अशी त्यांची इच्छा होती. तितक्यात माझे सासरे मध्ये पडले.

"असू दे, राहू दे तिच्याजवळच. मला फक्त ह्यानं ते हरवलं नाहीय ना याची खात्री करून घ्यायची होती."

मी मनोमन आनंदले. मला मिळालेली ती मौल्यवान भेट कायमची माझ्याजवळ, माझ्या गळ्यात राहिली.

त्यानंतर जवळपास एक वर्षानं आमची पुन्हा भेट झाली. मी आमच्या खेड्यापासून बऱ्याच दूरवरच्या एका खेड्यात माझ्या मावशीकडं चार दिवस राहायला गेले होते. त्या खेड्यातली घरं जंगलात लपलेली आणि विखरून विखरून वसलेली होती. एके दिवशी सकाळी मी माझ्या मावसबहिणीसोबत नदीवर अंघोळीला गेले असता, कुणीतरी माणूस किनाऱ्यावरून आपल्याकडं बघतोय असं तिच्या लक्षात आलं.

"विचित्रच आहे. तो तुझ्या नवऱ्यासारखा दिसतोय."

मी मागं वळून पाहिलं. मला त्याचा चेहरा अस्पष्टसा आठवत होता, पण मला

खात्री वाटत नव्हती. कामता धाम महोत्सवाच्या वेळी माझ्या मागं मागं फिरणारा तो हाच का, हे कळायला काही मार्ग नव्हता. आतमध्ये कुठंतरी हा आपलाच नवरा आहे असं वाटलं, पण त्या विचारानं मी इतकी भांबावून गेले होते की, मी त्या विचाराला थाराच दिला नाही. मग मी चित्रकूटमध्ये केलं होतं तेच केलं. मी त्याच्याकडे दुर्लक्ष केलं. दुसऱ्या दिवशी नदीवर जाताना आमच्या लक्षात आलं की, कुणीतरी आपला पाठलाग करतंय. तोच माणूस आमच्या मागावर होता. तो आमच्या मागून येत होता. तिसऱ्या दिवशी तो दोन मित्रांसोबत आला. आम्ही नदीचा घाट चढून वर येत असताना त्यांनी आमची वाट अडवली. मी अतिशय घाबरले होते. मी तर त्यांच्याकडं पाहायचंसुद्धा धाडस केलं नाही. मात्र मी स्वतःला सावरून त्यांचा जबरदस्त अपमान करून रडत धावत सुटले, ते थेट मावशीच्या घरी जाऊन हुंदक्यांनी गदगदत तिला सगळा प्रकार सांगितला. थोडी चौकशी केल्यावर माझ्या मावशीला समजलं की, माझा नवरा त्याच्या मावशीकडं आला होता आणि आमची केवळ योगायोगानं भेट झाली होती. या प्रसंगावरून एक गोष्ट स्पष्ट होत होती. ती म्हणजे माझ्या नवऱ्याला बायको सोबत हवी होती.

त्यानंतर काही आठवडे उलटले. एके दिवशी माझे सासरे आमच्या घरी आले. त्यांच्याशी थोडं बोलणं झाल्यावर बाप्पांनी मला हाक मारली.

"संपत, आता तू विचार करण्याएवढी मोठी झाली आहेस. तुझ्या नवऱ्यानं तुला बोलवलंय. तू त्याच्यासोबत राहायला जायला तयार आहेस?"

एव्हाना माझं लग्न होऊन दोन वर्षं होत आली होती. पुढं माझ्यासमोर काय वाढून ठेवलं असणार आहे, याची मला जराही कल्पना नव्हती, पण मी जायला तयार होते. नव्या आयुष्याला सामोरं जाण्याचं मला जराही भय वाटत नव्हतं. उलट ते अज्ञात जग मला रोमांचित करत होतं. मनात नव्या क्षितिजांना गवसणी घालण्याचा शरार उसळला होता. त्यामुळं मन अधीर होतं. मी कसलाही पुढचा विचार न करता सासरी जायला होकार दिला.

त्यानंतर आठवड्याभरानं माझ्या नवऱ्याकडचे काही लोक मला न्यायला आले. मी त्यांना लग्नात पाहिलं होतं, पण आता मला त्यातला कुणाचाच चेहरा परिचित वाटत नव्हता. मी भावंडांचा पापा घेतला. आई-वडील, आजी-आजोबा, काका-काकू यांच्या पाया पडले आणि आमच्या दारासमोर उभ्या असलेल्या तीन बैलगाड्यांपैकी एका बैलगाडीत चढले. मी संपूर्ण प्रवासात साडीचा पदर डोक्यावर ठेवला होता. सोबत कोण आहे, हे एकदाही पाहिलं नव्हतं. कित्येक तासांच्या खडखडाटी प्रवासानंतर आमची वरात जरासा विसावा घेऊन काहीतरी खाण्यासाठी एका खेड्यात थांबली. मी बैलगाडीत तशीच बसून राहिले होते. बाकी सगळे जण

पाय मोकळे करत होते. तितक्यात एका माणसानं मला पेलाभर पाणी आणून दिलं. मी पाणी पिऊन त्याच्याकडं न पाहताच त्याला पेला परत केला. म्हणजे मला भीती वाटत होती असं नाही, पण तो माणूस इतरांसारखाच अपरिचित होता. त्यामुळं मला त्याच्याशी काही देणंघेणं नव्हतं. तो त्याच्या बैलगाडीत परत गेला, तेव्हा माझ्या डोक्यात प्रकाश पडला की, बहुतेक हा आपला नवरा आहे.

आम्ही घरी पोहोचलो तेव्हा रात्र झाली होती, त्यामुळं नीटसं काही दिसत नव्हतं. घरांच्या गडद आकृत्यांवरून रौली आलं असावं असा मी अंदाज केला. आता इथून पुढं मी याच खेड्यात राहणार होते. आमची वरात खेड्याच्या वेशीच्या अलीकडून डावीकडं वळली. विस्तीर्ण मोकळ्या जागेत! अर्थातच ते शेत होतं. अंधारात एका भव्य घराची काहीशी घाबरवणारी आकृती नजरेला पडली. माझी सासू तेलाचे दिवे घेऊन आमची वाट बघत दारात उभी होती. मला अतिशय कंटाळा आला होता, तरी मी स्वागतपर भोजनाचा मनसोक्त आस्वाद घेतला. घरात सगळेच जण स्वागतोत्सुक होते.

त्यानंतर मला झोपायच्या खोलीत नेण्यात आलं. तिथं मी बाजल्यावर अक्षरश: कोसळलेच. त्यानंतरचे पाच दिवस पूजाअर्चेत गेले. परंपरेनुसार, मी आणि माझ्या नवऱ्यानं एकमेकांकडं ओझरता दृष्टिक्षेपसुद्धा टाकला नव्हता. माझ्या सासरी माझे सासू-सासरे आणि पाच दीर होते. ते सर्व जण माझ्याशी अतिशय प्रेमानं वागत होते. मीही मला जे करायला सांगतील ते करत होते. माझं वागणं चांगलं दिसण्याबद्दल दक्ष होते. त्या पाच दिवसांत मला बाहेरचं काहीही दिसलं नाही. मला फक्त एवढंच कळलं होतं की, इथलं सगळं मोठं आहे : घराच्या खोल्या, अंगण आणि हे खेडंसुद्धा! मी चार उंबऱ्यांच्या अगदी लहानशा खेड्यातून आले होते, इथं किमान शंभरएक घरं असतील! एवढंच काय शेतात म्हशीसुद्धा बऱ्याच दिसत होत्या.

मी इथं आल्यापासून माझ्या सासूसमवेत एका खोलीत झोपत होते. सहाव्या दिवशी ती अचानक उठून एक शब्दही न बोलता बाहेर गेली. मी त्याकडं लक्ष न देता परत झोपले. मध्यरात्रीच्या सुमाराला कसल्याशा आवाजानं मला जाग आली. मी डोळे उघडून पाहते ते माझा नवरा माझ्याकडं पाहत उभा होता. मी घाबरून ताडकन उठले.

"तुम्ही इथं माझ्या खोलीत काय करताय?"

"मी तुला भेटायला आलोय."

"भेटायला म्हणजे? काय म्हणायचंय तुम्हाला?"

"बरोबर बोलतोय. भेटायलाच आलोय."

तो त्याचं इथं येणं अगदी सहज स्वाभाविक असल्याच्या थाटात बोलत होता. तो माझ्याकडं पाहून काहीतरी विचित्रच हसत होता. त्याला काय हवं होतं, याची

मला जराही कल्पना नव्हती. तरी मी अतिशय अस्वस्थ झाले होते. पुरुष स्त्रियांसोबत झोपत नाहीत, अशीच माझी समजूत होती. माझा नवरा रात्री माझ्या झोपण्याच्या खोलीत येणार, या गोष्टीची मला कुणी कल्पनाही दिली नव्हती.

''शांत हो, सगळं काही ठीक आहे. आपण आता नवरा-बायको आहोत. घाबरायची अजिबात गरज नाही.''

त्याचे मला धीर देण्याचे प्रयत्न मनापासूनचे होते. पण जसजसं त्याच्या चेहऱ्यावर हसू फुलत गेलं तसतशी एक विचित्र भीती मला घेरू लागली. माझ्या घशात मोठा आवंढा दाटला होता. मी काही बोलायचा प्रयत्न केला, तर आवाज नीट फुटेना.

''मला तुमच्याशी बोलणं शक्य नाही. मी जिथून आलीय तिथं पुरुष स्त्रियांशी बोलत नाहीत. अगदी खासगीतसुद्धा बोलत नाहीत. तुम्ही आत्ताच्या आत्ता इथून निघून गेला नाहीत, तर मी माझ्या वडिलांना आणि आजीला सांगीन!''

हे ऐकून त्याला गंमत वाटली असावी, त्यामुळं तो हसू लागला.

''संपतजी, तुमच्या वडलांना किंवा आजीला सांगून काही उपयोग नाही. आता हेच तुमचं घर आहे आणि नवराबायकोनं काही गोष्टी करायच्या असतात.''

मी हतबुद्ध झाले होते. तो कशाबद्दल बोलतोय, हेच मला समजत नव्हतं. या साऱ्यामुळं मी इतकी गोंधळले होते की, मी रडायला सुरुवात केली. रडतारडता मी त्याला सुचतील त्या शिव्या हासडत होते. मुन्नीलाल फिकट हसत, मला गप्प करण्याचा प्रयत्न करत, मला बिछान्यात ओढण्याचा प्रयत्न करत होता. मी त्याच्यापासून सुटका करून घेत दूर झाले की, पुन्हा तो मला ओढत होता. तो काय करतोय हे मला समजत नव्हतं, पण माझा आतला आवाज मला 'सुटका करून घे' असं सांगत होता. मला सापळ्यात अडकल्यासारखं वाटत होतं. तितक्यात एकदम माझ्या मनात एक विचार चमकला.

''मला बाहेर जायचंय.''

घरात संडास नसल्यामुळं विधी उरकण्यासाठी बाहेर शेतातच जावं लागत असे. मी बांगड्या आणि पायातले घुंगरांचे वाळे काढून बिछान्यावर ठेवले. मला त्याच्या आवाजानं घरातल्या इतर कुणी जागं होण्याचा धोका पत्करायचा नव्हता. मग मी त्याला शक्य तितक्या खंबीरपणे सांगितलं,

''मी निघालीय. लगेच परत येते.''

घरात भरपूर पाहुणे झोपलेले होते. माझ्या आगमनाप्रीत्यर्थ खूप पाहुणे आले होते. त्यामुळं सगळ्या खोल्या भरल्या होत्या. एका खोलीत मला माझ्याच वयाच्या एका नातेवाईक मुलीशेजारी जराशी जागा दिसली. तिचा श्वासोच्छ्वास ज्या पद्धतीनं सुरू होता त्यावरून ती झोपल्याचा बहाणा करत होती, हे लक्षात येत होतं. माझ्या वैवाहिक जीवनातला विसंवादाचा क्षणन् क्षण तिला ठाऊक असावा, पण मी काय

करणार? मी तिच्याशेजारी आडवी झाले आणि माझा लांबसडक काळाभोर केशसंभार तिच्या केसात गुंफून एकच लांब वेणी घातली. आता मला झोप लागली असती, तरी तिला मला एकटीला सोडून जाता येणं शक्य नव्हतं. त्यानंतर थोड्याच वेळात माझ्या नवऱ्याच्या कुजबुजत्या हाका कानावर पडल्या. मी परत न आल्यामुळं तो मला शोधायला बाहेर आला असणार. मी कुठं आहे ते शोधायला त्याला फार वेळ लागला नाही. तो माझ्यावर झुकून मला खोलीत येण्याची आर्जवं करत होता. मी डोळे घट्ट मिटून जराही न हलता पडून राहिले होते. तो पुन:पुन्हा प्रयत्न करत राहिला, पण माझ्याकडून ढिम्म प्रतिसाद नव्हता. अखेर तो नाद सोडून निघून गेला.

सकाळी माझी युक्ती शेजारी झोपलेल्या मुलीच्या लक्षात आली. तिला त्याची अतिशय गंमत वाटली. तिनं ते दाखवायला घराच्या मालकिणीला बोलवलं. माझं तिथं असणं तिला अजिबात आवडलं नाही. मग माझ्या सासूनं घरातल्या सर्व पुरुषांना यासंदर्भात काय करता येईल यावर विचारविनिमय करण्यासाठी एकत्र बोलवलं. त्यांनी ठरवलं की, मुन्नीलाल आणि मी दोघांनीच एकांतात यावर चर्चा करावी हे उत्तम. त्यानुसार दिवस मावळताच सर्व जण घरातून बाहेर गेले. मी मुन्नीलालसोबत अस्वस्थपणे घरात होते. अखेर त्यानं धीर एकवटून संभाषण सुरू केलं.

"तुला कशाची भीती वाटतीय? मला तुझ्याशी काहीही वाईटसाईट करायचं नाहीय. मी तुझा नवरा आहे. आपल्याला दोघांनाही सुख मिळेल. त्यासाठी काही विशिष्ट संबंध असतात. तुला कळतंय का?"

"नाही. मला काहीही कळत नाही. आमच्या गावात आम्ही असलं काही करत नाहीत."

"पण तुझे आईवडील कधी एकत्र झोपलेच नसते, तर तुझा जन्म कसा काय झाला असता?"

"तुम्ही माझी चेष्टा करताय. मला तुमचं काहीही ऐकायचं नाहीय."

मी काहीही ऐकून घेतलं नाही. त्यामुळं आमच्या चर्चेतून काहीच निष्पन्न झालं नाही. दुसऱ्या दिवशी माझे काका मला न्यायला आले. तशी रीतच आहे. : नववधू सासरी आल्यानंतर काही दिवसांनी तिच्या माहेरचे तिला न्यायला येतात. मग आठवडाभर माहेरपण झाल्यानंतर तिला पुन्हा तिच्या नवऱ्याकडं पाठवतात. ही रीत या खेपेला पथ्यावरच पडली. मग मी साश्रू नयनांनी कक्कांना सांगितलं की, माझ्या नवऱ्यानं माझ्यावर हल्ला केला.

"हल्ला केला म्हणजे? कुणी तुला मारलं, त्रास दिला?"

"माझ्या नवऱ्यानं!"

माझ्या काकांचा यावर विश्वासच बसला नाही. त्यांनी माझ्या सासूला याबद्दल विचारताच तिनं त्यांना या प्रकरणाचा सारांश सांगितला.

"ती फारच लहान आहे. तिला अजून लग्न म्हणजे काय काहीच माहीत नाहीय. तिनं नवऱ्याबरोबर राहायला येण्याआधी तिला कुणीतरी थोडं समजावायला हवं."

अशा प्रकारे मी पुन्हा हनुमान धराला गेले. काही गोष्टी मला स्पष्ट करून सांगायला हव्यात यावर अम्माचंही एकमत झालं. मग आसपासच्या नुकत्याच लग्न झालेल्या बऱ्याच तरुण मुली दुपारी आमच्या घरी त्यांचे अनुभव सांगण्यासाठी येऊ लागल्या. मी त्या वेळी प्रथमच सेक्सबद्दल ऐकलं. असं काही असू शकतं, या गोष्टीची इच्छा असू शकते हेच मला आत्तापर्यंत कधी माहीत नव्हतं. त्या मुलींनी मला समजावलं की, तुझ्या नवऱ्याच्या अपेक्षा अगदी स्वाभाविक आहेत आणि तुला हे करावंच लागेल. कारण मुलं होण्याचा हा एकमात्र मार्ग असतो. माझ्या आईवडलांमध्ये असे संबंध असतील, असं लहानपणी माझ्या कधी मनातसुद्धा आलं नव्हतं. त्या काळी कुणी असल्या गोष्टी बोलतसुद्धा नसे. आत्तापर्यंत मला वाटत होतं की, माझा नवराच काहीतरी जगावेगळा आहे, पण आता मला कळून चुकलं होतं की, माझंच वागणं हास्यास्पद ठरलंय.

त्यानंतर माझे सासरे पुन्हा मला न्यायला आले. मी रौलीला परत आले, तेव्हा माझा नवरा चिडून बसल्याचं माझ्या लक्षात आलं. माझ्या नकारामुळं तो चिडला होता आणि माझ्या वागण्यामुळं अपमानित झाला होता. त्यामुळं तो महिनाभर माझ्याशी बोलला नाही. एवढंच काय, त्यानं माझ्या हातच्या स्वयंपाकालासुद्धा हात लावला नाही. मग माझ्या सासूनं भेटेल त्याच्यापुढं तक्रारीचा राग आळवायला सुरुवात केली.

"माझ्या सुनेला काहीही कळत नाही. माझ्या पोराला बायकांमधलं काही कळत नाही. त्यांना पोरबाळ होणार नाही हे नक्की!"

ही परिस्थिती बदलली पाहिजे या विचारानं माझ्या सासूनं माझ्या नवऱ्याशी एकट्याशी बोलायचं ठरवलं.

"मुन्नीलाल, ही परिस्थिती बदलण्यासाठी तुलाच काहीतरी करायला हवं. संपत अजून लहान पोर आहे. तिचा तुझ्यावर विश्वास बसण्यासाठी तूच प्रयत्न करायला पाहिजेत. तिच्याशी बोल. तिला हळूहळू सगळं समजावून सांग. तुलाच सहनशीलता दाखवावी लागेल."

उन्हाळ्याचे दिवस होते. भाताच्या खाचरात नुकतीच रोपांची पुन्हा लावणी केली होती. हावऱ्या गायी-म्हशींपासून त्या रोपांचं रक्षण करण्यासाठी सतत डोळ्यांत तेल घालून पहारा द्यावा लागत होता. त्यामुळं रात्रीच्या वेळी पुरुष सतत राखणीच्या कामात असत. एके दिवशी सायंकाळी सगळे जण शेतात गेले, पण मुन्नीलाल घरीच थांबला. त्या दिवशी मी नेहमीसारखी मिळेल त्या पहिल्या

बिछान्यात झोपले नव्हते. त्या दिवशी मला झोपायला स्वतंत्र खोली दिली होती. पावसाला नुकतीच सुरुवात झाली होती. वातावरण प्रचंड गरम आणि दमट होतं. मी त्या बिनखिडक्यांच्या खोलीच्या प्रवेशद्वाराला कापड लावून ते बंद करून घेतलं होतं. दमट हवेनं माझं डोकं जड झालं होतं. तितक्यात ते कापड बाजूला सारून माझा नवरा आत आला. मला त्याचा चेहरा नीटसा दिसत नव्हता, पण कंदिलाच्या मंद उजेडात त्याची आकृती भयंकर दिसत होती. तो बराच वेळ त्या खोलीच्या उंबऱ्यावर उभा होता. मी बिछान्यावर अगदी स्तब्ध पडून होते. अखेर तो आत येत कुजबुजत्या स्वरात म्हणाला,

"घाबरू नकोस संपत. मी आहे."

....

"तू ठीक आहेस ना? घाबरू नकोस."

......

"बरं. तुझी पाळी सुरू झालीय ना?"

"माझी पाळी? तुम्ही कशाबद्दल बोलताय?"

"दर महा रक्तस्राव होतो ते."

"ही कसली थट्टा? तुम्ही माझी गंमत करताय का?"

त्यावर त्यानं माझ्याकडं विचित्र, काहीशा साशंक नजरेनं पाहिलं, पण त्यानं त्याबद्दल आणखी काही खोदून विचारलं नाही. तो दोन ढांगांत बिछान्याजवळ आला. माझं मन रितं होतं. भूल दिल्यासारखं बधिर. मी अजूनही स्तब्धच होते. ताणानं आकसलेल्या देहावर हातांची घट्ट फुली करून पडून होते. त्याचा देह माझ्या देहाला भिडला तेव्हा मी नजर छतावरच्या एका बिंदूवर खिळवली होती. त्यानं माझा परकर वर उचलला. तेव्हा मी प्रतिकार केला नाही. मी या क्षणाला सामोरं जाण्याची मनाची तयारी केली होती.

तो माझ्यावर आला होता. त्याच्या जडशीळ देहाच्या वजनानं मला श्वाससुद्धा घेता येत नव्हता. तो माझ्यात प्रवेशला तेव्हा वेदनेची आर्त लहर माझ्या देहातून सरसरत गेली. मी जणू कुठली शिक्षा भोगत होते. वेदनेनं माझा आ वासला, पण पशातून आवाज फुटला नाही. काही मिनिटांनी त्याचा आवेग ओसरला आणि तो धप्पकन माझ्याशेजारी कोसळला. मी अजूनही स्तब्धच होते. पायाच्या टोकापर्यंत जाऊन भिडणाऱ्या वेदना सोसत मूकपणे पडून होते. तितक्यात माझ्या दोन्ही पायांमधून कसलातरी गरम द्रव वाहतोय असं जाणवलं. मी मांड्या चाचपून पाहिलं. हाताला काहीतरी चिकट जाणवलं. मी हात वर घेऊन पाहिलं तर हात लालभडक झाला होता. मला रक्तस्राव होत होता का? मला काय होत होतं? काहीच कळत नव्हतं. मी मुन्नीकडं कळवळल्या नजरेनं पाहत होते, पण त्याच्या डोळ्यांत शून्य,

विझले भाव होते. रक्त पाहूनही त्याला त्याचं काहीही वाटलेलं दिसत नव्हतं.

"घाबरू नकोस. झोप आता."

असं म्हणून तो सरळ झोपला. मी मात्र भयव्याकूळ अवस्थेत, टक्क उघड्या डोळ्यांनी थिजल्यासारखी पडून होते. पहाटेपर्यंत मला रक्तस्राव होतच होता, जोडीला वेदनांचा कल्लोळ होताच, पण मला काय करावं काहीच कळत नव्हतं. सकाळी माझा नवरा उठला, तेव्हा तो इतका रक्तस्राव झालेला बघून घाबरला. आदल्या रात्रीचा त्याचा थंडपणा अचानक जरासा निवळला. तो बिछान्यातून ताडकन उठला आणि त्यानं माझ्या सासूला बोलावून आणलं. तिनं हे सगळे गांभीर्यानं घेतलं. तिनं एक शब्दही न बोलता माझ्या सासऱ्यांना दवाखान्यात जाऊन परिचारिकेला घेऊन यायला सांगितलं. मग मला तपासलं, उपचार केले, माझ्या जखमेची मलमपट्टी केली. मला वेदनाशामक गोळी दिली. माझा योनीमार्ग फाटून गंभीर जखम झाली होती. मी अजून वयातही आले नव्हते. ते म्हणाले की, अजून माझं शरीर पूर्ण उमललंसुद्धा नव्हतं.

मग मला पुन्हा तिसऱ्यांदा माहेरी पाठवण्यात आलं. या खेपेला मी बरेच महिने तिथं राहिले. माझी तब्येतही बरी झाली. हिवाळ्याच्या आगमनापर्यंत मी बरीचशी पूर्ववत झाले. एके दिवशी मी मैत्रिणीबरोबर जंगलात गेले होते. वाटेत एकदम मला पायात काहीतरी उष्ण द्रव जाणवला. मी परकर वर उचलून पाहिलं. पुन्हा रक्तस्राव होताना दिसला. पुन्हा तसंच झालंय, या विचारानं माझा थरकाप झाला, पण माझ्या मैत्रिणीनं तो प्रकार ओळखला होता.

"दुखतंय?"

"नाही. मला काहीच जाणवत नाहीय."

"घाबरू नकोस. तुझी पाळी सुरू झाली असणार."

माझी पाळी? ती पाळीच होती. हा शब्द मी त्या भयावह पहिल्या रात्री माझ्या नवऱ्याकडून ऐकला होता. पण त्याचा अर्थ मात्र मला कधी कुणी सांगितला नव्हता. आत्ता मात्र याच गोष्टीनं मला धीर दिला. विचित्र वाटेल, पण खरंच, कारण आपली जखम पुन्हा ताजी झालीय की काय याचं मला प्रचंड भय वाटत होतं.

अखेर मी वयात आले. आता सासरी जायची वेळ आली होती. मी रौलीला परत आले तेव्हा पाहिलं की, माझा नवरा केलेल्या कृत्यामुळं अतिशय अस्वस्थ आणि घाबरलेला होता. त्याच्याविषयी माझ्या मनात जराही आकस नाही, पण पहिल्या रात्रीचा तो वेदनांचा कल्लोळ मी कधीही विसरू शकलेली नाही. मी त्या वेदनांचा अनुभव घेतला नसता, तर आज मी ज्या महिलांच्या समर्थनार्थ लढते त्यांच्याविषयी माझ्या मनात हीच परानुभूतीची जाणीव निर्माण झाली नसती.

तापदायक सून

पहिल्या रात्रीचं रक्तलांच्छित चित्र मन:पटलावरून हळूहळू धूसर झालं. त्यानंतरच्या रात्री कमी वेदनादायी ठरल्या. मी माझं पत्नीकर्तव्य समजून घेऊन पार पाडू लागले होते. अखेर आमचे उभयतांचे उत्तम सूर जुळले. आमच्यात प्रत्यक्ष बोलणं फारसं होत नसे, पण आम्हाला परस्परांविषयी आदर होता. मी माझ्या नव्या घरातल्या प्रत्येक गोष्टीबद्दल उत्साही होते. आत्तापर्यंत मी कायम घरकामातून सुटका करून घेत आले होते, पण आता मात्र मला संसाराचा प्रचंड अभिमान वाटत होता. मी अजिबात काम टाळत नव्हते. मी सगळ्या गोष्टी आनंदानं करत होते. स्वयंपाकपाणी, भांडी घासणं, माझ्या सासूसासऱ्यांसाठी, नवरा आणि त्याच्या पाच भावंडांसाठी कपडे शिवणं, अशी सगळी कामं करत होते. हे सगळं मी माझ्या स्वत:साठीच करत होते. माझी गावातल्या इतर मुलींशी काही आठवड्यांतच ओळख झाली. गावात गडरिया जमातीची पंचवीस-एक घरं होती. त्यांचा सर्वांचा परस्परांशी परिचय होता. मला गप्पाटप्पांसाठी फारसा वेळ मिळत नसे, पण दररोज थोडा वेळ मिळाला, तरी तेवढ्यावर मी खूश असायची आणि आता मी एकटी नव्हते : मला दिवस गेले होते.

मी मैत्रिणीबरोबर जंगलात गेले होते, त्या दिवशी माझी पहिल्यांदा पाळी झाली, त्यानंतर ती पुन्हा आली नव्हती. रौलीला गेल्यानंतर बरोबर नऊ महिन्यांनी मी माझ्या पहिल्या बाळाला जन्म दिला. माझं शरीर अजूनही अपरिपक्व होतं. ते सेक्सच्या दृष्टीनं जसं कोवळं होतं, त्याहूनही ते बाळंतपण झेलण्याच्या दृष्टीनं अजून तयार नव्हतं. बाळंतपणाच्या प्रारंभीच्या त्रासाचं मला आश्चर्यच होतं, पण मला वाटलं की, हे लवकरच संपेल. पण माझी समजूत चुकीची होती. तीन दिवस नुसत्याच कळा सोसल्यावर मला दवाखान्यात नेलं. तिथं 'फोरसेप्स'नं माझं बाळंतपण केलं. बाळाचा इवलासा चेहरा पाहताच मी नुकतंच जे दिव्य पार केलं होतं त्याचा विसर पडला. मला मुलगी झाली होती. माझ्या सासूला मुलगा होणं

आवडलं असतं, पण माझं तसं नव्हतं. मला अतिशय आनंद झाला होता. माझ्या प्रभावतीबरोबर बाहुल्यांशी खेळणं, तिच्यासाठी छान छान कपडे शिवणं, तिच्या केसांना रंगीबेरंगी रिबिनी लावून तिला नटवणं या कल्पनेनं माझा आनंद गगनात मावत नव्हता. मला आणखीही एका बाळाला सांभाळावं लागायचं. माझ्या सासूनं सहा मुलांच्या पाठीवर एका चिमण्या मुलीला जन्म दिला होता. तिचं नाव आशा. माझ्या बाळानंतर दोन महिन्यांनी आशाचा जन्म झाला. या दोघींनाही मी दोन वर्षं अंगावर पाजत होते. माझं घरातलं काम झालं रे झालं की, मी गावातल्या बायकांशी तासन्‌तास बोलत बसायची. माझ्या सासूला ते मनातून आवडत नसे. ती कधीकधी लागट बोलायची. मला त्याचा भयंकर राग यायचा. ज्या आयुष्यात गप्पाटप्पांना काहीही स्थान नाही, असलं आयुष्य मला सहन होण्याजोगं नव्हतं आणि तिचा तर तसा प्रयत्न होता. पण मी फार काळ वैताग मनात वागवत नसे. मला माझं नवं आयुष्य आवडलं होतं. शिवाय इतर सर्वांनाही मी आवडत होते.

पण हे कायम असंच राहिलं नाही.

त्या गावात एक गुरू होता. त्याच्या प्रवचनांना खूप गर्दी होत असे. तो हिंदू जातींमधल्या सर्वांत आदरप्राप्त जातीचा म्हणजे ब्राह्मण जातीचा होता. त्यानं कुठल्याही घराचा दरवाजा ठोठावला, तर त्याचं कायम आदरानं स्वागत होत असे. माझा नवरा साधारण त्याच्याच वयाचा होता. त्याला त्याची संगत विशेष करून आवडत असे. एके दिवशी हे गुरू महाराज आमच्या घरी आले. त्याबरोबर माझ्या सासूची स्वयंपाकघरात लगबग सुरू झाली. तिनं मला मुख्य अंगणात पाहुण्यांची सरबराई करायला सांगितलं. मी अर्थातच परक्या व्यक्तीसमोर डोक्यावर पदर घेऊन होते. मी त्यांच्यासाठी पुऱ्यांची बशी आणि पाण्याचा पेला नेण्याआधी एक शब्दही न बोलता त्यांना चरणस्पर्श केला. मी नमस्कार करून तिथून निघणार इतक्यात त्यानं प्रश्न केला,

"तुझे आईवडील कुठं असतात?"

"चित्रकूटजवळ" मी नम्रपणे उत्तर दिलं.

"तुला बहीण-भावंडं किती?"

"दोन बहिणी आणि एक भाऊ."

त्याच्या प्रश्नांनी मी अस्वस्थ होऊ लागले होते. हा माणूस ज्या प्रश्नांची उत्तरं त्याला खात्रीनं माहीत होती तेच प्रश्न मला कशासाठी विचारत होता? माझा नवरा त्याचा मित्रच होता. हे प्रश्न तो त्याला विचारू शकला नसता का? एखाद्या नवपरिणीत तरुणीनं असं परक्या माणसाशी बोलणं अयोग्य मानलं जातं, हे त्याला माहीत नव्हतं का? मी स्वयंपाकघराकडं चोरटा कटाक्ष टाकत होते. माझ्या सासूनं

इतका वेळ का लावला होता कोण जाणे!

"तुझा नवरा कोण?" गुरू महाराजांनी अगदी निरागस प्रश्न केला.

माझा नवरा? हा माणूस काय माझी चेष्टा करत होता की काय? त्याला हे माहीत नसणं शक्य होतं का? मग अकस्मात माझ्या डोक्यात प्रकाश पडला. तो माणूस सरळसरळ माझ्याशी 'फ्लर्ट' करायचा प्रयत्न करत होता.

"याचा अर्थ काय? तुम्ही हे सगळे प्रश्न माझी सासू इथं आहे, तिलाच का विचारत नाही? माझा नवरा तुमचा मित्र आहे! तुम्हाला लाज वाटत नाही?" मी भडकून बोलले.

संतापाच्या भरात मी माझ्या डोक्यावरचा पदर खाली टाकला. हा माझा त्याच्या चिथावण्याला अधिक धारदारपणे उत्तर देण्याचा मार्ग होता. तो ब्राह्मण गप्प होऊन जागीच थिजला. तितक्यात माझी सासू घाबरून अंगणात पळत आली.

"संपतजी, डोकं फिरलंय का काय तुझं? तुझं गुरू महाराजांशी असं बोलायचं धाडसच कसं झालं?"

"काय गंमत करताय काय? हा तुमचा गुरू महाराज माझ्याजवळ यायचा प्रयत्न करत होता. तुम्हाला सांगून ठेवते, हा माणूस इथं, या घरात आणखी एक मिनिट जरी थांबला तरी मी त्याला बाहेर हाकलून देईन!"

त्यावर आमचे पाहुणे शरमेनं मान खाली घालून, पण संतापानं धुमसत निघून गेले. माझी सासू माझ्या उद्धटपणामुळं गांगरून गेली. पुढं काही दिवस ती संपूर्ण गावभर माझ्या ईश्वरनिंदेबद्दल तक्रारीचं गुऱ्हाळ घेऊन फिरत होती. मी इतरांच्या श्रद्धास्थानी असणाऱ्या माणसाला चेहरा दाखवला होता. हे चालणार नव्हतं! चालणार नाही... अस्वीकारार्ह... किती विचित्र शब्द आहे! खरंतर अन्याय हा अस्वीकारार्ह असतो. मी माझ्या श्रद्धांसाठी कुठंवर जाऊ शकते, हे माझ्या सासूला लवकरच कळून चुकलं. त्यासाठी माझ्या हातून पवित्र बाबींच्या अनादराची अजून बरीच कृत्यं घडायची होती.

यानंतर काही आठवड्यांनी आणखी एक घटना घडली. त्यामुळं माझा पुन्हा एकदा ब्राह्मण समाजाशी संघर्ष झाला।

एके दिवशी मी दाराबाहेर भांडी घासत असताना त्यांच्यातला एक जण माझ्याकडं येऊन म्हणाला,

"आमच्याकडं पाहुणे येणार आहेत. मला काही घोंगडी उसनी द्या."

रौलीमध्ये ही सुस्थापित परंपराच होती. ब्राह्मणांना काहीही हवं असलं, तर ते खालच्या जातींच्या लोकांच्या मालमत्तेतून आपली गरज भागवत असत. विशेषत: गडरिया लोकांकडून. सामाजिक उतरंडीमध्ये ही जात खालची मानली जात असली,

तरी अस्पृश्यांपेक्षा जराशी चांगली समजली जाते. ब्राह्मणांना कुठल्याही गोष्टीला नकार दिला जात नसे. ते गावचा गाडा हाकत असत. अर्थातच त्यांना एकदा घोंगडं उसनं दिलं की, पुन्हा कधी त्याचा तुकडासुद्धा पाहायला मिळत नसे.

"नाही, मी तुम्हाला घोंगडं देणार नाही" मी त्या माणसाच्या नजरेला नजर देत शांतपणे उत्तरले.

"तू कुणाशी बोलतीयस तुला कळतंय का? तू काय करतीयस तुला कळतंय?"

"नक्कीच कळतंय! पण कुठलीही गोष्ट मागण्याची वेगवेगळी पद्धत असते. तुमची पद्धत उर्मट आहे. माझा तुमच्याशी काहीही संबंध नाही. मी तुमचं काहीही देणं लागत नाही. तुम्ही या."

त्यावर तो ब्राह्मण संतापानं लाल-तांबडा होऊन आरडाओरडा करत आजूबाजूच्या शेजाऱ्यांना या अपमानाचा साक्षीदार होण्यासाठी बोलवू लागला. ते सगळे जण गोळा झाले. माझा नवरा आणि दीर शक्य तितक्या धावतपळत तिथं आले. पण ते काही अंतरावर थांबले आणि एक शब्दही बोलले नाहीत. त्यांच्या चमकत्या डोळ्यांत मला कौतुकाची छटा दिसली. अर्थात, आता गावातला सर्वांत ताकदवान समाज सुडानं पेटणार याची त्यांना नक्कीच भीती वाटत होती. दरम्यान, माझी सासू संतापानं हिरवीपिवळी होऊन, शरमेनं अडखळत त्या माणसापुढं माझी बाजू मांडायचा प्रयत्न करत होती.

एव्हाना बघ्यांची गर्दी जमली होती. त्यांच्यापैकी काही जण माझ्याकडं कुतूहलानं पाहत होते, पण बहुतेकशा नजरा प्रतिकूलच होत्या. इतका दबाव असूनही मी मान वर करून त्या ब्राह्मणाच्या नजरेला नजर देत कंबरेवर हात ठेवून उभी होते. मी माझ्या मताशी ठाम होते. अखेर माझ्याकडून काहीही मिळणार नाही, हे लक्षात आल्यावर तो निघून गेला, पण या घटनेनं पुढं कित्येक महिने गावातलं वातावरण कलुषित झालं. मला बरेचदा वाटेत अनेक लोक थांबवून सांगायचे की, तू जे केलंस ते आम्हाला आवडलं. पण त्यांच्यात ही गोष्ट सर्वांसमक्ष सांगण्याचं धाडस नसेल, तर त्याचा काय उपयोग होता? दुसरीकडं बायका माझ्यावर कठोर टीका करत होत्या. एका पुरुषाला उद्धटपणे उत्तरं देण्यामुळं माझी संकट निर्माणकर्ती अशी जबरदस्त ख्याती झालीच होती, शिवाय मी प्रस्थापित चौकटीला धक्का देऊन पर्यायानं समाजाला संकटात लोटलं होतं. पण मला असल्या गोष्टींची फिकीर नव्हती. माझ्यावर याचा काहीही परिणाम घडला नाही. माझ्या दृष्टीनं यामुळं फक्त एकच महत्त्वाची गोष्ट घडली होती. ती म्हणजे मी नकार दिल्यापासून कुणीही ब्राह्मण आमच्या समाजाकडं घोंगडी उसनी मागायला आला नव्हता. त्यामुळं समजा काही लोक माझ्या 'स्फोटक' ख्यातीमुळं अस्वस्थ झाले, तर मी पर्वा का करावी?

मी ‘काही’ असं म्हणतीय, पण खरंतर माझ्यामुळं अस्वस्थ झालेली मुख्यत्वे एकच व्यक्ती होती, ती म्हणजे माझी सासू. तिच्या दृष्टीनं मी अत्यंत तापदायक सून बनले होते आणि आता आमचे संबंधही अतिशय ताणले होते. त्यानंतर तिसऱ्यांदा एक वादावादी झाली आणि आमचं कायमचं बिनसलं.

त्या गावात महेश नावाचा एक माणूस छोटं दुकान चालवत असे. त्याच्याकडं धान्य, डाळी असा सगळा माल मिळत असे. तो माल कुठून आणतो, हे जाणून घ्यायचा कधीच कुणी प्रयत्न केला नव्हता. एके दिवशी मी विहिरीचं पाणी शेंदत असताना दोन बायकांच्या बोलण्यातला काही भाग माझ्या कानावर पडला आणि मी विचार करू लागले. मला कळलं की, महेश याच गावातल्या बायकांकडून माल घेतो. या बायका नवऱ्याच्या नकळत घरातल्या साठवणीतले तांदूळ आणि मसूर त्याला गुपचूप विकतात. या बायकांचा हा चार पैसे मिळवण्याचा मार्ग होता. त्या स्वत:च्याच घरात चोरी करत होत्या, याचं मला जेवढं आश्चर्य वाटलं नाही, तेवढं त्या स्वत:च फसवणुकीचा बळी ठरत होत्या या गोष्टींचं वाटलं. महेशला दुर्बल स्त्रियांचा गैरफायदा घेण्यात जराही काही वाटत नसे. तो त्यांचा माल अतिशय कमी किमतीला पाडून घेत असे. पिवळ्या मसुराचं पोतं फक्त ४० रुपयांना! त्या गरीब बिचाऱ्या बायका जवळपासच्या बाजारात तेच पोतं विकायला गेल्या असत्या, तर त्यांना किमान ३०० रुपये मिळाले असते. त्या बायकांना संघटित होण्यासाठी प्रोत्साहनाची गरज होती. यावर कळस म्हणजे, हा लबाड दुकानदार अशा गैरमार्गानं मिळवलेला माल माझ्या सासूच्या कोठीच्या कोपऱ्यात रचत असे. तिनं त्याला तिथं भाड्यानं जागा दिली होती. मी ताबडतोब सासूला तिच्याच घरात चाललेल्या या व्यापाराची कल्पना दिली.

“संपत, सगळ्या गोष्टींत नाक खुपसणं बंद कर!” सासूनं मला धारदार शब्दांत बजावलं.

“पण तुम्ही अशा वागण्याला प्रोत्साहन देऊ शकत नाही! तुम्ही स्वत:च त्या माणसाच्या गुन्ह्यात सहभागी होताय!”

“गप्प बस. तू यात पडू नकोस!”

यावर मी काही काळ गप्प राहिले, पण माझे या बाबतीतले विचार मात्र बदलले नाहीत. एके दिवशी माझी सहनशक्ती संपली आणि मी माझ्या पद्धतीनं याबाबत काहीतरी करायचं ठरवलं. त्यानुसार मी दररोज दाराबाहेर भांडी घासताना स्वत:शीच मोठ्यानं बडबडत पिळवणूक ओढवून घेणाऱ्या या बायकांच्या मूर्खपणाबाबत सरळसरळ बोलू लागले. तिथून जाणाऱ्या-येणाऱ्या बऱ्याच लोकांना माझ्या या वागण्याचा अर्थ कळत नव्हता. काही जणांना मी काहीतरी बरळतीय असं वाटत होतं. पण ज्या बायका यात सहभागी होत्या, त्यांच्या मात्र हे ताबडतोब लक्षात

आलं. आमच्या घरावरून विहिरीवर जाताना त्या शरमेनं मान खाली घालून जाऊ लागल्या. इकडं घरात माझी सासू नुसती धुमसत होती.

अखेर माझी सकाळपासून रात्रीपर्यंत चाललेली वटवट ऐकून वैतागलेले सासरे एक दिवस मला म्हणाले,

"संपतजी, इकडं ये. मला सांग, तू दिवसभर अशी एकटी का बडबडत असतेस? ऐकणाऱ्यांना वाटेल की, तुला वेड लागलंय. तुला काम जास्त पडतंय का?"

"माफ करा. मी सांगू शकत नाही."

"संपत, जे काही असेल ते सांग. तू मला सगळ्या गोष्टी सांगितल्या पाहिजेस."

माझी सासू आमचं बोलणं काही अंतरावरून ऐकत, माझ्याकडं खुनशी कटाक्ष टाकत होती. पण मी तिच्याकडं दुर्लक्ष केलं आणि सगळं धैर्य एकवटून सासऱ्यांना सगळा प्रकार सांगितला. हे सगळं समजताच आश्चर्यानं त्यांचे डोळे विस्फारले. त्यांना चांगलाच धक्का बसला होता, पण मी त्यांच्या पाठिंब्याच्या भरवशावर राहू शकत नव्हते, हे माझ्या लगेचच लक्षात आलं. ते बायकोला इतके घाबरायचे की, त्यांनी यात पडायचं धाडस केलंच नसतं. इकडं सासू संतापानं थरथरत होती. ती एक शब्दही बोलली नाही, पण नंतर मला तिचं गुपित फोडण्याची जबर किंमत चुकवावी लागणार आहे, हे मी ओळखून होते. रात्री तर ती अत्यंत विखारी फुत्कार टाकू लागली. या थेरड्या चेटकिणीनं घरातल्या इतरांसमोर माझा अपमान करण्याची कधी एक संधी दवडली नाही. ती मी केलेल्या चपात्यांची किंवा माझ्या विस्कटलेल्या केसांची चेष्टा करत असायची. त्या वेळी नुकतंच माझ्या दीराचं लग्न झालं होतं. घरात आणखी एक सून आली होती. ती माझ्यापेक्षा जेमतेम वर्षानं लहान असेल. सुरुवातीला आमची दोघींची चांगलीच गट्टी जमली होती, पण माझ्या सासूनं आमच्या दोघींत क्षुल्लक काड्या टाकल्या आणि आमची जुंपली. नवऱ्यांनी आपापल्या बायकांची बाजू घेतली आणि सगळ्या गोष्टी बिनसत टोकाला जाऊन पोहोचल्या. तीन-चार महिने घरात असलं भयानक वातावरण होतं. सगळ्या घराची फाटाफूट झाली होती. तशातच एक दिवस माझ्या सासूनं माझ्या नवऱ्याला बाजूला घेऊन सांगितलं,

"आम्ही हे असं चालू देणार नाही. संपतला घरातून बाहेर पडावं लागेल. तुलाही तिच्यासोबत जायचं असेल तर जा."

माझ्या नवऱ्यासमोर दुसरा पर्यायच नव्हता. त्याला त्याच्या आईची आज्ञा मानावीच लागली. त्या वेळी मी दुसऱ्यांदा गरोदर होते, या गोष्टीनंही तिचा निश्चय ढळला नाही. तथापि तिनं मला एक लाकडी शेड शोधून दिली. तिथं मी तात्पुरता

संसार थाटला. माझं हे घर इतर घरांपासून थोडंसं बाजूला होतं. छोट्या प्रभावतीला घेऊन मी या घरात राहू लागले. मला घरातून पोतंभर तांदूळ सोडून काहीही न्यायची परवानगी मिळाली नाही. सुरुवातीला मी काहीही वाटून न घेता हे नशीब म्हणून स्वीकारलं. त्या वेळी मला ताठ सासूच्या वर्चस्वापासून सुटका मिळाल्याचा आनंद महत्त्वाचा होता. माझ्या नवऱ्याला आईवडील की बायको हे ठरवता येत नसल्यामुळं त्याची अवस्था दोलायमान होती. पण काही दिवसांनी त्याचं घरी येणं कमी-कमी होत गेलं. असाच एक महिना गेला. घरात अन्नाचा कण नव्हता. माझ्या मुलीसाठी पुरेसं दूधसुद्धा नव्हतं. ते मला उपाशी मारायचा प्रयत्न करत होते की काय काही कळत नव्हतं. मला माझ्या जिवाचं भय वाटू लागलं. खेड्यापाड्यात सून अत्यंत तापदायक बनते तेव्हा लवकरच एखादा 'अपघात' घडू शकतो.

मग मी स्वसंरक्षणासाठी माझी बाजू लोकांसमोर आणायचं ठरवलं. अर्थातच माझ्या पद्धतीनं!

मग एकदा रात्रीच्या वेळी मी शेडमधून बाहेर पडले आणि रात्रीच्या अंधारात चंद्रप्रकाशात उजळलेल्या शेतातून वाट काढत निघाले. गोठ्यात रेडकं-वासरं झोपलेली होती. मी गोठ्याचं दार उघडताच ती सगळीच्या सगळी धावत बाहेर येऊन त्यांच्या आयांना बिलगली. मग मी घरी परत येऊन झोपी गेले.

अपेक्षेनुसार दुसऱ्या दिवशी पहाटेच दारावर थाप पडली. माझा नवरा आला होता.

"संपत, वासरं कुठं आहेत? ती सगळी गोठ्याबाहेर गेली आहेत."

"मुन्नीलाल, तुम्ही कशाबद्दल बोलताय मला कळत नाहीय. मी तुम्हाला आठवण करून देते की, आता मी तुमच्या घरात राहत नाही. आता तुम्हीच तुमच्या मालमत्तेची नीट काळजी घ्यायला पाहिजे."

मुन्नीलाल निघून गेला. पण त्याच्या मनातली शंका चेहऱ्यावर उमटली होती. मी शेडमध्ये शांतपणे बसून राहिले. तो लवकरच परत येणार, याची मला खात्री होती. तासाभरानं तो माझ्या दिशेनं तरातरा येताना दिसला.

"संपत, काय केलंस हे? वासरं रात्रभर आईजवळ राहिली आहेत. त्यांनी सगळं दूध पिऊन टाकलंय. आता दूध घालायला थेंबभरसुद्धा दूध उरलं नाहीय. तुझं डोकं फिरलंय का?"

"डोकं तुमचं फिरलंय. तुम्हाला वाटतंय तुम्ही माझ्यासाठी योग्य आहात. तुमच्या अंगात काडीचं धाडस नाहीय. तुम्ही तुमच्या घरच्यांच्या मर्जीप्रमाणं वागता. तुम्ही सर्वांनी मिळून माझी उपासमार करायचा प्रयत्न केलाय, पण मी माहेरी जाऊन राहण्याचा विचारसुद्धा केला नाही. तो प्रश्नच येत नाही. मला इथं राहण्याचा अधिकार आहे आणि तुम्ही हे स्वीकारेपर्यंत मी लढा देत राहणार."

या खेपेला कायमचा तुकडा पडला. माझ्या सासू-सासऱ्यांच्या दृष्टीनं मी फार पुढं गेले होते. त्यामुळं मला वेगळं काढणं त्यांच्या दृष्टीने आवश्यक होतं. हे करण्याचा एकमात्र मार्ग होता – मालमत्ता आणि संपत्तीची अधिकृत वाटणी करणं. म्हणजेच हे सगळं प्रकरण चव्हाट्यावर आणणं. कारण खेड्यात अशा प्रकारचे वाद पंचायतीमार्फत किंवा वडीलधाऱ्या मंडळींच्या पंचसमितीमार्फत सोडवले जातात. काही दिवसांनी आमचं संपूर्ण कुटुंब गावातल्या चौकात भल्यामोठ्या वटवृक्षाखाली एकत्र जमलं. त्यात माझे सासू-सासरे, नवरा, दीर होते. तसंच दूरच्या नातेवाइकांचीही गर्दी होती. अख्खी गडरिया जमात तिथं हजर होती. मग प्रत्येक जातीच्या एकेका प्रतिनिधीलाही पाचारण करण्यात आलं होतं. त्यामुळं पंचायतीचं अध्यक्षपद भूषवण्यासाठी शेजारच्या खेड्यातून एक ब्राह्मण आणि एक ठाकूर असे दोघं जण आले होते. मीही तिथं माझ्या नवऱ्याशेजारी एका बुटक्या दगडी भिंतीवर बसले होते. चर्चेला सुरुवात झाली, तशी मला घोर अरिष्टाची चाहूल लागली. त्या ब्राह्मण आणि ठाकूर व्यक्तींचं तिथं असणं मला काही बरं वाटेना. 'ही अनोळखी माणसं काय म्हणून आमच्या घरगुती बाबींचा न्यायनिवाडा करणार? माझं भवितव्य ठरवण्याचा अधिकार त्यांना कुणी बहाल केला?' मला त्या चर्चा कधी संपणारच नाहीत असं वाटत होतं. मी त्या ब्राह्मण गुरू महाराजांना चेहरा दाखवला या प्रसंगापासून ते माझ्या वासरं सोडण्यापर्यंत सगळ्या कथांची उजळणी झाली. त्या जोडीला गावकऱ्यांच्या शेरेबाजीचा गलका होताच. सगळे गावकरी आमच्याभोवती उभे होते. त्यांच्यापैकी कुणालाही हा तमाशा चुकवायचा नव्हता.

चर्चेदरम्यान मला बोलायची संधी मिळताच मी माझी बाजू अतिशय उत्कटपणे मांडली. पण व्यर्थ! वास्तवात माझ्या नशिबावर शिक्का बसलेलाच होता. हट्टाने विरुद्ध जाणाऱ्या सुनांची बाजू नेहमी चुकीचीच असते. विशेषतः ज्या जातिव्यवस्थेच्या परंपरेला आव्हान देण्याचं धाडस करतात त्या तर चूकच असतात. ब्राह्मण आणि ठाकूर व्यक्तीच्या हातात सूत्रं असलेल्या न्यायालयात मला संधी मिळालीच नाही. पंचांनी मला एक म्हातारी म्हैस, एक गाय, मातीचं भांडं, गव्हाची तीन पोती आणि तांदळाचं एक पोतं एवढ्या गोष्टी दिल्या. मी रौलीला आले होते, ती भेटवस्तूंनी भरलेल्या बैलगाडीतून. पण आत्ता माझ्याजवळ डोळे पुसायलासुद्धा काही नव्हतं. माझ्या वडलांनी मला लग्नात दिलेले सोन्याचे दागिने, मोठा लाकडी बिछाना, एक धष्टपुष्ट म्हैस, साड्या, स्वयंपाकाची भांडीकुंडी सगळं काही माझ्या सासूसासऱ्यांकडं गेलं होतं. मला जमिनीचा एवढासा तुकडासुद्धा कसण्यासाठी मिळाला नाही.

मला या साऱ्याची प्रचंड चीड आली होती. आत्तापर्यंत मी शांतपणे बसून होते, पण हा निकाल जाहीर होताच माझा उद्रेक झाला. मी कितीतरी वेळ दाबून ठेवलेला

राग लाव्हारसासारखा वाहू लागला.

"हा घाणेरडा ठराव आहे! या पंचसमितीला काहीही कायदेशीर अधिकार नाही. ह्या घरच्या गोष्टी आहेत, त्या घरातच सुटल्या पाहिजेत. मी काय करायचं हे सांगण्याचा अधिकार ब्राह्मण आणि ठाकूर व्यक्तीला कुणी दिला? त्यांचं इथं काही काम नाहीय! त्यांना फक्त आपल्यात आणखी फूट पाडायची आहे. म्हणजे त्यांना आपल्यावर आणखी सहजपणे राज्य करता येईल. हे तुम्हाला दिसत नाहीय का? मी तुम्हाला सांगून ठेवते, ही पंचसमिती सांगेल तसं मी अजिबात करणार नाहीय. मी मला न्याय मिळेपर्यंत इथून हलणार नाही. आता म्हशीचंच सांगते. तुमची ही हाडकी, म्हातारी म्हैस तुम्हालाच लखलाभ! मला माझ्या वडलांनी दिलेली धष्टपुष्ट म्हैस परत मिळावी अशी माझी मागणी आहे."

माझं औधत्य पाहून हतबुद्ध झालेले ते दोघं ब्राह्मण आणि ठाकूर डोळे फाडून माझ्याकडं पाहतच राहिले. या साऱ्या प्रकरणात अधिक चांगलं घडण्याची अपेक्षा असलेली माझी सासू वेडीवाकडी तोंडं करू लागली. भोवती जमलेले सर्व क्षुब्ध गावकरी श्वास रोखून मला कोण ताळ्यावर आणतंय याची वाट बघत होते. माशांच्या घोंघावण्याचा आवाज येत होता. अचानक एका थरथरत्या आवाजानं शांतताभंग केला,

"तिचं बरोबर आहे."

त्याबरोबर माझ्यासहित जमलेल्या सर्वांनी त्या आवाजाच्या दिशेनं चौकाच्या दूरवरच्या टोकाला वळून पाहिलं. आमच्या कुटुंबाचे दूरचे नातेवाईक असणारे एक वृद्ध काका पुढं आले,

"होय, तिचं बरोबर आहे. ब्राह्मण आणि ठाकूर कायमच आपल्या विरोधात आहेत. ते वर्षानुवर्षं आपली पिळवणूक करतायत. त्यांना आपले घरगुती प्रश्न सोडवू देणं मूर्खपणाचं आहे."

आता वारं पालटलं. जमलेल्या गर्दीला वाचा फुटली. अनेक शेतकरी वृद्ध काकांशी सहमत झाले. त्यानंतर ते दोघं पराजित ब्राह्मण आणि ठाकूर खांदे उडवत उठले आणि माझ्याकडं कटाक्षही न टाकता तिथून निघून गेले. माझी सासू क्षणभर बावरली, पण लगेचच भानावर येत गरजली,

"मी तुला काहीही देणार नाहीय. समजलं? तुला तुझी वाटणी हवी असेल, तर तुझ्या आईबापाला विचार."

"माझी वाटणी? मी माझ्यासाठी काहीही मागत नाहीय. मी फक्त माझ्या नवऱ्याच्या वाटणीवर दावा सांगतीय. तो अजूनही तुमचाच मुलगा आहे ना? नसेल, तर कृपा करून त्याचे आईवडील कोण आहेत हे मला सांगा, म्हणजे निदान मला योग्य व्यक्तींबरोबर बोलता तरी येईल."

यावर सगळे जण हसू लागले. अखेर माझ्या नवऱ्याला यात पडण्यावाचून गत्यंतरच उरलं नाही आणि त्यानं आयुष्यात पहिल्यांदा माझ्या बाजूनं बोलून ठामपणे आईला गप्प केलं.

''अम्मा, हे सगळं तुझं काम आहे. आता आपण हे थांबवू या आणि कामाला लागू या.''

त्यानंतर अर्ध्या तासानं वाटण्या झाल्या. कुटुंबाची सगळी मालमत्ता पाच भावांमध्ये समान विभागण्यात आली. शेवटच्या क्षणी मी माझ्याच मुलीच्या वयाच्या असलेल्या नणंदेलाही ती मोठी होईल तेव्हा काहीतरी हिस्सा मिळेल, याची खात्री करून घेतली. मुन्नीलालच्या वाटणीला ती लाकडी शेड आली, पण आम्ही ती आनंदानं घेतली. कारण आम्हाला भरपाई म्हणून जादा जमीन मिळाली होती. ही जागा अगदीच बाजूला असली, तरी आता आम्ही आवश्यक त्या सुधारणा करून घ्यायला मुक्त होतो. मी जिंकले होते. आता माझ्या आयुष्यावर माझ्या सासू-सासऱ्यांचा ताबा असणार नव्हता.

गुप्त बैठक

अखेर माझी सासू-सासऱ्यांच्या तावडीतून मुक्तता झाली. आता माझ्यासमोर नवं आयुष्य खुलं झालं होतं. पण स्वातंत्र्याची किंमत चुकवावीच लागते. आता आम्हाला स्वत:च्या पायावर उभं राहावं लागणार होतं. मी मुन्नीलालला अधिक कमाई करण्यासाठी जास्त कष्ट करण्यास प्रोत्साहित केलं. तसंच माझे प्रयत्नही दुपटीनं वाढवले. मी माझी सगळी बचत खर्चून शिलाई मशीन विकत घेतलं आणि ते वापरायलाही शिकले. अवघ्या काही आठवड्यांत मला सगळ्या प्रकारचे कपडे शिवता येऊ लागले. मी दिवसभर परकर, ब्लाऊज, विजारी शिवायची. या कामात अगदी निपुण झाल्यानंतर हे कपडे मी खेड्यात विकायला सुरुवात केली. यात भरपूर नफा मिळू लागला. त्याच दरम्यान, पावसाळ्याच्या दिवसांत मला दुसरी मुलगी झाली, अम्बरावती. पण मी थांबले नाही. माझं काम आणखी वेगानं सुरू ठेवलं. मी बिड्या, पान-सुपारी आणि थोड्याफार भाज्यांच्या विक्रीसाठी छोटं खोकं थाटलं. लवकरच मी पूर्णपणे स्वतंत्र झाले.

खेड्यातल्या मुली माझ्याकडं येऊ लागल्या, तशी शिलाई-वर्ग चालवण्याची कल्पना स्वाभाविकपणे माझ्या मनात आली. या मुलींना त्यांच्या स्वत:साठी आणि त्यांच्या भावी संसारासाठी शिवणकाम शिकायचं असे. या सगळ्या मुली लिहिता-वाचता न येणाऱ्या होत्या. मग मी त्यांना मी दोन वर्षं शाळेत जे शिकले होते, ते शिकवू लागले. सुरुवातीला अगदी मोजक्या मुलींसोबत हा प्रयोग सुरू झाला. आम्ही अगदी अनौपचारिक भेटायचो, त्या वेळी मी त्यांना शिकवायचे. आम्हाला एकत्र जमायला शांत-निवांत स्थळ शोधणं सोपं नव्हतं. पुरुषांना आमचं एकत्र जमून गप्पा मारणं आवडत नव्हतं. त्यामुळं अशा अडचणी टाळण्यासाठी आम्ही आमच्या खेड्यापासून काही किलोमीटर अंतरावर असलेल्या गोआडा खेड्यात एकत्र जमायचो. याच खेड्यात तिथल्या अधिकारी मंडळींकडून भाड्यानं घेतलेल्या छोट्याशा जागेत मी शाळा सुरू केली. माझ्या विद्यार्थिनी १० ते १३ वयोगटातल्या

होत्या. मी त्यांना सात रुपये प्रति विद्यार्थिनी याप्रमाणे एक तास शिलाईकाम आणि दोन तास लिहिणं-वाचणं शिकवायचे. या मुलींचे आईवडील मी त्यांच्या मुलींना कुशल बनवतेय या कल्पनेनं रोमांचित झाले होते. यातल्या काही मुली लग्नाला आल्या होत्या. या कामात माझा थोडा वेळ खर्च होत असे, पण माझ्या दोन्ही मुली या शाळेत माझ्यासोबतच असत, त्यामुळं मी काम आणि कौटुंबिक जबाबदाऱ्या या दोन्ही गोष्टी पार पाडू शकत होते.

एके दिवशी तिथं एक अनोळखी माणूस मला भेटायला आला.

"खेड्यातल्या बायकांना शिलाईकाम तुम्हीच शिकवता का?"

"हो."

"माझं नाव गोपाळजी. मी बालती समाजसेवा संस्थानासाठी काम करतो. आम्ही चित्रकूटला सामाजिक प्रश्नांसंदर्भात मोठा मेळावा घेतोय. त्यासाठी संपूर्ण प्रदेशातून शेकडो महिला येणार आहेत. हा मेळावा तुम्हालाही आवडेल. तुम्ही याल का?"

"का नाही? मी याबद्दल विचार करीन."

मी असं म्हटलं खरं, पण माझ्या मनात विचार झालाच होता. तो माणूस जे सांगत होता, ते मला नीटसं समजलं नसलं, तरी इतर बायकांशी भेट होणार, त्यांच्याशी मोकळेपणानं बोलता येणार या कल्पनेनंच मी थरारून गेले होते. चित्रकूट गाव थोडं दूर होतं, पण ते माझ्या माहेरापासून जवळ होतं. त्यामुळं समजा माझं गुपित पकडलं गेलं असतं, तरी मला ती सबब चांगली होती. याबद्दल नवऱ्याशी काही बोलणं वगैरे प्रश्नच नव्हता. त्याला समजायला कुठं काय मार्ग होता? तो मला तिथं जाऊ देणार नाही, याची मला भयंकर भीती वाटत होती. मग मी दुसऱ्या दिवशी पहाटे चार वाजता उठून सगळं घरकाम आवरलं. नवरा शेतात गेल्यावर दोन्ही मुलींना दिवसभरासाठी त्यांच्या आजीकडं पाठवलं आणि मग मी नित्याच्या मळक्या कपड्यांनिशी बाहेर पडले. गावातून बाहेर पडण्याआधी मी एका शिंप्याकडं गेले. तिथं जरा बऱ्यापैकी साडी विकत घेतली. मुख्य रस्त्याला लागण्याआधी मी अंगावरचे घाणेरडे कपडे उतरवून एका खड्ड्यात लपवून ठेवले आणि नवे, छान, शहरी कपडे घालून तयार झाले आणि चित्रकूटला जाणारी बस धरली. मी अज्ञाताच्या दिशेनं निघाले असले, तरी 'ते तुला आवडणार आहे' असं कुणीतरी मला सांगत होतं.

मी बसमधून उतरले. बायकांची प्रचंड गर्दी होती. सगळ्या ठिकाणांहून स्कूटर्स, ट्रक्स, बैलगाड्यांमधून बायकांचे थवेच्या थवे तिथं येत होते. मीही त्या

प्रवाहासोबत निघाले, ते एका मोठ्या सभागृहात पोहोचले. तिथं मंचावरून एक मोहक स्त्री भाषण देत होती. बऱ्याच बायका खाली बसून तिचं बोलणं ऐकत होत्या. मीही तिचं भाषण ऐकू लागले. तिचे शब्द वावटळीसारखे माझ्या मनात घोंघावत राहिले. माझा विश्वासच बसेना! ती शिक्षण, काम आणि भाषणस्वातंत्र्य अशासारख्या संकल्पना मांडून त्यांचा महिलांशी संबंध जोडून दाखवत होती. तिच्या भाषणातून स्त्रियांना आदरानं वागवलं जाणं, त्यांचे हक्क, त्यांनी स्वतंत्र होण्याची गरज असे उदात्त आणि वैध हेतू उलगडत गेले.

तिच्या भाषणानं माझ्यावर जबरदस्त गारुड केलं. ती स्त्री इतकं छान बोलत होती, तिचे शब्द इतक्या ताकदीनं घुमत होते की, तिनं असंच बोलत राहावं असं मला वाटत होतं. तिचं भाषण संपलं तेव्हा 'हक्क', 'गुलामगिरीतून मुक्तता' असे सगळे नवे शब्द माझ्या डोक्यात घणघणत होते. त्यानंतर दुसरी बाई बोलायला उठली. तिच्यानंतर तिसरी. मी कायम स्वत:ला इतरांपेक्षा हुशार समजायचे, पण त्या वेळी माझ्या पहिल्यांदाच लक्षात आलं की, खरंच माझं ज्ञान किती अल्प आहे! इथं वक्ता आणि श्रोता या दोन्ही भूमिकांत कितीतरी सुशिक्षित स्त्रिया होत्या. त्यातल्या बऱ्याच जणी लखनौच्या होत्या. काही त्याहूनही दूरच्या! या साऱ्या जणी तिथं एकाच आकांक्षेनं जमल्या होत्या. स्त्रियांना बौद्धिक आणि सामाजिक स्तरावर बंधमुक्त होताना पाहणं! मला त्यांच्याकडून खूप काही शिकण्याजोगं होतं. माझं डोकं गरगरू लागलं होतं. तिथं मला अलका नावाची कलाकार भेटली. ती खेड्याखेड्यात जाऊन सर्व सामाजिक स्तरांतल्या महिलांसोबत गीतं गात असे. ती गीतं आणि कळसूत्री बाहुल्यांच्या खेळाच्या माध्यमातून त्या महिलांना आजार, आरोग्य व शिक्षण या विषयांतली मूलभूत माहिती देत असे. ती छोट्याछोट्या बाहुल्या ज्या कौशल्यानं नाचवायची, ते प्रत्यक्ष पाहायलाच हवं. तिचं कौशल्य आश्चर्यकारक होतं!

हा मेळावा दुसऱ्या दिवशीही होता, पण मला घरी जावं लागणार होतं. मी कुठं निघालेय ते मी कुणालाही सांगितलं नव्हतं. घरी माझी मुलं, माझा नवरा माझी वाट पाहत होते. मी घरी परतले ती जणू ढगावरून विहरतच! मी बसमधून उतरल्यानंतर, खड्ड्यात लपवलेले जुने कपडे काढून, कपडे बदलून घरी जाण्याची दक्षता मात्र घेतली. संध्याकाळी चपात्या करताना दिवसभर कानावर पडलेलं सगळं आठवत होतं. रात्री जेवताना नवरा गप्पांच्या मूडमध्ये होता. मी त्याचं बोलणं ऐकत असल्याचा बहाणा करत होते, पण माझं मन मात्र दुसरीकडंच होतं. अशा विलक्षण जगात की, जिथं स्त्रिया शाळेत जातात, आपलं भविष्य स्वत:च घडवतात. जेवण झाल्यानंतर मुन्नीलाल बिछान्यात कोसळला आणि लगेच घोरायलाही लागला. पण माझा मात्र डोळ्याला डोळा लागत नव्हता. माझ्या मनात आलं, आपण उद्या पुन्हा

त्या मेळाव्याला जायचं. मग मी पहाटे कण्हत उठले, त्यामुळं नवऱ्यानं काळजीनं विचारलं,

"संपतजी, काय होतंय?"

"कुणास ठाऊक, कान भयंकर ठणकतोय."

"बघू दाखव. विचित्रच म्हणायचं. मला तर काही झालेलं दिसत नाहीय."

"विचित्र असेलही, पण मला फार दुखतंय. मी चार दिवस विश्रांतीला माहेरी जावं म्हणते. मी अब्मरावतीला घेऊन जाते."

"जा हवं तर! तुला पाहिजे ते कर."

अशा प्रकारे मी सकाळी आठ वाजता मुलीला कडेवर घेऊन निघाले. मी सोबत माझी लग्नातली सुंदर हिरवी सुती साडी घेतली होती. काल मला त्या सगळ्या शहरी बायकांमध्ये अगदीच ओंगळवाणं वाटलं होतं. का कोण जाणे, पण मला चांगलं दिसणं महत्त्वाचं वाटत होतं. मी चित्रकूटला पोहोचले, तेव्हा बऱ्याच बायकांनी मला ओळखलं; माझं स्वागत केलं. त्यांच्यातल्या एकीनं तर माझ्या साडीबद्दलसुद्धा चांगला अभिप्राय दिला. मी अक्षरशः स्वर्गात पोहोचले होते. त्यानंतर आम्ही पुन्हा त्या सभागृहात गेलो. तिथं आम्हाला आमचा परिचय करून द्यायला सांगितलं. माझा नंबर येताच मी माझं नाव इंग्रजीत लिहिलं. लहानपणी काकांनी मला शिकवलं होतं. मेळाव्याचे संयोजक त्यामुळं प्रभावित झालेले दिसले. मी लहान मुलीसारखी लाजले. त्यानंतर पुन्हा भाषणं सुरू झाली. कालच्यापेक्षा आज परस्परसंवाद अधिक घडत होता. ज्या विषयांवर कधी बोलायचंच नसतं अशी माझी समजूत होती, त्याच विषयांवर माझ्याच वयाच्या बायकांची मतं मला पहिल्यांदाच समजत होती. माझ्या हक्कांचा आदर होण्यासाठी लढणं हे माझं कर्तव्य आहे; स्त्रियांची पुरुषांकडून होणारी पिळवणूक गैर असून त्याविरुद्ध लढा दिला पाहिजे; आपण आपल्या संकल्पनांना अधिक यशस्वी पाठिंबा देण्यासाठी एकत्र आलं पाहिजे या गोष्टी मला कधी कुणी सांगितल्याच नव्हत्या. आज प्रथमच समाजाच्या सर्व थरातले लोक मला ज्या गोष्टी नेहमीच आतून जाणवल्या होत्या त्या गोष्टी शब्दांत मांडत होते. मी 'चर्चा' या शब्दाचा अर्थ तिथं शिकले. मी एखाद्या शाळकरी मुलीसारखी त्यांची निरनिराळी मतं गुंगून ऐकत होते. त्यांची अलंकारप्रचुर भाषा पचवण्याचा प्रयत्न करत होते. हा जागं होण्याचा अनुभव होता. अकस्मात मला जग आश्वासक वाटू लागलं आणि त्यामध्ये आपण काय भूमिका साकारायची आहे, याचीही अस्पष्ट प्रतिमा मनात उमटू लागली.

त्यानंतर दुपारी आमचं गीतगायन सुरू असताना अकस्मात माझा नवरा हातात

काठी घेऊन डरकाळ्या फोडत तीरासारखा आत घुसला. मी त्याला इतकं संतापलेलं कधीच पाहिलं नव्हतं.

"संपत! इथं काय करतेयस तू? या साऱ्याचा अर्थ काय? तू मला फसवलं आहेस. माझ्याशी खोटं कसं बोलायचं, ते शिकवतोच तुला!"

तो माथेफिरूसारखी काठी फिरवत, मला शक्य तितकं टाकून बोलत आरडाओरडा करत सुटला होता. सगळ्या जणी हतबुद्ध होऊन हा प्रकार पाहत होत्या.

"संपत, तू या माणसाला ओळखतेस? तो तुझ्यावर का ओरडतोय?"

यावर मी त्यांना काहीच उत्तर देऊ शकले नाही. माझे ओठ शिवल्यासारखे झाले होते. मी प्रचंड दुखावले होते. 'हा असंस्कृत, निर्बुद्ध प्राणी माझा नवरा आहे' असं सांगण्यापेक्षा मला तिथल्या तिथं मरण आलेलं परवडलं असतं. तो सगळा भयानक प्रकार होता. मुन्नीलालनं मला कसं काय शोधून काढलं होतं कोण जाणे? आता त्याच्यापासून सुटका कशी करून घ्यायची? मला समजत नव्हतं. तितक्यात मला माझा भाऊ दिसला. मुन्नीलालचं ते भयावह रूप पाहून मीच एवढी थिजले होते की, माझा भाऊ त्याच्यासोबत आहे, तो त्याला घरी परत नेण्याचा प्रयत्न करतोय, हेही माझ्या लक्षात आलं नव्हतं.

"शांत व्हा मुन्नीलाल. आपण सगळे घरी जाऊ या. चहापाणी घेऊ या आणि मग शांतपणे बोलू या." तो मुन्नीलालला समजावण्याचा प्रयत्न करत होता.

माझा प्रिय शिवनरेश माझ्यापेक्षा पंधरा वर्षांनी लहान होता, पण आम्ही एकमेकांच्या खूप जवळ होतो. त्याला शाळेत जायचं भाग्य लाभलं होतं. तो चित्रकुटात हायस्कूलमध्ये शिकत होता. तिथं त्यानं एक भाड्याची छोटी खोली घेतली होती. त्याला मला त्या भव्य मेळाव्यात पाहून खूप विशेष वाटलं होतं. त्याचं माझ्या वैफल्यग्रस्त नवऱ्यासारखं नव्हतं. मुन्नीलालच्या हास्यास्पद वर्तनामुळं शिवनरेशही माझ्यासारखाच शरमेनं पाणी पाणी झाला होता. मुन्नीलालचा आक्रस्ताळा आरडाओरडा सुरू असताना शिवनरेश मात्र अतिशय शांत होता. तो मुन्नीलालला त्याच्यासोबत त्याच्या खोलीवर येण्याचा शांतपणे आग्रह करत होता. अखेर त्याला त्यात यश आलं. थोड्या वेळानं शिवनरेश पुन्हा एकटाच तिथं आला. त्यानं मला बाहेर येण्याची खूण केली. मग आम्ही बाहेर भेटलो, तेव्हा त्यानं सांगितलं,

"संपतजी, तुझा नवरा भयंकर भडकला आहे. त्यानं तुला आत्ताच्या आत्ता बोलवलंय. त्याला तुला घरी न्यायचंय. तू येऊन त्याच्याशी बोलावसं, हे बरं."

घरी परत जायचं? गेल्या २४ तासांत हे सगळं ज्ञान मिळवल्यानंतर तर मुळीच नाही! नाहीतरी आम्ही घरी परत गेल्यानंतर तो मला बदडणार, हे निश्चित होतं. त्यामुळं ते उद्यावर ढकलावं हे बरं!

"जा, त्याला इथून चालता हो म्हणून सांग. मी येणार नाही!"

त्यावर निराश उसासा टाकून शिवनरेश निघून गेला. परत जाऊन त्यानं मुन्नीलालला माझ्या माहेरी जाण्यासाठी तयार करायचा प्रयत्न केला. मी मुन्नीलालबरोबर जायला नकार दिल्यामुळं त्यानं माझ्यावर नजर ठेवण्यासाठी तिथंच थांबायचं ठरवलं. तो पुन्हा परत आला आणि त्या सभागृहाच्या खिडकीखाली नजर न हलवता बसून राहिला. दिवस ढळेपर्यंत तो जागचा हलला नाही. मी त्याच्याकडं दुर्लक्ष करण्याचा प्रयत्न केला, पण ते सोपं नव्हतं. तरीही मी जे शिकायला मिळत होतं, त्यात पूर्ण रमून गेले होते.

दुपारी अलकानं मला सांगितलं की, काही आठवड्यांनी लखनौला एक मेळावा होणार आहे, त्याला तू हजर राहा. मला त्यासाठी पैही खर्च येणार नव्हता. सगळा खर्च आयोजकच करणार होते. आत्तापर्यंत मी कधी लखनौ पाहिलं नव्हतं. ही खेड्यातून बाहेर पडून नवनव्या गोष्टी जाणून घ्यायची, शहरी स्त्रियांना भेटण्याची विलक्षण संधी होती. मी जायलाच हवं होतं. काहीतरी नवं शिकण्याची प्रत्येक संधी टिपून घ्यायलाच हवी होती. चित्रकूटमधल्या त्या दिवसांनी मला जगाची खिडकी उघडून दिली होती. मला ते सगळं रोमांचक वाटत होतं आणि मी ते सुंदर क्षण अतिशय आनंदात जगत होते. त्याच वेळी माझ्या नवऱ्याचं बाहेर ठाण मांडून बसलेलं अस्तित्व मला सगळ्या गोष्टी टिपू देत नव्हतं. आता पुढं जायचं तर वादावादी अटळ होती. आता पुन्हा तमाशा होणार या कल्पनेनं माझ्या पोटात गोळा आला होता.

त्या दिवशी सायंकाळी आजूबाजूच्या परिसरात जीपमधून फेरफटका मारण्याचा कार्यक्रम होता. बरीच ये-जा सुरू होती. त्याचाच फायदा घेऊन मी चटकन जीपमध्ये चढले. मी मुन्नीलालला हुलकावणी दिल्याचं त्याच्या लक्षात येण्याआधीच गाड्यांचा ताफा मार्गस्थ झाला होता. आम्ही परत आलो त्या वेळपर्यंत तो निघून गेला होता. मी याबद्दल विचार करत आणि कंटाळवाण्या वादावादीतून सुटका झाल्याच्या अत्यानंदात रात्री माझ्या भावाच्या खोलीवर राहायला गेले.

दुसऱ्या दिवशी मी पुन्हा मेळाव्याच्या स्थळी पोहोचले, तेव्हा माझा नवरा खिडकीखाली बसलेला होता. ते पाहून माझ्या तळपायाची आग मस्तकात गेली. मी तिरीमिरीतच त्याला बाजूला बोलवून एकदाचा काय तो सोक्षमोक्ष लावायचं ठरवलं.

"हे बघा मुन्नीलाल, घरी परत जा. हा मेळावा माझ्यासाठी जीवनमरणाचा प्रश्न आहे. तुम्ही जर मला इथं थांबू दिलं नाहीत, तर मी तुमच्याबरोबर घरीही येणार नाही आणि माझ्या माहेरीही जाणार नाही. सांगून ठेवते. तुम्हाला पुन्हा कधी तुमच्या पोरींचं नखसुद्धा दिसणार नाही. त्यांना मी माझ्यासोबत घेऊन जाईन. तुम्हाला

शेवटचं सांगतेय. तुम्हाला असं व्हायला हवंय का सांगा. जरा समजून घ्या. बघा आजूबाजूला; इथं सगळ्या बायका आहेत, पुरुष जवळपास नाहीतच आणि मी काहीही चुकीचं काम करत नाहीय. ही माणसं तुमच्यासारखी अशिक्षित नाहीयेत. ही सगळी उच्चशिक्षित आहेत. ज्या गोष्टी तुम्ही मला कधीच देऊ शकणार नाही, त्या गोष्टी ही माणसं मला देतायत. मला चांगलं माणूस बनवतायत आणि तुम्ही इथं येऊन फक्त तमाशा करताय. असल्या वागण्यानं तुम्ही फक्त इतरांचा तिरस्कार ओढवून घेताय, हेही तुम्हाला कळत नाहीय. तुम्ही माझा अपमान केला आहे. मी तुम्हाला माफ करावं असं वाटत असेल, तर तुम्ही या वागण्याची भरपाई करा.''

माझा निश्चय किती ठाम आहे, हे त्याच्या लक्षात आलं असणार. शिवाय माझी उद्विग्नताही त्यानं नक्कीच जाणली होती. काहीही असलं, तरी तो एक शब्दही न बोलता, नुसता आठ्यांचं जाळं विणून गप्प राहिला. काही वेळानं तो पुन्हा तिथंच खिडकीखाली जाऊन बसला आणि आदल्या दिवशीसारखाच सायंकाळपर्यंत तिथून हलला नाही.

त्या दिवसाखेरीला मी २०० रुपये सहभाग-शुल्क भरलं, माझ्या सगळ्या नव्या मैत्रिणींचा निरोप घेतला आणि माझ्या पहाऱ्यावर बसलेल्या माझ्या नवऱ्याकडं एक कटाक्षही न टाकता तिथून बाहेर पडले. तो ताबडतोब उठला आणि माझ्यामागून येऊ लागला. मग मी बस धरली, त्याबरोबर तोही बसमध्ये आला. माझ्याशेजारी येऊन बसला, पण मी त्याच्याकडं दुर्लक्ष केलं. आम्ही रौलीला पोहोचेपर्यंत मी त्याच्याशी एक शब्दही बोलले नाही. घरी परत आल्यानंतर मी अम्बरावतीला दूध पाजलं, मोठीला जवळ घेतलं. दोन दिवस दोघी मला भेटल्यासुद्धा नव्हत्या. मी अंगणात बसले होते. मुन्नीलाल फार वेळ कळ काढू शकणार नव्हता, हे मी जाणून होते आणि मीही भांडणासाठी अति आतुर होते. फक्त त्यानं पहिली ठिणगी टाकण्याची वाट बघत होते.

''संपत, तुझ्या अंगात आलंय का? तू काय वागलीयस कळतंय का तुला? तुझं माझ्याशी खोटं बोलण्याचं धाडसच कसं झालं? स्वतंत्र होण्यासाठी तू फार पुढं चाललीयस! तू स्वत:चे सगळे निर्णय स्वत:च कधीपासून घ्यायला लागलीस? तू काय स्वत:ला आपल्या मर्जीची मालकीण समजतेस काय? इथं मला तुझी काळजी लागली होती. तुला एकटीनं प्रवासाला पाठवायची मला भीती वाटत होती. त्यातच तुला बरंही वाटत नव्हतं. मला तू ठीक आहेस ना, हेच पाहायचं होतं. म्हणून मी तुझ्या माहेरी गेलो, तर तुझ्या आईनं तू तिथं आली नसल्याचं सांगितलं. मला केवढा धक्का बसला असेल विचार कर! मी तिथं अक्षरश: खुळा ठरलो! मग मी चित्रकूटला तुझ्या भावाकडं गेलो, तर त्यालाही काही माहीत नव्हतं. मग आम्ही दोघं तुझ्या गुरुजींकडं गेलो. तिथं आम्हाला समजलं की, तू बायकांच्या

भव्य मेळाव्याला गेली आहेस. तिथं शेकडो बायका जमल्या आहेत. भव्य मेळावा! तुला वेड लागलंय की काय? तुझ्याजवळ असा फुकट घालवायला वेळ आहे? तुझी जागा आहे तुझ्या घरात. कुठल्या मेळाव्याबिळाव्यात नाही!''

''तुमचं बोलून झालं ना! आता बसा इथं आणि माझं ऐका. माझ्यावर टीकाटिप्पणी करणारे तुम्ही कोण? आणि तुमचं माझ्यापेक्षा जास्त शिक्षण झालंय का? नाही. तुम्हाला कशातलं काहीही कळत नाही. तुम्ही माझे मालक नाही, मी तुमची गुलाम नाही. तुम्ही मला विकत घेतलेलं नाही. उलट लग्नात इतक्या सगळ्या भेटवस्तू देऊन माझ्या घरच्यांनीच तुम्हाला विकत घेतलंय. तुमची जमीनसुद्धा तुमच्या मालकीची नाहीय. ती तुमच्या वडलांची आहे. तुम्हाला काहीही मिळालेलं नाहीय. तुम्ही घरात भरपूर पैसा कमवून आणता का? नाही. आपलं लग्न झाल्यापासून इतक्या दिवसांत तुम्ही मला कधी चांगले कपडे आणलेत? नाही. त्यामुळं मी तुमची गुलाम बनून राहण्याचं काहीच कारण नाही.''

''तू वकिलाच्या थाटात का बोलतेयस?''

''कारण मला वकील कसं बोलतात ते कळलंय आता. आपण दोघांनी हे घर मांडलंय. मला इथून पुढं तुमचं तोंड पाहायचं नसेल, तर मी खोलीच्या मध्यात पडदा टाकून त्याचे दोन भाग करते. आपण आपापल्या निम्म्या भागात राहू. एक मुलगी तुम्ही घ्या. एकीला मी सांभाळीन. आपण निरनिराळं आयुष्य जगू.

''हं! आणि तू जगणार कशावर?''

''माझ्याकडं बघा. मी तुमच्यासारखीच आहे : दोन डोळे, दोन हात, दोन पाय ...सगळं सारखंच आहे. तुम्ही शेतात राबता. दर सहा महिन्यांनी पीक विकलं की, तुम्हाला एकदाच पैसे मिळतात. मी शिलाईकाम करून दररोज पैसे मिळवून माझं पोट भरू शकते.''

माझं हे बोलणं ऐकून मुन्नीलालला हसू फुटलं.

''तू खरंच गेल्या तीन दिवसांत बरंच काही शिकली आहेस!''

''हे सगळं मला आधीपासूनच माहीत होतं. फक्त माझ्या मतांना नवी झळाळी मिळालीय एवढंच. अजून मला बरंच काही शिकायचंय. त्या बायकांसोबत माझा विकास घडू शकेल.''

''पण सगळे जण तुझ्याचसारखा विचार करत नाहीत. तुझ्या नावाला बट्टा लागेल. तुझ्यासारख्या स्वतंत्र बायकांबद्दल लोक काय म्हणतात, हे तुला माहीत आहे?''

''धंदेवाली म्हणतात. म्हणून काय झालं? ते तर पुरुषांनाही म्हणता येईल. मी माझी एकटी मेळाव्याला गेले, म्हणून जर लोक माझ्या चारित्र्याबद्दल शंका घेऊ लागले, तर तुम्ही शेतात जाता त्या वेळी तुमच्याबद्दल अशी शंका का नाही घ्यायची?''

"ते सर्वस्वी वेगळं आहे. बायकांवर लक्ष ठेवायला पाहिजे."

"का? माझ्या मनात कुणी दुसरा पुरुष भरेल म्हणून? तुम्ही बाहेर गेलात की, मी दर वेळी मत्सर करू लागले तर? मी समोर नसताना तुम्ही इतर बायकांकडं पाहता असा संशय घेऊ लागले तर? तर तेव्हा तुम्हाला कसं वाटेल?"

आता माझा नवरा चांगलाच गोंधळात पडला होता. माझ्या प्रत्युत्तरानं त्याच्या मनात खळबळ माजलेली लक्षात येत होती आणि तो हे समजून घ्यायचा मनापासून प्रयत्न करत होता, हेही दिसत होतं.

अखेर त्यानं कबूल केलं.

"ठीक आहे. हे खरंच आहे. हा तुझा मुद्दा बरोबर आहे. तू जर एवढ्यातेवढ्या कारणावरून माझा संशय घेऊ लागलीस, तर तुला वेड लागलंय असं वाटेल मला. तुमचा स्वतःच्या नैतिकतेवर विश्वास असेल, तर तुम्ही दुसऱ्या व्यक्तीच्या नैतिकतेवरही विश्वास ठेवला पाहिजे."

मुन्नीलालनं समजून घेतलं होतं. त्या दिवसापासून त्यानं मला पूर्णतः मोकळं सोडलं. मी मला जिथं जायचं असेल तिथं जाऊ शकत होते. त्यानं मला पुन्हा कधीही परिचित लोकांशी बोलण्यापासून रोखलं नाही. मला त्याच्या विश्वासाची गरज होती. माझा प्रवास आत्ता कुठं सुरू झाला होता. मला नव्यानं लाभलेलं ज्ञान इतरांना देण्याचा माझा निश्चय होता. मग मी माझ्या गावातल्या बायकांना भेटायला गेले. महिलांचं आरोग्य, शिक्षण आणि काम याबद्दल सांगण्यासाठी अनौपचारिक सभा आयोजित केल्या. आपण स्वतंत्र होणं का महत्त्वाचं आहे, हे त्यांना समजावून सांगण्याचा प्रयत्न केला. हळूहळू मी त्यांचे गट तयार केले. उदाहरणादाखल सांगायचं, तर मी त्यांना त्यांची बचत एकत्र साठवून निधी उभारण्याची सूचना केली, ज्यायोगे त्यांच्या गटातल्या एखाद्या सदस्य महिलेला जेव्हा गरज असेल तेव्हा - म्हणजे समजा तिला शिलाई मशीन विकत घ्यायचंय अशा वेळी - तो गट तिला कर्जाऊ रक्कम देऊ शकेल. माझे शिवणकामाचे वर्ग फार छान चालले होते. मी अनेक बायकांना प्रशिक्षण दिलं. आता त्या आळीपाळीनं इतर बायकांना शिकवू शकत होत्या. या वर्गासाठी विद्यार्थिनी मला थोडीफार फी देत होत्या. त्यामुळं मला या प्रशिक्षिकांना पगार देणं शक्य होतं. मग मी हळूहळू आसपासच्या खेड्यांत माझा कार्यविस्तार केला. मला माझ्या पोटापाण्याचा व्यवसाय मिळाला होता. आता माझ्या नवऱ्याला तक्रार करायला काही कारणच उरलं नव्हतं. त्यामुळं मला कसलाच अडसर नव्हता.

माझी सुपारी

अशी बरीच वर्षं पुढं सरकली. मी माझी शाळा चालवत होते. रौलीच्या आसपासच्या खेड्यांत समूहगट स्थापन करत होते. आता संपूर्ण राज्यातून महिला माझ्याकडं मदतीसाठी येत होत्या. असे समूहगट स्थापन करण्यासंदर्भात मी सल्ला द्यावा किंवा त्यांच्या गावात जाऊन माहितीपर मेळावा घ्यावा, अशी त्यांची इच्छा असे. विविध अधिकृत प्रतिनिधीही मला भेटायला येऊ लागले होते. माझ्या कार्यात कोणकोणत्या गोष्टींचा समावेश आहे, हे त्यांना जाणून घ्यायचं असे. त्यांच्याकडून मला नेहमी त्यांच्या गावात येऊन काम करण्याचं आमंत्रण असे. मी स्त्रियांची गुलामगिरीतून मुक्तता होणं आणि त्यांना समान हक्क मिळणं यासंदर्भातल्या माझ्या संकल्पना इतरांपर्यंत पोहोचवण्याची प्रत्येक संधी टिपली. अर्थातच मी कुठलाही मेळावा कधीही चुकवला नाही. मी लखनौला गेले, अगदी दिल्लीलासुद्धा जाऊन आले. तिथं माझी सामाजिक चळवळीत सक्रिय असलेल्या कार्यकर्त्यांशी भेट होत असे. मला त्यांच्या अनुभवांचा लाभ होत असे. मी आमच्या गावातली महत्त्वाची व्यक्ती बनले होते. पण मला लाभलेल्या या नवकीर्तीकडे सगळेच जण चांगल्या नजरेनं पाहत नव्हते. मी जिथं राहते तिथं अशा प्रकारे लक्षवेधी ठरणं चांगलं नसतंच.

त्यानंतर मला तिसरी मुलगी झाली- चंपावती.

तिच्या जन्मानंतर माझ्या सासूनं टोमणे सुरू केले.

"जेव्हा तिला फक्त दोनच पोरी होत्या, तेव्हाच तिचा तोरा बघण्यासारखा होता. आता तीन पोरी झाल्यावर तर बघा केवढा तोरा मिरवतीय! मुलगा झाल्यानंतर तर काय करेल कुणास ठाऊक!"

त्यानंतर चौथ्या वेळी मला मुलगा झाला. मी त्याचं नाव ठेवलं कामताप्रसाद. माझ्या सासूला माझा मत्सर वाटत असला, तरी मुलगा झाल्यामुळं तिचं समाधान झालं. आम्हाला मुलगा व्हावा म्हणून ती केव्हाची वाट बघत होती. त्यानंतर माझ्या नवऱ्याकडचे लोक आमच्या भानगडीत पडले नाहीत. मी माझ्या कार्यातून अनेक

लोकांचा, विशेषत: महिलांचा आदर प्राप्त केला. काही वेळापूर्वी माझ्याविषयी बरंच वाईटसाईट बोलणाऱ्या या बायकांना मी त्यांच्या बाजूनं आहे आणि आम्ही काही साध्य करण्यासाठी ठामपणे एकत्र उभ्या राहिलो आहोत हे कळून चुकलं.

एके दिवशी गावातल्या एका ब्राह्मणानं 'चमार' समाजातल्या एका तरुणाला मारलं. हा प्रकार माझ्या घरासमोरच विहिरीजवळ घडला. त्यानं त्या तरुणाला दोन जबरदस्त मुस्कटात ठेवून दिल्या. चमार म्हणजे कातडी कमावणारे. अस्पृश्यांमधली पोटजात. भारतात ते अत्यंत खालचे समजले जातात. जसं काय कातडी कामापेक्षा कुठलं काम तुच्छ नसावं! रौलीमधल्या त्या ब्राह्मणाचं पित्त कशानं खवळलं होतं कोण जाणे, पण तो प्रसंग घडला तेव्हा मी तिथं हजर होते. मात्र त्या मुलाला अशी वागणूक देण्यासारखं काहीही घडलं नव्हतं, एवढं मात्र नक्की! दाट शक्यता होती ती त्या मुलानं त्याच्याकडं पाहिलं असण्याची. ते त्या ब्राह्मणाला अपमानास्पद वाटलं असणार. कदाचित त्याच्या वाटेत आडवं येणं हा त्या चमार मुलाचा एकमात्र गुन्हा असेल. काहीही असलं, तरी त्या मुलावर हात टाकायचा त्या माणसाला कसलाही अधिकार नव्हता. मी माझ्या महिलांच्या मेळाव्यात जातीचा मुद्दा नेहमी उपस्थित करायची. अधिकृतरीत्या पाहिलं, तर जातिव्यवस्था फार वर्षांपूर्वीच बंद झाली होती, पण खेडोपाडी ती अजूनही अस्तित्वात आहे. उच्च मानल्या जाणाऱ्या जाती असूनही खालच्या मानल्या जाणाऱ्या जातींची पिळवणूक करतात. रौलीमध्ये गडरिया लोकांना – म्हणजे माझ्या जमातीला - कायमच ब्राह्मणांचा कायदा मानावा लागत असे. मी कधीही हे प्राचीन सर्वश्रेष्ठत्व स्वीकारलं नाही. मी 'सर्वांना समान न्याय' या तत्त्वासाठी सदैव लढा दिला आहे. मी यापूर्वीच एका ब्राह्मणाला कडाडून विरोध केला होता. आत्ताही या माणसाची मला अजिबात भीती वाटली नाही. मी त्या गरीब चमाराला जमिनीवर पडलेलं पाहिलं, तेव्हा मी त्याला मारणाऱ्याला जाब विचारायला धावले,

"काय झालंय तुम्हाला? त्यानं तुमचं काही बिघडवलं नाहीये!"

"मी मला पाहिजे ते करीन."

"म्हणजे? हा मुलगा म्हणजे तुमची जहागीर नाही. तुम्हाला त्याच्याशी असं वागण्याचा काहीही हक्क नाही."

"मला सगळे हक्क आहेत. हा फडतूस हरामखोर आहे! तू यात पडू नकोस."

मी क्षणाचाही विचार केला नाही. माझा हात आपोआपच उचलला गेला. माझ्या जबरदस्त थपडेनं सुन्न झालेला तो ब्राह्मण माणूस खांदे पाडून उभा होता. असं काही घडेल हे त्याला अजिबात अपेक्षित नव्हतं. त्याच्या चेहऱ्यावर अविश्वास

होता. मी संतापानं थरथरत त्याच्यासमोर उभी होते. असेच एक-दोन क्षण सरले. तिथं हजर असलेल्या काही लोकांना काय घडतंय हेच कळत नव्हतं. ते नुसते आमच्याकडं बघत राहिले होते. मग मी स्वत:ला सावरलं आणि मी काय केलंय हे त्या हलकटाच्या लक्षात येण्याआधीच तिथून निघून गेले. गल्लीतून माझ्या घराच्या दिशेनं धावत जाताना माझ्या डोक्यात झटपट विचारचक्रं फिरली. आता या गोष्टीचा गंभीर बदला घेतला जाण्याची शक्यता होती. तो ब्राह्मण माणूस माझ्याविषयी तक्रार दाखल करणार, हे नक्की होतं. त्यामुळं मला त्याच्या आधी काहीतरी पाऊल उचलणं आवश्यक होतं.

मग मी चमार वस्तीत घरोघरी जाऊन बायकांना गोळा केलं. मी त्यांच्यासोबत बरंच काम केलं होतं. माझा त्यांच्याशी चांगला परिचय होता. मी खास करून त्यांना संघटित केलं होतं आणि त्यांचा गट अतिशय सक्रिय बनला होता. त्या सगळ्या जणी समाईक शिलाई मशीनवर स्वत:चे कपडे शिवायला शिकल्या होत्या आणि गरजेला एकमेकींना कर्जाऊ रक्कम देता यावी यासाठी त्यांनी त्यांची अल्पबचत एकत्र करून निधीही उभारला होता.

मी त्या बायकांना आत्ता घडलेल्या प्रसंगाबद्दल थोडक्यात सांगताच त्यांनी गळाच काढला.

"तू त्याला खरंच मारलंस? तू याच्या परिणामांचा विचार केला आहेस का? आता आपलं काय होणार?"

"हे बघा बायांनो, आपण काहीतरी आधार शोधू या! हा गुन्हा बिनशिक्षेचा सुटता कामा नये. त्यासाठी आपण काहीतरी करायला हवं आणि तेही लवकर!"

"त्या ब्राह्मण माणसानं जे केलं ते अयोग्यच आहे, पण म्हणून आपण काय करणार? आपण दुबळ्या आहोत. आपलं म्हणणं कुणीही ऐकून घेणार नाही."

"आपण एकत्र आलो, तर आपण शक्तिमान होऊ शकतो."

"आम्ही काय करावं असं तुला म्हणायचंय?"

"तुमचं म्हणणं ऐकायला भाग पाडा. चला माझ्याबरोबर!"

सर्वप्रथम आम्ही आजूबाजूच्या सर्व वस्त्यांमध्ये गेलो. तिथं रौलीतल्या खालच्या मानल्या जाणाऱ्या जातीतल्या आणि विविध भटक्या जमातीतल्या लोकांची घरं होती. आम्हाला शक्य तितके लोक गोळा करणं आवश्यक होतं. आमचा आवाज ऐकला जाण्याआधी आम्ही दिसण्याची गरज होती. त्यानंतर मी तासाभरात शंभरभर बायकांना गोळा केलं. चमार या कातडीकाम करणाऱ्या लोकांबरोबरच तिथं विहिरी खणणारे 'कहार' होते. बंडखोर मानल्या जाणाऱ्या 'अराक' जातीतले, मुख्यत्वे घरकामासाठी ठेवून घेतले जाणारे लोक होते. 'कुंभार' होते. बांबूकाम करणारे

'डोहम' होते. शेतीची कामं करणारे भटके 'कोल' होते. या सगळ्या लोकांना प्रवृत्त करणं माझ्या अपेक्षेप्रमाणे सोपं ठरलं. ते सगळे जण एकत्र आल्यानंतर त्यांचं भय लोपलंय हे माझ्या लक्षात आलं.

मी फक्त एकाच शब्दानं त्यांना माझ्या मागून यायला सांगितलं,

"चलो!"

आम्ही गावातून बाहेर पडलो, ते शेतं पार करून रस्त्यावर आलो. डांबरी रस्त्याला लागल्यानंतर, आम्ही एका रांगेत निघालो. अर्ध्या तासानं आमचा मोर्चा पोलीस ठाण्यावर पोहोचला. तिथं मी माझ्या महिलांना बाहेर थांबायला सांगितलं आणि स्वत: आत गेले. आतमध्ये एक अधिकारी टेबलाशी आळसावून पसरला होता.

"नमस्ते, माझं नाव संपत पाल. मी रौलीत राहते. मला चमार माणसाला मारणाऱ्या व्यक्तीविरुद्ध तक्रार दाखल करायची आहे.

"कोण आहे ती व्यक्ती?"

"गावातला ब्राह्मण आहे."

"त्यानं तुझ्या नवऱ्याला मारलं?"

"नाही."

"मग तुझ्या भावाला?"

"नाही."

"मग कुणा नातेवाइकाला? मित्राला? निदान तो तुझ्या ओळखीचा तरी असेल?"

"मी त्याला पूर्वी पाहिलंय. तो माझ्या खेड्यात राहतो."

"मग तुला काय करायचंय? घरी जा. यात तुझा काही संबंध नाही."

"मी जाणार नाही. मला तक्रार दाखल करायचीय. कनिष्ठ जातीतल्या माणसाला मारणं हा शिक्षापात्र गुन्हा आहे. तुम्ही अपराध्याला अटक करा."

"ठीक आहे. आम्ही बघून घेऊ. आता घरी जा."

"नाही. तुम्ही माझी तक्रार दाखल करून घेतल्याशिवाय जाणार नाही."

"बास झालं. माझ्याजवळ असल्या खुळचट गोष्टींसाठी फुकट घालवायला वेळ नाही. आता निघ इथून."

"ठीक आहे. पण मी तुम्हाला सांगून ठेवते, मी एकटी आले नाहीय. मी आणि माझ्या मैत्रिणी ज्यासाठी इथं आलोय, ते झाल्यावाचून इथून जाणार नाही."

त्यानंतर मी बाहेर येऊन पोलीस ठाण्यात झालेलं संभाषण सगळ्या जणींना सांगितलं.

“माझ्या मैत्रिणींनो, पोलिसानं मला इथून निघून जायला सांगितलंय. पण मी तुम्हाला शब्द देते, तो माझी तक्रार दाखल करून घेणार! बसा. आपल्याजवळ भरपूर वेळ आहे.”

माझं बोलणं ऐकून पोलीस बाहेर डोकावला. त्याच्या खिडकीखाली रस्त्यावर शेकडो बायका पोराबाळांसहित बसलेल्या पाहून तो पांढराफटक पडला.

“इथं काय करताय तुम्ही?”

“ज्या कामासाठी पगार मिळतो, ते काम करायला एका सरकारी अधिकाऱ्यानं नकार देणं किती हास्यास्पद आहे.”

त्यावर तो हनुवटी खाजवत उभा राहिला. तो कोड्यात पडला होता. स्वत:शीच पुटपुटत होता. काय करावं, हे त्याला ठरवता येत नव्हतं, हे दिसतच होतं. अखेर माझ्या चेहऱ्यावरचे उपहासयुक्त भाव पाहून तो वैतागला आणि आत गेला. मी त्याला फोनवर बोलताना ऐकलं. तो फोनवर त्याच्या सहकाऱ्याला याबद्दल सांगत होता आणि त्याचा सल्ला घेत होता, हे नक्की. आम्ही सगळ्या जणी तशाच बसून राहिलो. अशीच आम्ही किती वेळ प्रतीक्षा केली कोण जाणे, पण बऱ्याच वेळानं तो माणूस पुन्हा बाहेर आला.

“ठीक आहे. चला, तुमची तक्रार नोंदवतो.”

त्यानंतर नेहमीच्या शिरस्त्यानुसार कारवाई झाली. पोलीस त्या अपराधी ब्राह्मण माणसाला अटक करायला गेले. मात्र तो फार काळ तुरुंगात राहिला नाही. त्याच्या कुटुंबाचा रौलीत मोठा प्रभाव होता. त्याचे आईवडील त्याची रदबदली करायला गेले आणि तो सुटला. पण त्याच्यावर आरोप मात्र राहिला.

त्यानंतर काही दिवसांनी तो ब्राह्मण माझ्या घरी आला.

“नमस्ते. मी क्षमा मागायला आलोय.”

असं म्हणून तो माझे पाय धरायला वाकला.

“कृपा करून माझे पाय धरू नका आणि तुम्ही ज्या माणसाला मारलंत त्याची क्षमा मागा. त्याचे पाय धरा. माझे नको.”

“कधीही नाही! मी चमाराचे पाय धरणार नाही!”

“तुमचा याला नकार असेल, तर मी तुमची क्षमा स्वीकारणार नाही आणि माझी तक्रारही मागं घेणार नाही.”

त्याच्या डोळ्यांत अंगार फुलला होता. मी अशक्य गोष्ट करायला सांगत होते. तो संतापानं थरथरत ताबडतोब मागं फिरला. दुसऱ्या दिवशी तो त्या चमार मुलाच्या घरी गेला. त्यानं त्याची क्षमा मागून त्या मुलाचे पाय धरल्याचं ऐकल्यावर मी

पोलीस ठाण्यात जाऊन माझी तक्रार मागं घेतली.

या घटनेनंतर मी चमारांमध्ये प्रिय बनले. त्यांच्या समाजातल्या एका सदस्याच्या वतीनं प्रथमच असं कुणी लढलं होतं. गावातले इतर समाजसुद्धा यामुळं प्रभावित झाले होते. ब्राह्मण व्यक्तीला माघार घ्यायला लावता येऊ शकते, हे त्या सर्वांनी पाहिलं होतं. आमच्या गावातल्या 'प्रधान'पदाची निवडणूक येऊ घातली होती. या निवडणुका दर पाच वर्षांनी होत असत. मला ही बदल घडवण्याची लाखात एक संधी वाटली. हे पद कायम ब्राह्मणांकडंच होतं. त्यामुळं एखादा चमार निवडून येणं, हे फार जबरदस्त सुचिन्ह ठरणार होतं. माझ्या लेखी हे मोठं आव्हान होतं. मी बायकांना अस्पृश्यता मानू नका, असं कायमच सांगत असायची. चमारांना ही कल्पना आवडली. त्यांनी निवडणुकीला उभं राहायला तयार असलेला उमेदवार शोधला. नेहमी सगळे उमेदवार ब्राह्मणच असायचे.

त्यानंतर गुप्त मतदान झालं आणि चमार निवडून आला. हा ऐतिहासिक विजय होता!

या विजयाचा आनंद साजरा करण्यासाठी मी नूतन प्रधानाकडं भोजनाला गेले. त्याचं आमंत्रण मी अगदी सहजपणे स्वीकारलं. पण त्यामुळं काय वादळ उठू शकेल, विशेषत: माझ्याच समाजात, हे मात्र माझ्या जराही लक्षात आलं नव्हतं. या निमित्तानं सगळी जुनी चीड डोकं वर काढून पृष्ठभागावर आली. आमच्या जमातीतल्या अनेकांना माझी कार्यपद्धती स्वीकारणं अजूनही जड जातच होतं. त्यात मी त्यांना अशी सुवर्णसंधी दिलीय, म्हटल्यावर त्यांनी त्यावर उडी घेतली. तुम्ही एखाद्या अस्पृश्याला स्पर्श केलात, तर तुम्ही अशुद्ध होता असं मानलं जातं. मी तर चमारासोबत जेवले होते; त्याच्या पेल्यातून पाणी प्यायले होते; त्याचं ताट वापरलं होतं. काही दिवसांनी माझ्या लक्षात आलं की, काहीतरी बिनसलं होतं. लोक मला टाळत होते. मी विहिरीवर गेले की, बाकीचे तिथून निघून जायचे. मी पाणी पिण्यासाठी आमच्या जमातीचं मडकं भरून घेतलं आणि माझं झाल्यावर ते रांगेतल्या पुढच्या व्यक्तीला दिलं की, ते लोक ते नाकारू लागले होते.

एके दिवशी मातीकाम करणाऱ्या कुंभार जातीच्या एका बाईनं मला विचारलं,

"तुमच्या जमातीतले लोक माझ्याकडं दररोज नवी मडकी विकत घ्यायला का येतायत? तुम्ही काय ही मडकी फोडता का काय?"

अखेर मी एका वृद्धेला विचारलं,

"कृपा करून मला हे काय चाललंय ते सांगा."

"तुला लोकांनी प्रधानाच्या घरी जाताना पाहिलंय. तू त्याच्यासोबत जेवल्याचं सर्वांना माहीत आहे. त्यामुळं काही पुरुषांनी एकत्र जमून ठरवलंय की, कुणीही तुझ्याजवळ जायचं नाही किंवा तू स्पर्श केलेल्या वस्तूला स्पर्श करायचा नाही. त्यांनी तुझ्या सासू-सासऱ्यांना आणि दिरांनाही धमकी दिलीय. त्यांनी तुझ्या सासऱ्यांना सांगितलंय की, त्यांनी जर तुझा स्पर्श झालेल्या कुठल्याही गोष्टीला स्पर्श केला, तर त्यांना जातीबाहेर केलं जाईल."

मला वाळीत टाकलं होतं. ती विचित्र भावना आता संपली होती. मला त्यांच्या या हास्यास्पद वागण्याला काय म्हणावं कळत नव्हतं. खरंतर मी त्यांच्या या मूर्खपणापुढं हात टेकले होते. पण फार काळ नाही.

काही काळातच माझ्या मस्तकात संतापाच्या लाह्या तडतडल्या.

मला माझ्या काकांचा सल्ला आठवला : "कुणी एक लगावली, तर त्याला उलटी लगावायची."

त्यांना काय वाटलं, ते मला असं चेपू शकतील? त्यांनी मला नीट ओळखलं नव्हतं. मला कुणी एक लगावली, तर मी त्यांना उलट्या दोन लगावते.

एके दिवशी मी गावातल्या एका मुलाला माझ्यासोबत घेऊन बाजारात निघाले. चौकात आल्यानंतर मी एका डोहम माणसाच्या टपरीवर गेले. ही जात चमारांसारखीच तिरस्कृत मानली जायची.

"मला बुट्टी हवीय."

"कुठली देऊ ताई?"

"तुझ्याकडं खायला काही आहे?"

"खायला? नाही हो. माफ करा."

"आठवून बघ. तुझ्या झोपडीत खाण्यासारखं काहीतरी नक्की असेल. मी तुला पैसे देईन."

बिचारा टपरीवाला! मला त्याला काय वाटेल याची पर्वा नव्हती. अखेर त्यानं अतिशय शरमेनं दोन गरम चपात्या आणि पेलाभर पाणी आणून दिलं. मी त्या चपात्या खातेय, पाणी पितेय हे सगळ्यांना कळावं याबद्दल मी अतिशय दक्ष होते. मला माझ्यासोबत आलेल्या मुलाच्या नजरेतून ही गोष्ट सुटू द्यायची नव्हती. आम्ही गावात परत गेलो की, तो ताबडतोब ही गोष्ट सगळ्यांना सांगत सुटणार, हे मी जाणून होते आणि अगदी असंच घडलं. ही वार्ता वणव्यासारखी पसरली.

पण माझं अजून पुरतं व्हायचं होतं.

दुसऱ्या दिवशी वृक्षदेवतेच्या सन्मानार्थ धार्मिक उत्सव सुरू होणार होता. माझ्या जमातीतल्या बायका नेहमी एकत्रच पूजा करायच्या. सगळ्या बायका नैवेद्य

तयार करून, तो मातीच्या थाळीत ठेवून अर्पण करण्याच्या सगळ्या साहित्यानिशी गावातल्या चौकात जमल्या. तिथं एका विशाल वटवृक्षाखाली सिमेंटच्या देव्हाऱ्यात वसलेल्या देवीच्या छोट्याशा मूर्तीसमोर सगळ्या जणी अर्धवर्तुळाकार बसल्या. मीही माझी थाळी घेऊन त्यांच्यात सहभागी झाले. मी ओळीच्या एका टोकाला बसले. त्याबरोबर त्या ताबडतोब उठून काही अंतरावर जाऊन उभ्या राहिल्या. मीही तसंच केलं. त्या आणखी बाजूला सरकत राहिल्या, तशी मीही आणखी सरकत राहिले. आमच्या आजूबाजूला असलेले पुरुष काय झालंय पाहायला आले. हा प्रकार काही वेळ चालला. त्यानंतर हे सगळं असह्य होऊन एक वृद्धा म्हणाली,

"हा खेळ असा कुठंवर चालणार आहे? अजून आपण पूजेला सुरुवातसुद्धा केली नाहीय!"

मीही या प्रकाराला वैतागलेच होते. शिवाय मला निराळाच खेळ खेळून पाहायचा होता.

मी पुढं होत म्हणाले,

"ठीक आहे! तुम्हाला पूजा करायची नाहीय, असं दिसतंय!"

असं म्हणून मी ती मूर्ती उचलली आणि जमिनीवर फेकली. त्याबरोबर कडव्या धर्माभिमानी बायका हातात थाळ्या तशाच घेऊन किंचाळू लागल्या. मी एकेक करत प्रत्येकीपाशी गेले आणि लाथेनं त्यांच्या थाळ्या उलथून दिल्या. त्यांनी मोठ्यानं गळे काढले होते. तो आवाज इतका असह्य झाला की, मी घरी निघाले. माझ्यामागून खेडुतांचा लोंढा येऊ लागला. वाटेत मी माझी थाळीही भिरकावून दिली. त्यामुळं माझ्या मागून येणाऱ्यांना संताप आणखी अनावर झाला. दाही दिशांनी माझ्यावर अपमानाच्या ठिणग्या बरसू लागल्या. मी त्याला मोठ्यानं हसून प्रतिसाद दिला. घरी पोहोचल्यानंतर मी माझ्या उंबऱ्यावरून त्यांच्या तोंडावर हसले आणि दरवाजा लावून घेतला.

त्या वेळी माझ्या लक्षात आलं नव्हतं, पण माझी ही आत्ताची चिथावणीची काडी कडेलोट व्हायला कारणीभूत ठरणार होती. गडरियांमधल्या माझ्या कट्टर टीकाकारांनी माझ्या चेहऱ्यावरचं हेच हसू पुसायचं ठरवलं आणि सगळ्यात वाईट म्हणजे ते यात जवळपास यशस्वीही झाले.

त्यानंतर काही आठवड्यांनी माझ्याकडं एक दूरचा नातेवाईक आला. माझ्या वडलांकडून नातं लागणारा तो भाऊ काही कामानिमित्त रौलीवरून जाणार होता. तो मला भेटायला म्हणून आला होता.

"मग तू इकडं कसा काय?"

"मी शिलाईकामाचे धडे देणाऱ्या बाईला शोधतोय."

"नाव काय तिचं?"

"मला माहीत नाही. मला कळलं की, सगळे तिला ओळखतात."

"तुमचं तिच्याकडं काय काम आहे?"

"तुला एक गुप्त गोष्ट सांगू का?"

"सांग. आपण बहीणभाऊ आहोत."

"ती बाई फारशी न आवडणारे लोक आहेत. माझ्याकडं कोण आलं होतं ते मी तुला सांगू शकत नाही, पण तिला संपवण्यासाठी ते मला दहा हजार देणार आहेत."

हे ऐकल्यावर माझ्या अंगाचं पाणी पाणी झालं. आमच्या नात्यातला हा माणूस दादा होता. सुपारी घेऊन खून करणारा होता. भारतात सर्वसाधारणपणे घरात कुणी दादा असण्याचा लोकांना फार अभिमान असतो. ते यशाचं द्योतक असतं.

माझ्यासमोर उभ्या असलेल्या या माणसाला मला ठार करण्यासाठी पैसे मिळणार होते. मला! संपतला! आणि तो ही भयंकर कबुली मोठ्या अभिमानानं देत होता! पण का? कुणाची मला मारण्याची इच्छा असू शकेल? माझ्या जमातीला माझा इतका तिरस्कार होता? आणि माझ्या सासरच्यांचं काय? ते यात सहभागी होते का? या सगळ्या विचारांनीच माझं डोकं गरगरू लागलं.

पण आता मला वेळ दवडून चालणार नव्हतं. माझ्या त्या भावाला मीच त्याचं 'लक्ष्य' असल्याचं अजून माहीत झालं नव्हतं. त्याला ते कधी ना कधी समजणारच असलं, तरी त्या क्षणी मला तो प्रकार समजण्याचा बराच फायदा झाला होता. मला स्वत:वर ताबा ठेवावा लागला. मी हृदयाचे ठोके आवरण्याचा, शांतपणे श्वासोच्छ्वास करण्याचा प्रयत्न करत शक्य तितक्या सहज स्वरात म्हणाले,

"तू एकटाच आला आहेस?"

"आम्हा पाच जणांवर कामगिरी सोपवलीय. आम्ही सगळे जण आज इथं रौलीतच भेटणार आहोत."

"तू रात्री इथं राहणार ना? वाटलं तर तुझ्या मित्रांनाही बोलव. तू ज्या बाईबद्दल सांगितलंस, ती मला माहीत आहे. मी तुला उद्या ती कुठं राहते ते दाखवीन."

"चालेल. हा तुझा चांगुलपणा आहे. बाकीच्यांनाही ही कल्पना नक्कीच आवडेल."

त्या दिवशी दुपार उलटायला आल्यानंतर तो बाकीच्या टोळक्याला घेऊन आला. मी अंगणात घोंगडी अंथरून त्यांना बसायला सांगितलं. ते बिड्या पीत असताना मी स्वयंपाकघरात जाऊन जेवणाची तयारी केली. ते माझे पाहुणे होते. मला त्यांचं नीट आदरातिथ्य करायचं होतं.

त्यानंतर माझा नवरा शेतातून घरी आल्यावर मी त्याला "आपल्याकडे पाहुणे

आलेत, बाकी सगळं तुम्हाला नंतर सांगते'' असं सांगितलं. मुन्नीलाल त्यांच्यासमवेत जाऊन बसला. मी त्यांना जेवायला वाढलं. त्यांचं भरपेट खाऊनपिऊन झाल्यानंतर मी त्यांना सर्वांना त्यांच्या गप्पा बंद करायला सांगितलं.

''आत्ता मी तुम्हाला माझ्या घरी बोलवलंय, ते तुम्हाला एक गोष्ट सांगण्यासाठी. रौलीमध्ये शिलाईकामाचे वर्ग घेणारी ती बाई मीच. मी तुम्हाला सगळा प्रकार सांगते. त्यानंतर मला मारायचं की नाही हे ठरवा तुम्ही.''

हे ऐकताच त्या पाचही दादांचे डोळे विस्फारले. त्यांनी सगळा प्रकार अगदी सुरुवातीपासून ते अखेरपर्यंत आ वासून ऐकला. हा किस्सा ऐकताना त्यांच्या मुखातून जागोजागी चित्कार निघत होते. अखेर त्यांना माझा जातिव्यवस्थेविरोधी लढा, माझ्या चिथावणीमुळं झालेला ब्राह्मणाचा संताप, स्त्रियांना गुलामगिरीतून मुक्त करण्याचे माझे प्रयत्न आणि माझे बेत उधळून लावण्याचे माझ्या जमातीचे प्रयत्न हे सारं उमजलं. माझ्या प्रदीर्घ संवादानं त्यांच्या कल्पनाच बदलल्या. त्यांना लाज वाटली होती.

''ताई, आम्हाला माफ कर. आम्हाला यातलं काहीच ठाऊक नव्हतं. तुझं आयुष्य काही साधं-सोपं दिसत नाही. तू चांगल्या उद्देशांसाठी लढा देतीयस. घाबरू नकोस. आम्ही तुला काहीही करणार नाही. आम्ही ही सुपारी सोडून देऊ.''

त्या दादा लोकांनी मला जेवणाचे पन्नास रुपये घ्यायलाच लावले. त्यानंतर ते निघून गेले. माझं मन भय आणि सुटकेचा निःश्वास या दरम्यान हेलकावे घेत होतं. या माणसांनी सुपारी सोडली, पण ती इतर कुणी घ्यायला कितीसा वेळ लागणार होता? माझा नवरा माझ्याकडं गंभीर चेहऱ्यानं पाहत होता. या साऱ्याचा त्याला धक्का बसला असला, तरी त्याला माझ्याइतकं आश्चर्य वाटलेलं नव्हतं. मला वाटलं होतं की, मी बदल घडवू शकते, पण मी अपयशी ठरले होते. या कटामागं माझी सासू असेल, असं मला वाटत नव्हतं. माझा ब्राह्मणांवर जास्त संशय होता. शिवाय त्यांनी माझ्या जमातीलाही यात सहभागी करून घेतलं असणार. आता मला कधीही माझ्या शेजाऱ्यांच्या डोळ्याला डोळा भिडवता येणं शक्य नव्हतं. रस्त्यातून जाताना त्यांना याबद्दल समजलंय का, ते यात सहभागी आहेत का याचा विचार मनात न डोकावणं आता कधीच शक्य नव्हतं. त्या संध्याकाळी मी गाव सोडून जायचं ठरवलं. मी थोडं सामानसुमान बांधलं. माझा नवरा बघत होता, पण तो काहीच बोलला नाही. त्यानं दुसऱ्या दिवशी म्हशी घेऊन माझ्याकडं यायचं, असं आम्ही ठरवलं. आम्ही माझ्या माहेरी भेटायचं ठरवलं आणि मी अवघ्या तासाभरात तिन्ही मुलांना घेऊन घर सोडलं.

एव्हाना बराच उशीर झाला होता. मला शेवटची बस मिळाली. माझी मुलं गप्प

होती. त्यांनी एकही प्रश्न विचारला नाही. माझं मन दुःखानं झाकोळलं होतं. मला हरल्याची, विश्वासघात झाल्याची जाणीव घेरून आली होती. अकस्मात माझ्या मनात आलं की, 'माझी सुपारी दिली जाणं यापेक्षा आईवडिलांकडं मला परत जावं लागणं हे जास्त भयंकर अपयश आहे.' हा उलटा प्रवास होता. मग मी तडक निर्णय घेतला आणि बदौसा या पुढच्या स्टॉपला उतरले. बदौसा हे रौलीपासून २० किलोमीटरवर असणारं अगदी लहान खेडं होतं. तिथं उतरल्यावर जायचं कुठं असा मी विचार करत होते. मी रस्त्याकडेला सामानाची बोचकी ठेवली, त्यावर मुलांना बसवलं आणि गुडघ्यात मान घालून बसून राहिले. मुलांनी मला रडताना न पाहणं फार महत्त्वाचं होतं. पण माझ्या आतमध्ये मात्र अश्रूंचा प्रपात कितीतरी वेळ घोंघावत होता. माझा संपूर्ण देह मूकपणे गदगदत होता. अखेर मी मान वर केली तेव्हा समोर एक परिचित चेहरा दिसला. ती माझ्याकडंच पाहत होती. ती होती इन्द्राणी गुप्ता. ती विधवा होती. मी तिच्यासोबत काम केलं होतं.

"संपतजी, तू इथं रस्त्याकडेला मुलांना घेऊन एकटी काय करतेयस? अंधार पडत आलाय, दिसत नाही तुला?"

"मी घरी जाऊ शकत नाही आणि मला कुठं जावं ते कळत नाहीय."

"आजची रात्र माझ्या घरी चल. काय झालंय ते नीट सांग मला."

मग मी इन्द्राणीच्या घरी गेले. रात्री मुलांना झोपवलं आणि त्यानंतर माझ्या मुखातून आपोआप शब्द ओघळू लागले, ते आवरताच येईनात. माझा चेहरा पिळवटला होता; अश्रूंनी भिजला होता. मी हुंदक्यांनी इतकी प्रचंड गदगदत होते की, माझं बोलणं समजत नसल्यानं इन्द्राणी मला तेच पुन:पुन्हा विचारत होती. मी तिला सगळं सांगितलं. "माझी लोकांना फक्त मदत करायची इच्छा असूनही लोकांना मला मारायचंय. त्यांची मला शिक्षा करण्याची इच्छा आहे." माझी मुलं जवळजवळ पोरकीच होणार, या कल्पनेनं माझ्या काळजाचं पाणी पाणी होत होतं. हळूहळू माझ्या मनात घुमणारं वादळ शमलं. अश्रूही थांबले. मला प्रचंड शीण आला होता. या साऱ्या नाट्यानं मी सुन्न झाले होते. इन्द्राणीच्या घरातली ती खोली आरामदायी होती. तिनं मला झोपायची जागा दाखवली. माझं मन रितं होतं आणि अवघा देह वेदनांनी व्यापला होता. जणू कुणीतरी मला पूर्ण बदडून काढलं असावं. आत्ता मला सर्वांत गरज होती ती झोपेची. उद्या नवा दिवस उजाडणार होता. मी काहीतरी मार्ग शोधणार होते.

हक्काची जागा

मी सुरक्षित होते, धडधाकट होते. माझ्या मुलांना अजून आईचं छत्र होतं. त्यांच्या माथ्यावर छतही होतं. अर्थातच तात्पुरतं होतं, पण होतं. मी त्या वेळी तिशीची होते आणि शून्यातून आरंभ करू पाहत होतो. आम्ही दोघं जमीन, घरातलं सामानसुमान, भांडीकुंडी, कमीतकमी २५ पोती गहू आणि माझे बरेच कपडे असं सारं काही रौलीत मागं टाकून आलो होते. मला माझं घर असं अकस्मात सोडावं लागल्याचा खूप धक्का बसला होता. माझी सुपारी दिली जाण्याच्या प्रकारामुळं माझ्या गावानं मला हाकलून लावल्याची जाणीव दिली होती. आता मला रौलीच्या रहिवाश्यांशी काहीही देणंघेणं ठेवायची इच्छा नव्हती. माझ्या याआधीच्या जीवनाशी जोडलेले सारे बंध मला विसरायचे होते. उदाहरणादाखल सांगायचं, तर आम्ही आमच्या तीन म्हशींपैकी एक म्हैस माझ्या आईवडलांकडं आणली आणि उरलेल्या दोन्ही म्हशी माझ्या थोरल्या मुलीला दिल्या. माझी थोरली प्रभावती पंधरा वर्षांशी झाली होती. तिचं लग्न करून दिलं होतं. ती नुकतीच हिलीला गेली होती. हे रौलीपासून दूरवर असलेलं खेडं होतं. माझ्या दुसऱ्या मुलीचं - अम्बरावतीचंही लग्न करून दिलं होतं. माझ्या सासऱ्यांच्या इच्छेनुसार तिचं १२व्या वर्षीच लग्न केलं होतं. पण ती अजून नवऱ्याकडं राहायला जाण्याच्या दृष्टीनं फारच लहान होती.

मी नवऱ्याचं कुटुंब गमावलं होतं. त्यामुळं आता मला स्वतःच्या कुटुंबावर लक्ष केंद्रित करायचं होतं. मला काम शोधायचं होतं. नव्या मैत्रिणी जोडायच्या होत्या. नवं भविष्य घडवायचं होतं. माझ्यासोबत माझ्या मुली - अंबरावती आणि ७ वर्षांची चंपा, तसंच पाच वर्षांचा कामता आणि धाकटी निशा होती. ती फक्त तीन वर्षांची होती. नंतर माझा नवरा बदौसाला आमच्यासोबत राहायला आला. आम्हाला पहिल्या दिवशी रात्री उदार आसरा देणाऱ्या मैत्रिणीकडं आम्ही सगळे चार महिने राहिलो. मुन्नीलालनं परिस्थिती मूकपणे स्वीकारली. त्यानं शेताबरोबरच शेती आणि पशुपालन हे त्याला माहीत असलेलं एकमात्र जीवनही सोडून दिलं होतं. ४५ हजार लोकवस्तीच्या शहरात त्याला काहीसं हरवल्यासारखं वाटत होतं. इथं

नजरेला कुठं शेतं पडत नव्हती. इथं होती फक्त मोठी डांबरी सडक, छोट्या छोट्या घरांमधून धावणारे धुळकट गल्लीबोळ आणि फळं-भाज्या, धातूच्या वस्तू आणि वेताच्या टोपल्या विकणारी रंगीबेरंगी खोकी होती. आम्हाला पोटापाण्याची व्यवस्था बघावी लागणार होती. मुन्नीलालला फक्त गुराढोरांची देखभाल आणि शेतीकाम एवढंच येत होतं. पण या साऱ्या दुर्दैवातही नशिबाचा जरासा किरण होता. माझा माझ्या कार्याच्या निमित्तानं बऱ्याच लोकांशी परिचय घडला होता. लवकरच रौलीहून, त्याच्या आसपासच्या खेड्यांतून बऱ्याच बायका, माझ्या शिवणवर्गातल्या विद्यार्थिनी आमची हालहवाल जाणून घ्यायला येऊ लागल्या. त्या येताना दर खेपेला माझ्यासाठी काहीतरी किडूकमिडूक घेऊन यायच्या. कुठं मसाले, तांदूळ किंवा भाज्या अशासारखं काहीतरी. यामुळं रोजचा प्रश्न सुटत होता, पण तेवढं पुरेसं नव्हतं.

या सगळ्या खडतर परिस्थितीत माझी बदौसामधल्या एका पोलिसाशी ओळख झाली. माझ्या जिवाला धोका आहे, याची जाणीव मनात असल्यामुळं समजा तशी वेळ आलीच तर म्हणून ही गोष्ट मला कुणालातरी सांगायची होती. माझी त्यांच्या पत्नीशी मैत्री झाली. तिनं मला शिवणकामाचं प्रशिक्षण सुरू करण्याची कल्पना सांगितली. मग मी तिच्या सूचनेनुसार पोलीस-वसाहतीमधल्या सगळ्या पोलिसांच्या बायकांशी बोलले. मी ३०० रुपयांत प्रशिक्षण-कार्यशाळा घेण्याची तयारी दर्शवली आणि दोन-तीन दिवसांत मी ४००० रुपये जमवले. त्यातले निम्मे पैसे खर्चून मी दोन शिलाई मशीन विकत घेतली. उरलेल्या पैशांतून मी एक लहानसं घर भाड्यानं घेतलं. ही जागा शहराच्या मध्यवर्ती ठिकाणी होती. इथं दुपारी तीन ते सायंकाळी सहा या वेळेत माझ्याकडं विद्यार्थिनी येत असत. या वर्गांना माझ्या कल्पनेपलीकडं यश लाभत होतं. माझ्या शिवणवर्गात सर्व पोलिसांच्या बायकांनी नाव नोंदवलं होतं. त्यानंतर बदौसामधल्या इतर बायकाही येऊ लागल्या. तेव्हापासून माझं जीवनमान छान सुधारलं.

पण मुन्नीलाल मात्र काहीही काम करत नव्हता. तो सकाळपासून रात्रीपर्यंत संपूर्ण दिवसभर घरात बसून असायचा. रिकामटेकडेपणे, खिन्न मनानं! त्याचं सगळं आयुष्य खोदकाम, नांगरणी, रोपलावणी या कामात गेलं होतं. इथं त्याला आपण निरुपयोगी असल्यासारखं वाटत होतं. त्याला त्याच्या खेड्याची आठवण व्हायची. त्यामुळं तो बरेचदा माझं मन वळवण्याचा आटोकाट प्रयत्न करायचा.

''संपत, आपण रौलीला परत जाऊ या.''

''अजिबात नाही. विश्वासघातकी लोकांच्या त्या गावात मी पुन्हा परत जाणं

शक्यच नाही.''

"पण आता बराच काळ उलटलाय. आता हे सगळं संपलंय, असं वाटत नाही का तुला?''

"माझ्या दृष्टीनं नाही. पण तुम्हाला तिकडची इतकी आठवण होत असेल, तर तुम्ही रौलीला परत जाऊन शेतात काम करा.''

त्यावर तो काहीच बोलला नाही. मला वाटतं, बदौसामध्ये मला एकटीला सोडून गेलं, तर माझ्यावर त्याचा काहीच ताबा राहणार नाही, या गोष्टीची त्याला भीती वाटत असावी.

पण ही परिस्थिती अशीच राहिली नाही. एके दिवशी मी त्याला सांगितलं,

"मुन्नीलाल, मी कुटुंबाच्या उदरनिर्वाहासाठी काम करायचं आणि तुम्ही काहीही न करता नुसतं बसून राहायचं हे बरं नाही.''

"मी दुसरं काय करू शकतो? मला कुठलंही काम येत नाही.''

"तुम्ही भाजी विका. तुम्ही सायकलवरून दारोदार जाऊन भाजी विकू शकता.''

"मला सायकल चालवता येत नाही.''

"त्यानं काहीही फरक पडत नाही. तुम्ही सायकल हातात धरून चालू शकाल.''

मुन्नीलाल याला फारसा उत्सुक नव्हता, पण मी त्याच्यापुढं पर्यायच ठेवला नाही. मी ५०० रुपये खर्चून सायकल घेतली. एके दिवशी सकाळी मी मंडईत जाऊन काकड्या, टोमॅटो, कैऱ्या असा १०० रुपयांचा माल खरेदी केला. मग मुन्नीलाल तो टोपलीभर माल सायकलवर लादून विकायला बाहेर पडला. सायंकाळपर्यंत त्यानं तो माल २०० रुपयांना विकला. यामुळं आत्मविश्वास लाभलेल्या मुन्नीलालनं या नव्या कामात स्वत:ला झोकून दिलं.

एके दिवशी मुन्नीलाल रस्त्यावरून जात असताना एक शेजारी चेष्टेच्या सुरात म्हणाला,

"ए ऽ मुन्नीलाल! सायकल घेऊन चालत का निघाला आहेस?''

"मला सायकल चालवता येत नाही.''

"अरे, त्यात काही अवघड नसतं. मी तुला शिकवू का?''

त्यानंतर दोनच दिवसांत मुन्नीलाल सायकल चालवायला शिकला. त्यामुळं आता तो बऱ्याच दूरवर जाऊ शकत होता. तो दररोज २०० ते ३०० रुपये घरी आणू लागला. म्हणजे मी शिवणवर्गात मिळवत होते तितकेच.

आता माझ्या मनात स्वत:चं घर घेण्याचा विचार घोळू लागला होता. त्याच दरम्यान मला बदौसातला एक माणूस जागा विकणार असल्याचं समजलं. त्याच्याशी

संपर्क साधणं काही कठीण नव्हतं. मी त्याच्याकडून रस्त्यालगतचा छोटासा प्लॉट ४०० रुपयांना विकत घेतला. माझ्या नवऱ्यानं चिखल आणि विटांचा पाया रचला आणि भिंती उभ्या राहिल्या. आमच्या दृष्टीनं तिथं राहायला जाण्यासाठी एवढा निवारा पुरेसा होता. त्या वेळी उन्हाळा सुरू होता. अजून आम्हाला छप्पर घालण्यासाठी भरपूर वेळ मिळणार होता. आमचं घर अगदी आडोशापुरतं असलं तरी अखेर आम्ही आमच्या स्वतःच्या जागेत आलो होतो किंवा मला तसं वाटत होतं, असं म्हणू या. कारण काही दिवसांतच मला समजलं की, आम्हाला जागा विकणारा माणूस लबाड होता आणि त्यानं माझ्याशी बोगस व्यवहार करत खोटी कागदपत्रं दिली होती. वास्तवात ती जागा सरकारी मालकीची होती. मी माझी बाजू न्यायालयात नेऊ शकले असते, पण रौलीमध्ये इतके लढे दिल्यानंतर आता पुन्हा मला या नव्या आयुष्याच्या सुरुवातीला आणखी एक वाद ओढवायला नको होता. त्यामुळं मी ही जागा सोडायचं ठरवलं, पण त्याविषयी काहीही मत व्यक्त केलं नाही. त्यानंतर मी ३००० रुपये खर्चून लाकडी खोकं तयार केलं. रस्त्याकडेला तुम्ही सगळीकडं लाकडी खोक्यात थाटलेली छोटी छोटी दुकानं पाहता ना, तसं! आम्ही दोघांनी मिळून नुकतीच जी जागा सोडली होती, त्याच्या समोरच हे खोकं उभारलं. तिन्ही बाजूंनी लाकडी फळ्या आणि वर पत्रा असलेल्या ओबडधोबड घरात आम्ही याआधी कधी राहिलो नव्हतो. रात्रीच्या वेळी आम्हाला फक्त एकत्र पडण्यापुरती जागा होती, एवढंच! मी दिवसा समोरचा पडदा वर टाकून चहा आणि येणाऱ्या-जाणाऱ्यांना पान-सुपारी विकायची. खोक्याच्या मागच्या बाजूला मी प्लॅस्टिकचा मोठा कागद अंथरून त्यावर माझ्या मुलांना खेळायला जागा केली होती. मी माझं छोटं दुकान चालवायची त्या वेळी मुलं तिथं खेळत असायची. पण त्या मोठ्या खोक्यातल्या आयुष्याची सवय मात्र होत नव्हती. काही काळापुरत्या माझ्या असणाऱ्या त्या छोट्याशा प्लॉटवर माझी अजूनही नजर होती. ती जागा कुणीही वापरत नव्हतं. ती फुकटच जाणार होती. मग मुन्नीलालनं आणि मी चर्चा केली आणि त्याच जागेवर घर बांधायचं ठरवलं. त्यानुसार आम्ही कामाला लागलो. आमच्याकडं कुणाचं लक्ष जाऊ नये, म्हणून आम्ही रात्रीच्या वेळी काम करायचो. विटांमागून विटा चढत अंगण तयार झालं, दोन खोल्या तयार झाल्या, छप्पर झालं आणि अखेर घराला खरंखुरं दारही लागलं. बंद होणारं! मग आम्ही आमचं सगळं चंबुगबाळं या घरी हलवलं. या घराच्या दाराबाहेर थोडी मोकळी जागा उरावी यासाठी आम्ही आमचं खोकं रस्त्याकडेलाच काही अंतरावर हलवलं. आतापर्यंत आम्ही कामाची प्रगती गुप्त राखल्यानं आमचे शेजारी आमचं नवंकोरं घर पाहून अतिशय आश्चर्यचकित झाले. सगळे जण आमचं अभिनंदन करायला आले. दुर्दैवानं ही बातमी लवकरच गावात पसरली आणि दुसऱ्याच दिवशी सलीम लाला नावाचा एक मुस्लीम माणूस

मला भेटायला आला.

"नमस्ते, ताई. तुम्हाला घर छान मिळालंय."

"आभारी आहे."

"हे सगळं तुम्ही स्वत: बांधलंत?"

....

"तुम्हाला याचं काही बरंवाईट व्हायला नको असणार, होय ना?"

'तुम्हाला काय हवंय?"

"एक लाख रुपये. त्या बदल्यात मी तुम्हाला तुमच्या छानशा घरात शांतपणे राहू देईन."

"ठीक आहे. आपण आत्ता पोलीस ठाण्यात जाऊन करार करू या. मी तुम्हाला एक लाख रुपये देते. तुम्ही मला कराराची कागदपत्रं द्या."

"मला वाटतं ते शक्य होणार नाही."

"मग मला सांगा, जी जागा सरकारी मालकीची आहे त्यासाठी मी तुम्हाला एक लाख रुपये का द्यायचे?"

"कारण माझे बरेच संबंध आहेत. सरकारनं तुमच्या बाबतीत नाक खुपसू नये, याची मी व्यवस्था करू शकतो."

"मला यात काही अर्थ वाटत नाही. मला ही जागा कायदेशीररित्या विकत घ्यायची आहे. मला तुमच्या संरक्षणाची गरज नाही."

"ठीक आहे. पण तुम्हाला एक सल्ला देतो. माझ्याशी वाकडं घेऊ नका. तुम्हाला त्याचा पश्चात्ताप होईल. नीट विचार करा. मी पुन्हा येईन तुम्हाला भेटायला."

हा सरळसरळ सापळाच होता. एक लाख रुपये! लाखच कशाला, दहा लाख का नकोत?

नंतर मला समजलं की, हा सलीम लाला म्हणजे दुसरा-तिसरा कुणी नसून पहिल्यांदा मला गंडवणाऱ्या माणसाचाच मेव्हणा होता. त्यानं बळीचा बकरा बनवलेली मी पहिलीच नव्हते. आमच्यासमोर राहणाऱ्या, छोटं हॉटेल चालवणाऱ्या कुटुंबाकडंही भरपूर पैशांची मागणी करण्यात आली होती. मी मात्र त्याला एकही पैसा द्यायला तयार नव्हते. त्यानंतर सलीम लाला दररोज आमच्याकडं चक्कर टाकत होता आणि मीही दरखेपेला त्याच्याकडं पूर्ण दुर्लक्ष करत होते. मग तो जास्तच आक्रमक बनला. तो माझा अपमान करण्याची एकही संधी दवडत नव्हता. उदाहरणादाखल सांगायचं, तर आमच्या घराबाहेर कचरा टाकायचा. शिवाय तो आम्हाला इजा करण्याची धमकीही सतत देत असायचा.

एकदा रात्रीच्या वेळी माझी मुलगी चंपा लघवीला उठली. त्यासाठी आम्हाला बाहेर शेतात जावं लागत असे. चंपा आमच्या घराच्या मागच्या बाजूला गेली. तो भाग ताडपत्री लावून झाकून घेतलेला होता. चंपानं तिथं काहीतरी हालचाल पाहिली. एक काळी सावली आत येण्याचा प्रयत्न करत होती. ते पाहून चंपा किंचाळली. त्याआधी काही दिवस आमच्या घरासमोरच रस्त्यावर एका बाईला कारनं उडवलं होतं. ती बाई त्या अपघातात खलास झाली होती. तेव्हापासून माझ्या मुलांना सतत भयंकर स्वप्नं पडत होती. चंपाला वाटलं की, त्या मेलेल्या बाईचं भूतच तिथं आलंय. चंपाची चाहूल लागताच तो आगंतुक दचकून पळून जाऊ लागला. पण वाटेत धुणंभांडी करण्याच्या जागी आपटला आणि आम्ही घराच्या बांधकामासाठी खणलेल्या खड्ड्यातल्या चिखलात पडला. तोवर चंपानं आरडाओरडा करून सगळ्यांना जागं केलं होतं. त्या दिवशी माझा मोठा जावई आमच्याकडं आलेला होता. तो धावत आला. दोन-तीन शेजारीही आले. त्यांनी सगळ्यांनी मिळून त्याच्या तंगड्या पकडल्या आणि त्या दलदलीतून त्याला मुश्किलीनं बाहेर ओढून काढलं. तो माणसू चिखलात नखशिखान्त बुडला होता. त्याच्या डोळ्यांत आणि घशातसुद्धा चिखल गेला होता. त्याला श्वासही घेता येत नव्हता. आम्ही त्याला चिखल धुऊन काढायला मदत केली. मग मी त्याच्यासमोर बसले. तो अजूनही कापत होता. तो दलदलीत जवळपास बुडालाच होता. त्यामुळं तो चांगलाच घाबरलेला दिसत होता.

''ए बाबा, इथं काय करत होतास?''

''मी सलीम लालाचा भाऊ आहे. त्यानं मला पाठवलंय. तुम्ही दगडबिगड चोरलेत का, ते पाहायला त्यानं मला पाठवलं होतं.''

''दगड चोरलेत? काय बोलतोयस तू? तूच आमच्या घरी दरोडा घालायला आला होतास. कबूल कर. तू माझ्या पोरांना घाबरवण्याचा प्रयत्न करत होतास!''

माझे शेजारीपाजारी पोलिसांना बोलावण्यासाठी माझ्या मागं लागले होते, पण मी त्याला नकार दिला. सलीम लालासारख्या कायदे न जुमानणाऱ्या गुन्हेगार माणसाचे सगळीकडं मित्रं असतात, पोलिसांतसुद्धा! मी हे प्रकरण स्वतःच सोडवायचं ठरवलं. त्या माणसाला रात्रभर आम्ही आमच्या घरी पहाऱ्यात ठेवलं. मग सकाळी मी सलीम लालाला बोलवलं. घडलेला प्रकार ऐकून त्या नालायकानं गयावया करून माफी मागितली. आम्ही त्याच्या भावाला ठारही करू शकत होतो. तसं घडलं असतं, तर तो आमच्या कायदेशीर आत्मरक्षणाचा प्रयत्न ठरला असता. त्यानंतर सलीम लालानं कृतज्ञतेपोटी आमच्या वाटेला न जाण्याचं कबूल केलं.

यानंतर मात्र मला माझी बाजू वैध करून घ्यावीच लागली. मी बांदा इथल्या जमीन-नोंदणी कार्यालयात गेले. ते जिल्ह्याचं प्रशासकीय केंद्र होतं. तिथं मी रीतसर

अर्ज केला. भारतामध्ये जमिनीचा ठरावीक हिस्सा समाजातल्या गरिबात गरीब व्यक्तीला देण्याची कायदेशीर तरतूद आहे. तुम्हाला फक्त त्यासाठी अर्ज करावा लागतो. माझा अर्ज मंजूर झाला आणि अखेर मी मिळकतधारक झाले. आता आमच्या आयुष्यात सुखसमाधान आलं होतं. आता आमचं आयुष्य छान चाललं होतं. आमच्या दोन मुलींची लग्नं झाली होती. बाकीची तिघं खासगी शाळेत शिकत होती.

आता मी माझ्या जुन्या विरोधकांसमोर उभी ठाकण्यास सज्ज होते. रौली सोडल्यापासून पहिल्या तीन वर्षांत मी पुन्हा तिथं पाऊलही टाकलं नव्हतं. त्यानंतर मी दोन-तीन वेळा तिथं गेले होते, पण माझ्या चमार मैत्रिणींकडं; सासरी नाही. त्यानंतर माझी सासू वारली. एव्हाना मला रौली सोडून सात वर्षं झाली होती. माझा माझ्या सासरच्या लोकांवर अजूनही राग होता, पण ही मृत्यूची वार्ता खरंच खूप दुःखद होती. या कारणामुळं मला नवऱ्यासोबत तिथं जावं लागलं. आम्ही रौलीला पोहोचलो. तिथं कुणीही माझा अपमान केला नाही, त्यामुळं मला हायसं वाटलं. आम्ही आधी आमच्या जुन्या घरी गेलो. तिथं काहीही उरलं नव्हतं. आम्ही तिथं पोहोचलो, तेव्हा रात्र झाली होती. आमच्या पोटात काहीच नव्हतं. त्यामुळं माझ्या नवऱ्याच्या काकांनी आमच्यासाठी थोडा आमटी-भात पाठवला.

दुसऱ्या दिवशी मला समजलं की, माझ्यासाठी जेवण पाठवल्यामुळं गावातल्या गडरियांनी काकांना शिक्षा ठोठावलीय. त्यांना माकडांना खाऊ घालण्याची शिक्षा दिली होती. अत्यंत घोर अपमान! हे ऐकून मला अक्षरशः लहान पोरासारखं हसू फुटलं, ते आवरेचना! काय मूर्खांचा बाजार म्हणायचा! इतकी वर्षं उलटली, तरी त्यांचे विचार अजूनही संकुचितच राहिले होते, माकडासारखेच! असल्या मूर्खांकडं आपण लक्ष द्यायचं नाही, हे मी ठाम ठरवलं होतं. माझ्या सासरच्यांनी प्रथेनुसार मोठं जेवण ठेवलं होतं. त्याला जवळच्या-दूरच्या सगळ्या नातेवाइकांना, काही ब्राह्मणांनाही निमंत्रण होतं. मी या जेवणाला न जाण्याचा निर्णय घेतला. मी माझ्या पद्धतीनं स्वतःच जेवण घालायचं ठरवलं. त्याला मी माझ्या जमातीच्या कुणाही सदस्याला बोलावलं नाही, तर गावातल्या चमार लोकांना आणि सगळ्या गरिबांना आमंत्रण दिलं. त्या सर्वांना मला एकटीनं वाढणं शक्य होणार नसल्यामुळं मी त्यांना येताना आपल्याआपल्या पुऱ्या घेऊन येण्यास सांगितलं. माझ्या या कृतीमुळं सगळ्यांनाच प्रचंड धक्का बसला, पण मी त्याची फिकीर केली नाही. माझ्या या कृतीतून मी संदेश दिला होता : मी कुणापुढंही मान तुकवणार नाही.

त्यानंतर काही महिन्यांनी माझ्या मुलीचा- चंपाचा विवाह एका वनौषधी-

विक्रेत्याशी झाला. मी हा विवाहसमारंभ बदौसाऐवजी रौलीमध्ये ठेवला होता. मला माझ्या जमातीतल्या सगळ्यांना दाखवून द्यायचं होतं की, त्यांच्यावाचून माझं काहीही अडत नाही आणि हे जग केवळ गडरियांभोवती फिरत नाही. मी माझे सासरे, दीर अशा अगदी घरातल्या मंडळींना आमंत्रण दिलं. पण एकाही गडरिया व्यक्तीला बोलवलं नाही. मात्र या विवाहसमारंभाला आजूबाजूच्या खेड्यांतल्या माझ्या मैत्रिणी आणि शिवणवर्गाच्या विद्यार्थिनींसह सर्व चमार महिला आल्या होत्या. सगळ्या जणींनी विवाहाची भेट म्हणून वीस-वीस रुपये दिले. चंपा खुशीत होती आणि मी तर तिच्यापेक्षाही! विवाहसमारंभ अतिशय देखणा झाला. पाहुणे परत गेल्यानंतर माझ्या जमातीतल्या एकानंही माझ्यासमोर काही बोलण्याची हिंमत केली नाही, पण माझी खात्री आहे की, मी तिथून गेल्यानंतर त्यांनी मी ज्या जमिनीवरून चालले होते ती जमीन धुवून घेतली असणार! काही गडरिया मंडळी तर माझ्या नव्या व्याह्यांकडं तक्रार घेऊन गेली, पण त्यांनी या भांडणाशी आपलं काहीही देणं-घेणं नाही, असं सांगून यात पडायला नकार दिला. या गोष्टीचं मला फार बरं वाटलं. मी त्यांना डिवचलं होतं, हे मी मान्य करते, पण कधीकधी वृत्तीत बदल घडवण्यासाठी असं करावं लागतं. माझा हा विचार बरोबर होता, हे भविष्यात सिद्ध होणारच होतं.

त्यानंतर एके दिवशी दुपारी घामानं थबथबलेला एक तरुण माझ्या बदौसातल्या घरी धापा टाकत आला. तो रौलीहून आला होता. बसमधून उतरल्यानंतर तो आमच्या घरापर्यंत इतका जोरात पळत आला होता की, त्याला बोलतासुद्धा येत नव्हतं.

"संपतजी, आत्ताच्या आत्ता रौलीला चला. काही ब्राह्मण माणसं तुमच्या एका नातेवाइकाला मारणार आहेत."

"शांत हो पोरा! काय झालं ते नीट सांग."

"एका ब्राह्मणानं तुमच्या एका नातेवाइकाचं शेत काढून घेतलंय. त्यानं शेताची मालकीसुद्धा त्याच्या नावावर करून घेतलीय. तुमच्या नातेवाइकानं बळानं आपलं शेत परत घ्यायचा प्रयत्न केला, पण तो ब्राह्मण पोलिसांना घेऊन आला आणि त्याला हाकलून दिलं. त्याच्याकडं कराराची कागदपत्रं होती, त्यामुळं तुमचा नातेवाईक काहीही करू शकला नाही. आता त्यानं त्रास देऊ नये म्हणून ब्राह्मण त्याला धडा शिकवणार आहेत."

"मग यात मी काय करावं अशी तुझी अपेक्षा आहे?"

"तुम्हाला अशा प्रकारच्या प्रश्नातलं सगळं माहीत आहे. आपण मनमानी करू शकतो, असं समजणाऱ्या या श्रीमंत जमीन-मालकांना कसं हाताळायचं ते तुम्हाला

माहीत आहे. तुमचे आणि तुमच्या घरच्यांचे संबंध कसेही असोत, तुम्ही तुमच्या नातेवाइकाला असं वाऱ्यावर सोडू शकत नाही. ते त्याला ठार करतील!''

''हं... ठीक आहे, मी येईन.''

खरंतर माझ्या जमातीतल्या, अशा अडचणीत आलेल्या त्या माणसात मला काडीचा रस नव्हता, पण मला अन्याय मात्र सहन होत नव्हता आणि मी त्या फालतू जुलमी लोकांना धडा शिकवण्याची संधी सोडणं कधीच शक्य नव्हतं. शिवाय माझ्या सर्वांत प्रखर टीकाकारांना त्यांची जागा दाखवून देण्याची ही नामी संधी होती. त्यामुळं मी रौलीला परत गेले. मला पाहताच तो नातेवाईक धावतच आला आणि त्यानं माझे तोंड भरून आभार मानले. ब्राह्मण लोकांनी माघार घेतली नव्हती, हे स्पष्टच होतं. मग त्यानं तोंडातल्या तोंडात त्याच्या पूर्वीच्या वागण्याबद्दल काही लंगडी कारणं पुढं केली, पण मी त्याचं बोलणं तोडलं. मग तो माझ्यासोबत लीनपणे पोलीसठाण्यात आला. तिथं आम्ही आमची तक्रार नोंदवली. दुसऱ्या दिवशी आम्ही जिल्ह्याच्या विभागीय मॅजिस्ट्रेटना भेटून त्या बनावट करारपत्रासंदर्भात तक्रार दिली. माझ्या त्या नातेवाइकाकडं अस्सल कागदपत्रं होती. त्यामुळं आमची बाजू साधार असल्याचं पटवून देणं कठीण गेलं नाही. त्यानंतर ती जमीन त्याला परत मिळाली.

या घटनेनं रौलीतल्या माझ्या जमातीमधल्या माझ्या मानानं पुनरागमनावर शिक्कामोर्तब झालं. मी तिथं नियमितपणे जाऊ लागले. मात्र मी चमार समाजाबरोबर अतिशय जवळचे संबंध राखले होते. या समाजातला एक जण प्रधान या पदावर निवडून आला होता. एके दिवशी तो मला भेटायला आला.

''संपतजी, आता मी प्रधानपदी निवडून आलोय. मला करता येण्याजोगं काही काम आहे का?''

''अर्थातच आहे. उदाहरणार्थ, तुम्ही रौलीमधली सर्व सार्वजनिक जमीन विचारात घ्या आणि सर्व भूमिहीन रहिवाशांमध्ये या जमिनीचं पुनर्वाटप करण्यासाठी ग्रामसभा बोलवा.''

''संपतजी, मला नाही जमणार ते! मला भयंकर भीती वाटते!''

''तुम्हाला नक्की जमेल! आपण मिळून हे काम करू शकतो.''

त्याचं बरोबर होतं. हे काम सोपं नव्हतंच. १९७६ साली भारतात संमत झालेल्या कायद्यानुसार कोणत्याही जमीनमालकाला ठरावीक मर्यादेपलीकडं जमीन त्याच्या नावावर ठेवता येत नव्हती. ही मर्यादा ओलांडल्यास उर्वरित जमीन सरकार जप्त करतं आणि ती जमीन गरिबात गरीब लोकांमध्ये वितरित केली जाते. पण वास्तव अगदीच वेगळं होतं. श्रीमंत जमीनमालकांनी जमीन परत मिळवण्यासाठी

अधिकाऱ्यांवर मेहेरनजर करणं हा प्रकार नेहमीच घडत असे. त्यामुळं अधिकृत नोंदवह्यांमध्ये त्यांची स्वत:ची नावं येत नसत, तर ते जमीन त्यांच्या म्हशीच्या किंवा चक्क त्यांच्या कुत्र्याच्या नावेसुद्धा करत असत! आणि समजा एखाद्या अधिकाऱ्यानं 'विकलं' जाण्यास नकार दिला, तर ते खासगी फौजेचा वापर करून गरीब माणसाला बाजूला करून बळजबरीनं ती जमीन कसत असत. रौलीमधले श्रीमंत जमीनदारही याला अपवाद नव्हते. त्यामुळं गरीब लोकांना कुठल्याही सार्वजनिक जागेत कधीच प्रवेश नव्हता. आता हे प्रकरण लोकांसमोर आणण्याची वेळ आली होती. एकदा का अशी जमीन निश्चित झाली की, गावसभा बोलवणं शक्य होतं. सर्वसाधारणपणे अशी सभा वर्षातून दोनदा बोलवली जात असे. या सभेत खेड्याच्या विकासाच्या योजनांना मंजुरी दिली जात असे. गावातल्या सर्वांत गरीब रहिवाशांना सार्वजनिक जमिनींचं वाटप करण्याचे अधिकार या सभेला होते.

यानंतर मी पुन्हा एकदा खालच्या मानल्या जाणाऱ्या जातींतल्या बायकांबरोबर कामाला लागले. या बायका खास करून त्यांचं सामाजिक स्थान आणि बाईपण या दोन्ही गोष्टींमुळं कमजोर होत्या. बाईचा घटस्फोट झाला किंवा तिला वैधव्य आलं, तर तिला कसलाच अधिकार उरत नाही. सर्वसाधारणपणे कुठलीही मालमत्ता नवऱ्याकडच्या लोकांच्या नावावर असते.

आम्ही सर्वप्रथम जिल्हा जमीन महसूल अधिकाऱ्यांकडं गेलो. त्याला जमीन एखाद्या म्हशीच्या नावावर करण्याच्या सर्रास चालणाऱ्या प्रकाराबद्दल सांगितलं. पण अर्थातच त्यानं आम्हाला वाटाण्याच्या अक्षता लावल्या. तो इतरांसारखाच भ्रष्टाचारी होता.

त्यानंतर आम्ही जिल्हा मॅजिस्ट्रेटकडं लेखी विनंतीअर्ज द्यायचं ठरवलं. त्यावर जमीन मिळण्याचा हक्क असलेल्या खालच्या जातीतल्या सर्व स्त्रियांच्या स्वाक्षऱ्या होत्या. हा अर्ज स्वत: मॅजिस्ट्रेट महोदयांच्या हातात नेऊन द्यायचा, असं आम्ही ठरवलं होतं. त्यानुसार आम्ही भाड्याचा ट्रॅक्टर घेतला आणि त्यातून आमची वरात निघाली. आमचा तो विचित्र ताफा पाहून मॅजिस्ट्रेट-कार्यालयाबाहेर खळबळ माजली. ते माझ्या येण्यानं अतिशय वैतागल्याचं स्पष्ट दिसत होतं.

''इथं मला त्रास द्यायला कशाला आला आहात?'' त्यांनी आमचं स्वागत केलं.

''आम्ही तुम्हाला द्यायला एक विनंतीअर्ज आणलाय.''

''काय आहे त्यात?''

''त्यात म्हटलंय की, गरिबात गरीब लोकांसाठी असलेली जमीन सर्वांत श्रीमंत लोकांच्या ताब्यात आहे. आता ही लबाडी बंद करून या प्रकरणी तपास सुरू करण्याची वेळ आली आहे.''

"तुमच्या स्थानिक उप-विभागीय मॅजिस्ट्रेटना भेटा."

"आम्ही तेही केलंय. ते ऐकून घेत नाहीयेत."

"त्याला मी काय करणार?"

"तुम्ही त्यांच्या वरचे आहात. तुम्हीच काहीतरी केलं पाहिजे."

"ठीक आहे. मी त्यांना फोन करीन."

"नाही, तुम्ही हा विषय आत्ता इथं सोडवावा, अशी आमची मागणी आहे."

"ठीक आहे. मी त्यांची बदली करतो."

"बदली? का? तो तर आज्ञा पाळणारा फडतूस अधिकारी आहे. अधिकार तुमच्याकडं आहेत."

"तोंड सांभाळून बोला!"

"मी काय बोलतीय, ते मला नीट कळतंय, हरामखोर!"

या अपमानामुळं तो मॅजिस्ट्रेट पांढराफटक पडला.

"पुन्हा बोल!" तो गरजला.

"हरामखोर! तुमच्या करणीच्या पायात तुम्ही दुसऱ्या कुणालातरी किंमत मोजायला लावणार, हे एका उच्च अधिकाऱ्याला शोभत नाही."

"तुझी माझ्याशी असं बोलायची हिंमतच कशी झाली? तू बाई आहेस म्हणून बरं, नाहीतर...."

तीच जुनीपुराणी कथा! एखादी बाई खरोखर गांभीर्यानं अपमानास्पद शब्द वापरते, तेव्हा तिला गांभीर्यानं घेतलंच जात नाही.

"नाहीतर काय? मी तुमच्यासमोर चार खून केले, तर मी बाई आहे म्हणून तुम्ही मला अटक करणार नाही काय?"

"बास झालं!"

"मला सांगा, तुम्ही लोकांसाठी काम करणारे अधिकारी आहात ना? तुम्ही परीक्षा पास झाला आहात?"

"अर्थातच! तुला काय वाटलं?"

"आणि तुम्हाला हेच काम करण्याचा पगार मिळतो?"

"कुठून कुठं चालली आहेस?"

"तुम्हाला जर या कामाचा पगार मिळतो, तर तुम्ही ते काम करा."

मग या प्रकरणी चौकशी सुरू करण्यात येईल, असा त्यांच्याकडून शब्द घेऊन आम्ही तिथून बाहेर पडलो आणि त्यांनी चौकशी सुरू केली! स्थानिक प्रेसनं या प्रकरणाचा अतिशय काळजीपूर्वक पाठपुरावा केला. त्यामुळं याकडं कुमारी मायावतींचं लक्ष वेधलं गेलं. १९९५ साली मायावती उत्तर प्रदेशच्या मुख्यमंत्री झाल्या.

भारतीय इतिहासात या पदावर विराजमान होणाऱ्या त्या पहिल्या अस्पृश्य महिला होत्या. त्यांचं सरकार अवघं चार महिने टिकलं, पण यामुळं मायावती राजकीय नभांगणातल्या उगवत्या तारका बनल्या. २००१ साली त्यांनी बसपाच्या नेतृत्वाची धुरा खांद्यावर घेतली आणि खालच्या मानल्या जाणाऱ्या जातीतल्या लोकांचा जीवनस्तर सुधारण्यासाठी लढा दिला. त्यांनी आम्हाला अधिकृत पाठिंबा दिला, पण तेवढं पुरेसं नव्हतं. त्यामुळं पुढच्याच वर्षी त्या पुन्हा उत्तर प्रदेशच्या मुख्यमंत्री बनल्या, तेव्हा मी संधी टिपली. अद्याप जिल्हा प्रशासनाच्या चौकशीतून काहीही निष्पन्न झालं नव्हतं. आता सूत्रं वेगानं हलण्यासाठी राजधानीत जाऊन आमची बाजू मांडण्याची वेळ आली होती. मग आम्ही शंभरभर बायका रेल्वेनं लखनौला गेलो आणि तिथून मोर्चानं विधानसभेवर जाऊन धडकलो. तिथं जाऊन मी मायावतींना भेटायचं असल्याची विनंती केली. त्यांचं पदार्पण जरी आश्वासक असलं, तरी त्या वेळी त्या आजच्यासारख्या 'स्टार' झालेल्या नव्हत्या. माझ्यासारख्या त्यांच्याशी बोलू इच्छिणाऱ्यांना त्यांच्यापर्यंत प्रवेश मिळू शकत होता. सर्वांत महत्त्वाचं म्हणजे त्या स्वतः चमार असल्यामुळं त्या खालच्या जातींच्या जाहीर समर्थक होत्या. त्यांनी याआधीही आमच्या लढ्याची स्तुती केली होती. त्यामुळं त्या माझ्या विनंतीला मान देतील, याची खात्री वाटत होती आणि त्यांना त्यांची बांधीलकी प्रदर्शित करण्याची ही अतिशय उत्तम संधी होती.

आम्ही त्यांच्या प्रतिसादाची प्रतीक्षा करत बाहेर बसलो होतो. आमची दाद घेतल्याखेरीज तिथून न हलण्याचा आमचा निर्धार होता. काही स्थानिक वृत्तपत्रांनी या गोष्टीचं वृत्त देताच आमच्या ठिय्याचा अपेक्षित परिणाम दिसला. दोन दिवसांनी मायावतींनी आम्हाला भेट द्यायचं कबूल केलं. त्यांनी आमची बाजू समजून घेतली. त्यांच्या पाठिंब्याने बरीच सूत्रं हलण्यास मोठी मदत झाली आणि रौलीतली पुलमती म्हैस, रामशले कुत्रा आणि अशाच इतर सगळ्या अजाण जमीनमालकांना त्यांची जमीन परत करावी लागली. यानंतर प्रधानांनी ग्रामसभा बोलवली. त्यामध्ये ६३ चमारांना जमिनीचा लाभ झाला!

मात्र चमारांना त्यांच्या जमिनीचा ताबा मिळण्यासाठी आधीच्या मालकांनी जमीन सोडायला कबूल होणं आवश्यक होतं आणि त्यांचा तसा विचार नव्हता, हे स्पष्टच होतं. खरंतर जमीनदार लोक त्यांच्याकडून काढून घेतलेल्या जमिनीवर अजूनही कब्जा करून होते. त्यांच्या मिळकतीवर हक्क सांगणाऱ्या चमारांना हुसकण्यासाठी खासगी फौजेला पैसे देणं त्यांना परवडत होतं. मग मी चमार बायकांना घेऊन पुन्हा स्थानिक मॅजिस्ट्रेटकडं गेले.

''तुम्ही पुन्हा आलात? मागच्या वेळी तुम्हाला जे हवं होतं ते मिळालंय ना?''

''पुरतं नाही मिळालं. आता चमार लोकांजवळ जमीन आहे, पण त्यांना तिथं

प्रवेश मिळत नाहीय. तुम्ही या गरीब शेतकऱ्यांना त्यांच्या जमिनीचा ताबा मिळवून देण्यासाठी प्रयत्न करा.''

''मी यासंदर्भात काहीही करू शकत नाही. ग्रामसभेत घेतलेल्या निर्णयांची अंमलबजावणी होते की नाही, हे पाहण्याचं काम ग्रामसभा-प्रमुखाचं असतं. त्यानं त्याचं काम पार पाडलं नसेल, तर त्याला राजीनामा द्यायला सांगा.''

''ते काहीही करू शकत नाहीत, हे तुम्हालाही माहीत आहे! त्या जमिनीवर कब्जा केलेल्या जमीनदारांना तिथून हुसकावणं पोलिसांच्या हातात आहे.''

''बघू या, बघू या.''

अशा प्रकारे आम्हाला पुन्हा एकदा धडा शिकवणं भाग पडलं. मी चमार महिलांसोबत आणखी एक ठिय्या आंदोलन केलं. या खेपेला आम्ही अवैधरीत्या कब्जा घेतलेल्या शेतातच ठिय्या मारला होता. तिथं शेतमजूर नांगरणीला आला, तेव्हा आम्ही त्याच्या नांगरापुढंच बसकण मारली. जमीनदाराच्या भाडोत्री पित्त्यांनी आमच्याकडं बोट वर करायचीसुद्धा हिंमत केली नाही. मग आम्ही चमारांच्या शेतात चरणाऱ्या गायीसुद्धा एकेक करत हुसकून लावल्या. पण अशा प्रकारे सगळी जमीन सोडवायला अख्खं वर्ष लागलं असतं! सुदैवाची बाब म्हणजे काही दिवसांनी पोलिसांनी यात हस्तक्षेप करण्याचं एकदाचं मान्य केलं. कायद्याच्या मजबूत हातांना धन्यवाद द्यायलाच हवेत! अखेर ६३ जमिनींची घुसखोरांपासून मुक्तता झाली! श्रीमंत जमीनमालकांना मात खावी लागली. आमचा विजय झाला!

बहनचोद!

एव्हाना माझी चाळिशी उलटली होती. आत्तापर्यंत मी पुरुषी अहंकार असणारे बरेच अधिकारी आणि जुलमी नवरे पाहिले होते. पण एक माणूस मात्र अजूनही माझ्या मनात सतत सलत होता. तो म्हणजे सिओपाल. माझा दीर. त्याला चांगलं तुडवून काढावं हे माझं गेल्या पंचवीस वर्षांचं स्वप्न होतं.

त्याची बायको - दुखली त्याच्यापेक्षा दहा वर्षांनी लहान होती. आम्ही दोघी समवयस्क होतो. ती रौलीत पहिल्यांदा आमच्या घरी आली, तेव्हा जराशी हरवल्यासारखी असायची. माझी पहिल्यांदा सासरी आल्यावर जी अवस्था होती तीच तिची अवस्था होती. त्यामुळं मी तिला माझ्या पंखांखाली घेणं अगदी स्वाभाविक होतं. आमची दोघींची चांगली गट्टी जमली होती. माझ्या नवऱ्याचा धाकटा भाऊ - सिओपाल चिडखोर मनुष्य होता. कधीकधी दुखलीकडून घरकामात काही चुका व्हायच्या. बरेचदा अगदी किरकोळ कारणं असत. तिनं चपाती जास्तच भाजली, जमिनीवर पाणीच सांडलं, चहा लवकरच दिला नाही; असलं काहीतरी! कधीकधी सिओपालला भडकायला एवढं निमित्त पुरेसं असायचं. मग तो तिला अपमानास्पद बोलायचा, तिला लाथा घालायचा. कधीकधी तर तो तिला काठीनं बडवायचा. दुखलीची खोली माझ्या खोलीशेजारीच होती. रात्री भिंतीच्या पलीकडं तिचे हुंदके मी कितीदातरी ऐकले आहेत. या हिंस्र प्रक्षोभामुळं मला सिओपालचा भयंकर राग येत असे. मी संतापानं खदखदत मुठी आवळत असे. मला त्याच्या तोंडात ठेवून द्याव्यात, असं वाटायचं. मी कित्येकदा स्वतःच न्यायनिवाडा करतेय, असं चित्र डोळ्यांसमोर आणलं आहे. त्या घाणीच्या पोत्याला केसांना धरून दरादरा ओढत भिंतीकडं नेतेय आणि त्याचं डोकं फुटेपर्यंत दगडावर आपटतेय अशी मी कित्येकदा कल्पना केली असेल. पण प्रत्यक्षात मात्र मी तसं काहीही केलं नाही. एकदा मी माझ्या नवऱ्याला सिओपालला चार शब्द सांगा म्हणून आर्जवं केली, पण त्यानं नकार दिला. तो म्हणाला की, आपल्याला त्यात पडायचं काही कारण नाहीय. त्यानं मलाही त्यात पडायला सक्त मनाई केली होती. मी त्याची आज्ञा

मानली. म्हणजे मला मानावीच लागली. माझ्या देशामध्ये बायकांना कसलाच अधिकार नसतो. तिथं नवराच मालक असतो.

पण दुखलीला मी कधीच विसरले नाही. मी महिलांची स्थिती सुधारण्यासाठी सक्रिय झाले, ती तिच्यामुळंच की काय? त्याला काही प्रमाणात ती कारणीभूत आहे, पण तिला जे क्रौर्य सोसावं लागलं, त्याच्या स्मृती माझ्यात परिवर्तनासाठी लढा देण्याचे अंगार फुलवतात. रौलीमध्ये असताना मला वाटायचं की, दुखलीची ही अपवादात्मक केस आहे, पण मी जसजशी मोठी झाले तसतसे मी वैवाहिक आयुष्यातल्या छळाचे अधिकाधिक प्रकार पाहत गेले. हळूहळू माझ्या लक्षात आलं की, पुरुषी हिंसेपुढं आम्ही किती दुर्बळ आहोत! समाजानं आमचा सन्मानानं जगण्याचा साधा हक्कसुद्धा कुठल्या थरापर्यंत काढून घेतलाय!

उदाहरणादाखल बोलायचं, तर शिव्यांचंच उदाहरण घ्या. सगळ्या शिव्या स्त्रियांबद्दलच्याच का असतात? बहनचोद? मादरचोद! कुठलाही असंस्कृत उद्गार बघा, तो कायम बायकांबद्दलचाच असतो. एकदा माझ्याकडं दोघा भावांमधलं भांडण मिटवायचं काम आलं होतं. त्यातल्या एका भावाची बकरी दुसऱ्या भावाच्या शेतात चरायला गेल्यामुळं त्यांच्यातून विस्तव जात नव्हता. त्यांच्यातला वाद विकोपाला गेला होता.

त्यातला एक जण दुसऱ्याला 'बहनचोद' म्हणत होता! त्या बकरीशी त्याच्या बहिणीचा काय संबंध होता?

त्यावर दुसरा म्हणाला, "मादरचोद!"

याला काय म्हणायचं? त्या दोघा मूर्खांची आई एकच होती ना! आपण आपल्याच बहिणीचा, आपल्याच आईचा - ज्या स्त्रीनं त्यांना या जगात आणलं तिचाच - अपमान करतोय हे त्यांच्या गावीही नव्हतं. किती हास्यास्पद आहे हे!

अशा प्रकारच्या प्रतिक्रिया स्त्रीच्या समाजातल्या स्थानाबद्दल खूप काही सांगून जातात. मला चमार महिलांचा, काही माझ्या स्वतःच्या जमातीतल्या महिलांचा, माझ्या शिवणवर्गातल्या विद्यार्थिनींचा आणि पोलिसांच्या बायकांचा जो सहवास लाभला त्यामुळं मला या विषयावर सखोल विचार करण्याची संधी मिळाली. सैद्धान्तिकदृष्ट्या स्त्री-पुरुष दोघंही समान आहेत. आपण मुक्त देशात राहतो. इथं आधुनिक कायदे आहेत. घटनेनं आपल्याला समान हक्क दिले आहेत. अलीकडल्या काही वर्षांत सरकारनं आपल्यावर स्त्रियांच्या शिक्षणाचा आणि नोकरीच्या संधी मिळण्याच्या हक्कांचा आणि घटस्फोट या विषयीच्या घोषवाक्यांचा भडिमार केला आहे. पण स्त्रियांच्या संरक्षणासाठी तयार करण्यात आलेल्या कायद्यांची अंमलबजावणी होऊ शकत नाही. वास्तवात, जेव्हा एखादी स्त्री तिला जखडून ठेवणाऱ्या शृंखला

तोडायचा प्रयत्न करते, अडसर दूर करण्याचा प्रयत्न करते, तेव्हा तिच्यावर टीका होते. लगेच तिच्या नावाला काळिमा लागतो. ती वाईट चालीची समजली जाते. खेड्यांमध्ये एखाद्या बाईनं डोक्यावर पदर घेतला नाही किंवा ती नवऱ्याखेरीज ती दुसऱ्या एखाद्या पुरुषाशी बोलली, तर तो असभ्यपणा मानला जातो. एखादी स्त्री प्रेमात पडली, तर ती तिची चूक ठरते. तिनं स्वतः निवडलेल्या जोडीदाराबरोबर राहायचं ठरवलं, तर तिला घरातून बाहेर व्हायला सांगितलं जातं. त्यातून ती घरच्यांना सापडलीच, तर ते तिला ठार करतील. पण तिच्या जोडीदाराला मात्र कसलाही धोका नसतो. तो विवाहित असला, तरी त्याला कुणी 'घर सोडून जा' असं कधीही सांगत नाही. त्या स्त्रीनं घरी परत जायचं ठरवलं, तर तिचे आईवडील तिला बाहेर काढतील. पुरुषाची फक्त कानउघडणी होते आणि नंतर या हुशारीबद्दल अभिनंदनच होतं; पण सगळ्यात वाईट गोष्ट म्हणजे स्त्रीवर बलात्कार झाला, तरी तो तिचाच दोष असतो. पोलीस तिची तक्रार नोंदवून घेण्यास नकार देतात. तिच्यावर एखाद्या विवाहित पुरुषानं बलात्कार केला, तरी अपराधीच्या पिंजऱ्यात तिलाच उभं केलं जातं. असल्या सामाजमान्य संकेतांचं कायद्याशी काहीही देणंघेणं नसतं.

स्वतःला इतके शहाणे आणि विद्वान समजणाऱ्या ब्राह्मण लोकांमध्येही काय घडतं पाहा. त्यांच्यात एखादी मुलगी वयाच्या अठराव्या वर्षी विधवा झाली आणि समजा तिचं नुकतंच लग्न झालं असलं, तरी ती पुन्हा कधीही लग्न करू शकत नाही. कायद्यानं त्याला मान्यता आहे, पण तिची जात याला परवानगी देत नाही. तिला आयुष्यभर विधवा म्हणूनच जगावं लागतं. समजा, तिच्या आईवडलांनी तरीही तिचं लग्न दुसऱ्या कुणाशी लावून द्यायचं ठरवलं, तर त्यांना जातीबाहेर काढलं जातं; त्यांच्या हातचं पाणीही कुणी पीत नाही. पण जिथं बायको आधी मरते तिथं मात्र नवरा लगेच पुन्हा बोहल्यावर उभा राहतो. माझ्या स्वतःच्या जमातीत पुनर्विवाह करणाऱ्या विधवांना 'उडरी' म्हटलं जात असे. या शब्दाचा अर्थ आहे वेगळी आणि वेगळी पण चांगल्या अर्थानं नव्हे. उदाहरणार्थ, उडरी धार्मिक कार्यं करू शकत नाही. हा शब्द कानावर पडला की, तो वापरणाऱ्या बाईला माझं आव्हान असतं.

"तू स्वतः एक स्त्री आहेस. तू दुसऱ्या स्त्रीला 'उडरी' कसं काय म्हणू शकतेस? अगदी म्हणायचंच झालं, तर तू तिच्याबद्दल 'पुनर्विवाहित स्त्री' असं म्हणू शकतेस. पण 'उडरी' कशाबद्दल? समजा तुझा नवरा मेला आणि तू 'उडरी' झालीस, तर तुला असं वेगळं म्हटलेलं चालेल? त्या वेळी तुला आजच्यापेक्षा तू कुणी वेगळी आहेस असं वाटेल का?"

मात्र आता परिस्थिती बदलू लागली आहे. उदाहरणादाखल सांगायचं, तर माझ्या मामानं अगदी तरुण विधवेशी लग्न केलं, तेव्हा कसलीच अडचण आली नाही. पण अजूनही एखाद्या स्त्रीनं पुनर्विवाह करणं, ही फार दुर्मीळ गोष्ट आहे. अशा मागास प्रथांविरुद्ध लढा देणं फार महत्त्वाचं आहे. मी ज्या ज्या सभांना उपस्थित राहिले, त्या सभांनी मला प्रोत्साहन लाभलं होतं. मी माझे शिवणवर्ग, माहितीपर बैठका यांमध्ये कायमच हा मुद्दा मांडण्याची प्रत्येक संधी घेतली आहे.

मी त्या वेळी 'कोल' लोकांसाठीही बरंच कार्य करत होते. ही जमातही चमारांसारखीच तुच्छ लेखली जात असे. रौलीमध्ये कोल लोकांची थोडीफार वस्ती होती आणि आसपासच्या खेड्यांमध्ये बरीच वस्ती होती. हे लोक मूळचे भटकं जीवन जगणारे होते. हे लोक शेकडो वर्षांपूर्वी उत्तर प्रदेशात आले होते, ते पाथरवट म्हणून स्थानिक करारावर. तेव्हापासून हे लोक इथंच स्थायिक झाले होते. पण अजूनही दगड फोडण्याचंच काम करत होते. त्यांच्याजवळ काहीही नव्हतं; जमिनीचा एवढासा तुकडासुद्धा नव्हता! कधीकधी त्यांना उपाशीपोटीच राहावं लागत असे.

मी रौलीतल्या चमारांसाठी मिळवलेल्या जमिनीचं त्यांना वाटप झाल्यानंतर एके दिवशी कोल मंडळी मला भेटायला आली. हे लोक या प्रदेशात फक्त काही शतकांपासून आहेत या सबबीखाली सरकारनं त्यांना 'स्थानिक रहिवासी' हा दर्जा देण्यास नकार दिला होता. हा दर्जा त्यांना मिळाला असता, तर त्यांनाही गरिबांच्या साहाय्यासाठी असणाऱ्या कायद्यांतर्गत जमीन-वितरणासाठी दावा करता आला असता. मग मी त्यांच्या वतीनं लढले. अधिकाऱ्यांच्या कार्यालयाबाहेर निदर्शनं केली. रौलीतल्यासारखीच मी त्यांना जमीन मिळवून दिली. त्यांना माझ्याबद्दल फार कृतज्ञता वाटली. मी त्यांना योग्य पगार मिळण्यासाठी संपावर जाण्याससुद्धा प्रोत्साहन दिलं. त्यांनी दहा दिवस संप केला आणि त्याला यश आलं! त्यांचा त्यावर विश्वासच बसेना. त्यांनी पुन्हा मला खूप खूप धन्यवाद दिले; विशेषत: महिलांनी! माझी त्यांच्याशी खास गट्टी जमलेली होती. पण अजून बऱ्याच गोष्टी करायच्या होत्या.

त्या दरम्यान बिगर सरकारी संघटना (NGO) उभारण्याची टूम निघाली होती. २००३ साली मी माझी पहिली अधिकृत संघटना स्थापन केली : द ऑर्गनायझेशन फॉर द प्रमोशन ऑफ ट्रायबल वूमन इन रुरल इंडस्ट्री. ही खऱ्या अर्थानं NGO नव्हती. माझ्या कार्यासाठी मला कुणीही कसलाही निधी दिला नव्हता. पण माझी संघटना तशा प्रकारची म्हणता येईल. मी कोल स्त्रियांसाठी मेळावे घेऊन त्यांना कामाच्या ठिकाणी आणि घरी असणाऱ्या त्यांच्या हक्कांबाबत जागृत केलं. भारतामध्ये गरिबांसाठी मदत आणि साहाय्य देणारी संपूर्ण यंत्रणा आहे, पण खेड्यापाड्यांतल्या

गरीब लोकांना त्याबद्दल माहिती नसते. ते या योजनांसाठी कधीही अर्ज करत नाहीत. मी त्यांच्यामध्ये आरोग्य आणि पर्यावरणाबद्दलही अधिक जागृती निर्माण केली. टाक्या बांधून पाणी वाचवण्याची गरज त्यांना पटवून दिली. सर्वांत महत्त्वाचं म्हणजे आम्ही स्त्री-पुरुष समानता आणि लग्नबंधनाचे सापळे यावर खूप काही बोललो. बायका घरातली सगळी मालमत्ता नवऱ्याच्या नावे असणं विनाहरकत स्वीकारतात; त्या मालमत्तेतल्या अर्ध्या हिश्श्यावर त्यांचा हक्क असूनही! पण समजा त्यांचा घटस्फोट झाला किंवा त्यांच्या नवऱ्याचं निधन झालं, तर या बायकांजवळ काहीच उरत नाही. त्यांना दुसऱ्याच्या दयेवर जगावं लागतं. बरेचदा त्यांना त्यांच्या सासू-सासऱ्यांनी मागं ठेवलेल्या मालमत्तेत वाटणीचा हक्क असतो, हीच गोष्ट माहीत नसते. मग आपल्यालाही घटस्फोटाचा हक्क आहे, ही गोष्ट माहीत असणं तर दूरच! त्यांनी याबाबतीत ठाम आग्रह धरावा यासाठी मी त्यांचं मन वळवायची. उदाहरणार्थ, मुलाच्या शाळेच्या दाखल्यात आईचं नाव समाविष्ट करण्याचा आग्रह धरणं महत्त्वाचं आहे, ही गोष्ट मी त्यांना समजावायची. ही गोष्ट प्रतिकात्मकदृष्ट्या फार महत्त्वाची आहे.

आमच्या चर्चेत सेक्स हा विषयही मुख्य असायचा. माझ्या वैवाहिक जीवनातील पहिल्या रात्रीच्या अनुभवानं मला या गोष्टींवर लग्नाआधी चर्चा होणं किती आवश्यक असतं ते समजलं होतं. या स्त्रियांपैकी कुणीही शाळेची पायरीसुद्धा चढलेली नव्हती. लैंगिक संबंधांशी निगडित धोके, वारंवार गर्भारपण या गोष्टींतल्या धोक्यांची त्यांना जराही कल्पना नव्हती. शरीररचना ही तर बोलण्यास निषिद्ध गोष्टच! मी बायकांना सतत सांगत असायची की, या मुली त्यांच्या बाबतीत जे घडणार आहे त्यासाठी अजून नीट तयार झालेल्या नाहीत. एके दिवशी त्यांना रक्तस्राव सुरू होणार आहे, या गोष्टीची त्यांना आधी कल्पना द्यायला पाहिजे. मी त्यांना माझ्या बाबतीत जे घडलं ते सांगायचे : वयात येण्याआधीचा कोवळा देह... रक्तस्राव... फोरसेप्स डिलिव्हरी. ती रात्र अशी भयानक काळीकुट्ट बनून समोर ठाकण्यापेक्षा मलाच ती इच्छा काय असते ते कळलं असतं तर! मला खात्री होती की, किमान आधीच माहिती असेल तर लैंगिक संबंधात आनंद मिळवणं शक्य होईल. मला तो कधीच अनुभवाला आला नाही. सुरुवातीला मी फारच लहान असल्यामुळं आणि नंतर माझा देह अतिशय झिजल्यामुळं! मला पाच मुलं झाली. आणखीही झाली असती, पण मला ते नको होतं. त्यामुळं मी शरीरसंबंध थांबवले होते आणि माझ्या कामावर चित्त एकवटलं होतं. मी स्त्रियांना सरकारनं यासंदर्भात सुरू केलेल्या उपाययोजनांची, म्हणजे गर्भनिरोधक केंद्रांमध्ये उपलब्ध असलेल्या कॉन्डोम्सची आणि गर्भनिरोधक गोळ्यांच्या मोफत वितरणासंबंधीची माहितीही द्यायची. आज

आपण अधिक खुल्या जगात राहतोय. मुलींना या सगळ्या गोष्टी अगदी लहानपणीच माहीत होत आहेत. पण त्या काळी या माहितीचा असा इतका मुक्त प्रवाह नव्हता. या बायकांना ओ की ठो माहीत नव्हतं! मी तर त्यांना प्लॅस्टिकची बाहुली घेऊन बाळाची काळजी कशी घ्यावी, अशासारख्या गोष्टी दाखवायची.

मी स्त्रियांची पिळवणूक, त्यांनी बंधनांच्या शृंखला तोडून मुक्त होण्याची गरज आणि स्वातंत्र्य मिळवण्यासाठी आर्थिक आत्मनिर्भरता या गोष्टींबद्दलही त्यांच्यात जागृती निर्माण केली. एखाद्या कोल बाईनं राक्षसी नवऱ्याविरुद्ध तक्रार दाखल केलीय किंवा स्वत:च्या नावे बँक-खातं सुरू केलंय, असं यापूर्वी कधीच घडलं नव्हतं. मी कुठलेही प्रकल्प चालवत नव्हते. माझ्याजवळ त्यांना कर्जाऊ देण्यासाठी पैसे नव्हते. मी फक्त त्यांना कल्पना सांगायचे आणि त्या प्रत्यक्ष व्यवहारामध्ये उतरवण्यासाठी त्यांना एकत्र येण्यास प्रोत्साहित करायचे. छोटासा का होईना, पण निधी उभारण्यासाठी प्रेरित करायचे, ज्यायोगे त्या एकमेकींना पैसे कर्जाऊ देऊ शकतील. काही जणींना गाय विकत घेऊन दूधविक्री करायची होती. काही जणींना भाज्या पिकवून त्यांची विक्री करायची होती. काहींना शिवणयंत्र विकत घ्यायचं होतं. मला त्यांना पटवून द्यायचं होतं की, त्यांनी सरकारी मदतीची वाट बघत राहू नये. त्या स्वत:च स्वत:ची परिस्थिती पालटवू शकतात.

कधीकधी मी माझ्या धाकट्या दोघींना या सभांना घेऊन जायचे. मी त्यांना माझ्या शिवणवर्गात यायला लावलं होतंच. माझ्या सगळ्या मुलांना शिवणकाम येतं; माझ्या नवऱ्यालासुद्धा! मी त्यांना सतत एकच मंत्र देत होते –

"फालतू उद्योग नकोत, निरुपयोगी कुचाळक्या नकोत. फक्त काम, काम आणि आणखी काम करायचं!"

माझ्या मुली मोठ्या झाल्या, तसं मी ठरवलं की, त्यांना इतर बायकांच्या अनुभवांचा फायदा मिळायला हवा. मी त्यांना त्यांच्या समवयस्क मुलींबरोबर आरोग्यशास्त्र, निरोगीपण, मासिक पाळी याबद्दल बोलायला लावायचे. मुन्नीलाल आणि मी आमच्या आईवडलांसारखे नव्हतो. कदाचित आम्ही स्वत:च्या पायावर जगत असल्यामुळं असेल, सासरच्या लोकांपासून दूर राहत असल्यामुळं असेल, पण आम्ही कधीही आमच्या भावना मनातच दडपल्या नाहीत. आम्ही मुलांवर भरभरून प्रेम केलं, ते व्यक्तही केलं आणि कायम संवाद घडावा यासाठी प्रोत्साहन दिलं. मी त्यांना माझ्या सेक्सच्या पहिल्या अनुभवाबद्दल सांगितलं. त्यांना ज्या गोष्टी माहीत असणं आवश्यक वाटलं, त्या गोष्टी त्यांना माहीत होतील याची दक्षता घेतली. जेव्हा मी त्यांना शरीरसुखाच्या इच्छेबद्दल सांगितलं, तेव्हा ते गोष्टींच्या माध्यमातून सांगितलं. इतक्या खासगी गोष्टींबद्दल बोलून मला त्यांना अवघडल्यासारखं होऊ द्यायचं नव्हतं. पण आम्ही त्यांच्या वयाचे होतो, तेव्हा आम्हाला जे समजत

होतं त्यापेक्षा त्यांची पिढी फार पुढं आहे. मुलं या विषयांवर वर्गात मित्रांशी सर्रास बोलतायत.

स्त्रियांसाठी शिक्षण हा अतिशय महत्त्वाचा विषय आहे. केवळ शिक्षणच त्यांना जगाची द्वारं खुली करून देऊ शकतं. लिहायला-वाचायला शिकणं, ही अतिशय महत्त्वाची मूलभूत गोष्ट आहे. कोल स्त्रियांसमोर बोलताना हा माझा एक अतिशय आवडता विषय असे. स्त्रीला जर फॉर्म भरता येत नसेल, तर अशी अशिक्षित स्त्री मदतीसाठी अधिकृत अर्ज करू शकत नाही, जमिनी मिळण्यासाठी दावा करू शकत नाही वा कुटिल-कपटी अधिकाऱ्यांनी आपल्या शिधापत्रिकेवर काय लिहिलंय याचीही ती खात्री करून घेऊ शकत नाही. तिचा कशावरही अंगठा उठवून घेता येऊ शकतो. तिच्याजवळ स्वसंरक्षणाचं काही साधनच नसतं.

मी माझ्या सगळ्या मुलांना शाळेत घातलं. आता फक्त कामता आणि निशा हे दोघंच शाळेत जात होते. मोठ्या तिघींची वयाच्या १५व्या वर्षी लग्नं ठरली, तेव्हा त्यांनी माध्यमिक विद्यालयाच्या तिसऱ्या वर्षातून शाळा सोडली होती. थोरल्या प्रभावतीचा नवरा शेतकरी आहे. ती हिल्ली नावाच्या छोट्याशा खेड्यात राहते. ती कामकरी महिलांच्या मुलांच्या संगोपनालयात मदतनीस म्हणून काम करते. दुसरी मुलगी अमरावती. तिचा नवरा बरेच महिने देशभर फिरून काम करत असतो. चंपाचा नवरा डॉक्टर आहे. म्हणजे त्यानं वैद्यकशास्त्राचा अभ्यास केलेला नाही, पण त्यानं एका डॉक्टरकडं साहय्यक म्हणून काम केलं आहे आणि नंतर खेड्यात स्वतःचा दवाखाना थाटला आहे. चंपा सासरी गेल्यानंतर तिच्या नवऱ्याची तिचं शिक्षण सुरू ठेवण्याची इच्छा नव्हती. त्यात त्याला काहीच अर्थ वाटत नव्हता. माझ्या हातात असतं, तर मी त्यांचं लग्न इतक्या लवकर होऊ दिलं नसतं, पण माझ्या सासरच्यांनी माझ्यावर प्रचंड दबाव आणल्यामुळं मला माघार घ्यावी लागली होती. भारतात लग्नाचं कायदेशीर वय १८ वर्षं असलं, तरी कायद्याचा मान कुणीच राखत नाही. आज मी जेव्हा एखाद्या मुलीचं अगदी कोवळ्या वयातच लग्न होणार असल्याचं ऐकते, तेव्हा मी ताबडतोब त्यात हस्तक्षेप करते आणि तिचे आईवडिल ऐकायला तयार नसतील, तर त्याबद्दल पोलिसांना सांगते. स्वतःच्या घरापेक्षा जग बदलणं जास्त सोपं असतं.

जयप्रकाश

आमची भेट बँकेत झाली. ही २००४ सालची गोष्ट आहे. मी काही कोल बायकांसमवेत बँकेत गेले होते. त्यांना बँकेत खातं उघडायचं होतं. तिथं एक माणूस रांगेत उभा होता. मला पाहून ते माझ्याशी बोलायला आले,

"नमस्ते. माझं नाव जयप्रकाश. मी सामाजिक कार्यकर्ता आहे. तुम्ही स्वयंसहायता गटांसोबतही कार्य करता का?"

"नाही."

मी या माणसाबद्दल ऐकून होते. तो स्वयंसहायता गट तयार करणाऱ्या एका NGO साठी काम करत असे. त्या दरम्यान सर्व खेड्यांमध्ये असे समूह सर्रास स्थापन होत होते. बहुसंख्य लोकांना, विशेषत: गरीब महिलांना एकत्र आणणं, ही यामागची संकल्पना होती, ज्यायोगे त्या त्यांची बचत एकत्र करून काहीतरी योजना आखू शकतील आणि ती साकार करण्यासाठी बँकेकडून कर्ज घेऊ शकतील. सरकारनं रोजगार कायद्यांतर्गत अशा प्रकारच्या बचतगटांना प्रोत्साहन देण्यासाठी विशिष्ट रकमेपर्यंतच्या कर्जाची हमी दिली होती आणि प्रत्येक बचतगटाच्या उभारणीसाठी शुल्क देऊ केलं होतं. मी माझ्या गटांसाठी अशाच प्रकारचं कार्य करत होते. फरक फक्त एवढाच होता की, माझ्या महिलांनी एकही पैसा कर्जाऊ घेतला नव्हता आणि मला या कार्यासाठी मोबदला मिळत नव्हता. त्या बायकांचा व्यवसाय सुरू झाल्यानंतर त्यांना फायदा होऊ लागला की, त्या मला काही टक्के रक्कम देत असत. मला या माणसावर विश्वास न ठेवण्याचा सावधगिरीचा इशारा देण्यात आला होता. त्याची संघटना बरीच मोठी होत होती, त्यामुळं तो लवकरच माझ्या क्षेत्रात अतिक्रमण करेल अशी शक्यता होती.

माझ्या नकारानं जराही विचलित न होता ते म्हणाले,

"तुमच्यासोबत या बायका कोण आहेत?"

"मी या महिला गटासोबत काम करते. त्यांना बँकेत बचतखातं सुरू करायचं आहे. त्यांनी पैसे साठवले आहेत."

"किती?"

"४०,००० रुपये."

"भरपूर पैसे आहेत! एवढ्या पैशांवर त्यांना बँकेकडून कर्ज मिळू शकतं, हे तुम्हाला माहीत नव्हतं?"

"आत्ता त्यांना पैशाची गरज नाहीय. त्या भाजीविक्री करतात. त्यांना फारशा आर्थिक गुंतवणुकीची गरज नाहीय."

"तुमच्याकडं असे बरेच गट आहेत?"

"थोडे आहेत."

"छान! मी तुमच्यासारख्या लोकांच्याच शोधात आहे. मला स्वयंसहायता गट स्थापन करण्यासाठी उत्साहानं भारलेल्या लोकांची गरज आहे. तुम्ही माझ्यासाठी काम कराल?"

"आत्ता नाही सांगता येणार. मी यावर विचार करीन."

त्यानंतर आम्ही आपापल्या कामांकडं वळलो. जयप्रकाशनी दाखवलेल्या इन्टरेस्टमुळे मी अगदी हुरळून गेले होते; पण नेमकं काय करायचं होतं, ते मला जाणून घ्यायचं होतं. मला गटस्थापनेसाठी त्याची गरज नव्हती. त्यामुळं आता त्यांच्यासोबत काम करण्यानं माझ्या पदरात काय पडणार होतं, ते माझ्या अजिबातच लक्षात येत नव्हतं. या प्रसंगानंतर एक आठवड्यानं आमची पुन्हा रस्त्यात भेट झाली. ते मोटरसायकलवरून जाताना मला पाहून थांबले आणि रुंद हसत म्हणाले,

"नमस्ते, कुठं निघाला आहात? मी तुम्हाला सोडू का?"

"माझ्या एका गटाला भेटायला निघालीय."

"छान! मी परवा बँकेच्या मॅनेजरशी बोललोय. तो म्हणत होता की, तुम्ही अतिशय कार्यक्षम कार्यकर्त्या आहात आणि तुमचे गट बरेच पैसे घेऊन येतात."

"हो, त्या बायका फार छान काम करतात."

"तुम्ही माझ्या प्रस्तावाचा विचार केलात का? त्यामध्ये तुमचं नुकसान होणार नाहीय. तुम्ही आत्ता जे काम करताय, तेच काम करायचंय. फरक फक्त एवढाच असेल की, आता तुम्हाला या कामाचे पैसे मिळतील. तुम्ही उभारलेल्या प्रत्येक नव्या गटासाठी तुम्हाला पाचशे रुपये मिळतील. मग काय विचार केलात?"

"ठीक आहे."

त्यांचं बरोबर होतं. नुकसान व्हायला माझ्याजवळ होतंच काय! 'कदाचित त्यांच्या मदतीनं आणखी काही गट स्थापन करता येतील.' मी विचार केला आणि मलाही घरासाठी चार पैसे मिळाले असते, तर या कामासाठी आणखी वेळही देणं

शक्य होतं. अशा प्रकारे आम्ही एकत्र मिळून काम करू लागलो. अतार्रा या बदौसापासून १० किमीवरच्या छोट्या गावात जयप्रकाशचं ऑफिस होतं. त्यांनी मला निरनिराळ्या खेड्यांतल्या बायकांच्या नावांची यादी दिली. मग मी या बायकांशी संपर्क साधून, त्यांना गटस्थापनेसाठी प्रवृत्त करून प्रत्यक्ष उपक्रम सुरू करण्याचं पटवून देत होते. एकदा त्यांनी काय करायचं याचा निर्णय घेतला की, त्या त्यांची बचत समाईक भिशीत टाकत असत, ज्यायोगे कुणाही सदस्य महिलेला तातडीच्या गरजेच्या वेळी त्या पैशातून मदत करता येत असे. त्यानंतर मी त्यांना त्यांच्या प्रकल्प-योजनांमध्ये सुधारणा करण्यासाठी मदत केली. म्हणजे दारोदार जाऊन भाजी विकणं, घरी कपडे शिवणं, पानांपासून रंग तयार करणं, टोपल्या विणणं किंवा मातीची भांडी बनवणं अशासारखी कामं सुरू करण्यास मदत केली. एकदा का हा गट भक्कम पायावर उभा राहिला की, आम्ही बँकेकडं मोटरसायकल वा शिलाईमशीन, गाय, माती किंवा बांबू अशा गोष्टींसाठी १०,००० रुपयांपर्यंतची कर्जाऊ रक्कम मागायचो. मी किती कार्यक्षम आहे, ही गोष्ट लवकरच माझ्या नव्या भागीदाराच्या लक्षात आली. ते मला सकाळी बायकांच्या नावांची यादी देत असत. मी संध्याकाळी त्यांच्या ऑफिसमध्ये परत यायचे, तेव्हा मी त्या सगळ्याच्या सगळ्या बायकांशी संपर्क साधलेला असे.

"आज मी आणखी पाच गट स्थापन केले!"

"आणखी? तुम्हाला कसं काय जमतं हे?"

"मला या कामाची सवय आहे. ते अगदी सोपं आहे. त्या माझ्यावर विश्वास ठेवतात."

"विश्वासच बसत नाही! बरं, ही आणखी काही नावं."

केवळ हे गट स्थापन करणं म्हणजे काम झालं, अशातला भाग नव्हता. या गटांच्या प्रकल्पांना फळं येणं, ते पुढं कार्यरत राहणंही आवश्यक होतं. स्वयंसहायता गटांच्या नोंदी ठेवण्याचं काम म्हणजे बेडूक मोजण्याचा प्रकार असतो : तीन मोजले की दोन टणाटण उड्या मारत पळून गेलेले असतात. मी बायकांना गट स्थापन करण्यास उद्युक्त करायचे, पण त्यानंतरही मी शक्य तितक्या वेळा त्यांना भेटून त्यांना कार्यप्रवृत्त करण्याचा प्रयत्न करायचे. त्यांच्या प्रकल्पाची प्रगती होतीय ना, याची खातरजमा करून घ्यायचे आणि त्यांच्या अडीअडचणी सोडवण्यासाठीही साहाय्य करायचे. जयप्रकाश आणि मी - आमची दोघांची टीम मोठी जबरदस्त होती. माझे लोकांशी फार उत्तम सूर जुळत असत आणि मला स्थानिक परिस्थितीचीही अतिशय उत्तम जाण होती. तसंच, एक स्त्री असल्यामुळे मला इतर स्त्रियांपर्यंत

पोहोचणं जास्त सोपं जात असे. मात्र आता मला वाचताना फार त्रास होऊ लागला होता. याच दरम्यान माझी दृष्टी अधू व्हायला सुरुवात झाली होती. कपडे शिवून शिवून माझे डोळे कामातून गेले होते. मला नीट दिसत नसल्यामुळे जाड काचांचा चष्मा लावावा लागत होता. त्यामुळं बाबूजीच - मी जयप्रकाशना बाबूजी म्हणत असे - सगळा कागदोपत्री व्यवहार बघत असत. त्यांना माझ्यापेक्षा जास्त शिकण्याचं भाग्य लाभलं होतं. त्यामुळं त्यांना सगळ्या अधिकृत कागदपत्रांतलं वगैरे चांगलं समजत असे. खरं सांगायचं, तर आम्ही धडाक्यात काम करत होतो. अवघ्या काही महिन्यांतच आम्ही बांदा जिल्ह्यातल्या सगळ्या खेड्यांत शेकडो महिलागट स्थापन केले.

मात्र यात अडचण अशी होती की, संघटनेच्या खजिन्यात पैसा येतच नव्हता. सरकारी योजनेनुसार प्रत्येक स्वयंसहायता गटस्थापनेसाठी मिळणारे २००० रुपये मिळवण्यासाठी जयप्रकाशला बँकेचं स्टेटमेंट लागत असे. पण बहुतेकसे गट अजून आपल्या पायावर उभे राहत होते. अजून त्यांनी कर्जमागणी केलेली नव्हती. गटस्थापनेच्या सतत वृद्धिंगत होणाऱ्या आकड्यांमुळं उन्माद चढलेले जयप्रकाश या गटांचे प्रकल्प आकाराला आणायचे आहेत, ही गोष्ट सरळसरळ विसरलेच होते. मी त्यांना याबाबत सावध केलं नव्हतं असं नाही!

यात भरीस भर म्हणून कर्जासाठी अर्ज केल्यानंतर सरकारकडून पैसे तबदील होण्यास कधीकधी कित्येक महिने लागत असत. मी जेव्हा या कामाला प्रारंभ केला, तेव्हा मला ५०० रु. आगाऊ मिळाले होते. तेवढे सोडले, तर अजूनपर्यंत मला पैही मिळाली नव्हती. आम्ही त्यांच्या संघटनेमध्ये समान भागीदार बनलो होतो. त्यामुळं सरकारकडून त्याचे पैसे आल्यानंतर त्यांनी मला पैसे द्यायचे असं ठरलं होतं. मात्र त्यांनी माझ्यावर काम सोपवण्याआधीच पुश्ना आणि लालशा या दोन बायकांना कामावर नेमलेलं होतं. त्यांना मात्र ते अगदी सुरुवातीपासूनच नियमित पगार देत होते. त्यासाठी सरकारी पैशांची वाट बघत नव्हते. त्यांना ते स्वतःच्या खिशातून पैसे देत होते. अखेर त्यांनाही पैशांची चणचण सुरू झाली आणि त्यांना बायकोचे दागिने विकावे लागले. त्यांची बायको-मुलं अतार्रापासून ६० किमीवर असणाऱ्या फतेहपूर या गावात राहत असत. बाबूजी कामाच्या निमित्तानं सतत प्रवास करत असायचे. त्यामुळं ते त्यांना फारसे भेटत नसत. मात्र शक्य होईल तेव्हा काही दिवसांसाठी ते घरी जात असत. त्यांची बायको सरकारी खात्यात साहाय्यकपदी काम करत असे. तिला फारसा चांगला पगार नव्हता. बाबूजींना पैशाची चणचण भासू लागल्यावर त्यांना आपली सोन्याची माळ आणि बांगड्या काढून देण्यापलीकडं तिच्याजवळ दुसरा मार्गच नव्हता.

या साऱ्यात सर्वाधिक वाईट गोष्ट म्हणजे पुश्ना आणि लालशा चोर निघाल्या. जयप्रकाश त्यांनी स्थापन केलेल्या गटांचे कर्जमागणीचे अर्ज घेऊन बँकेत गेले, तेव्हा त्यांना ही गोष्ट समजली. पुश्ना आणिस लालशा आमच्यासोबत काम करत असताना आणखी एका NGO साठीही काम करत होत्या. त्यांनी त्यांचे सगळे गट दोन ठिकाणी नोंदवले होते. दुसऱ्या संघटनेनं झटपट कर्ज उचललं होतं आणि बाबूजींच्या डोक्यावर १०,००० रुपयांचं देणं झालं होतं. पण हे काहीच नाही म्हणावं, असा पुढचा प्रसंग होता. या दोघींनी केलेल्या घोटाळ्यामुळे आणि गळ्यापर्यंत आलेल्या कर्जामुळं सावध झालेले जयप्रकाश अद्याप प्रतीक्षेत असलेल्या सगळ्या गटांचे कर्जमागणीचे अर्ज घेऊन झटपट बँकेत गेले. तिथं मॅनेजरनं त्यांना पुश्ना आणि लालशानं आमचा निधी दुसऱ्या NGO च्या खात्यावर ट्रान्सफर केला असल्याचं सांगितलं. त्याच वेळी त्यांच्या खात्यावरून आमच्या खात्यावर ६००० रुपये चुकून ट्रान्सफर झाले होते. भारतात बँकांत अशा प्रकारचा गोंधळ नित्याचाच असतो. त्या दरम्यान स्वयंसहायता गटासंदर्भातले घोटाळेही सर्रास सुरू झाले होते. बऱ्याच NGOs बँकांच्या ग्राहकच होत्या. मग आम्ही त्या बँक-मॅनेजरला न्यायालयात खेचलं. तो खटला अजूनही चाललाच आहे.

आमच्या नुकत्याच केलेल्या कर्जमागणीच्या अर्जांसाठी अद्याप आम्हाला शुल्क मिळायचं होतं. ती आमची जमेची बाजू होती. हे पैसे आम्हाला 'ब्लॉक डेव्हलपमेंट ऑफिसर' म्हणजेच BDO कडून मिळणार होते. तिथं दुसराच माणूस बदलून आला होता. त्या कामाची काय प्रगती झालीय, हे पाहण्यासाठी बाबूजी त्याला भेटायला गेले, तेव्हा त्यानं स्पष्टच सांगितलं.

"आम्ही तुम्हाला जवळपास १,००,००० रुपये देणार आहोत."

"बरोबर."

"रक्कम बरीच आहे."

"आम्ही खूप कामही केलंय."

"तुमची तुमच्या नफ्यातला वाटा देण्यास काही हरकत नसावी."

"तुम्हाला काय म्हणायचंय?"

"९०,००० मिळाले काय किंवा १,००,००० रुपये मिळाले काय, तुम्हाला काय फरक पडतो?"

"बराच फरक पडतो!"

"तुमची मर्जी. पण मी म्हणतो तसं केलंत, तर तुमची फाईल गठ्ठ्यात सगळ्यात वर जाईल. तुम्ही माझ्याशी चांगलं वागलात, तर मीही तुमच्याशी चांगलं वागेन आणि सगळ्यांचाच फायदा होईल."

बाबूजींनी त्याचे हात ओले करण्यास नकार दिला. या जबरदस्तीच्या वसुलीपुढं

मान तुकवण्याऐवजी त्यांनी 'काहीही मिळालं नाही तरी चालेल' अशी भूमिका घेतली. मग त्या BDO नं आम्हाला त्रास द्यायला सुरुवात केली. एके दिवशी तो जयप्रकाशच्या ऑफिसमध्ये आला. त्याच्या सोबत एक गुंड आणि त्याचं टोळकंही होतं. त्यानं धमकीच्या सुरात बोलायला सुरुवात केली,

"तर मग, अजूनही तुमचा पैसे देण्यास नकारच आहे?"

......

"तुम्हाला सांगून ठेवतो, तुम्ही हा हट्ट सोडला नाहीत, तर तुम्हाला तुमच्या पैशातला छदामदेखील कधी पाहायला मिळणार नाही."

....

"तुम्ही माझा मित्र बघताय ना? पुढच्या वेळी मी तुम्हाला भेटायला येईन, तेव्हा तो तुमच्याशी असं चांगलं वागणार नाही."

ते लोक निघून गेल्याबरोबर मी आणि बाबूजी पोलीसठाण्यात धावलो. आधी तिथल्या पोलिसानं माझं म्हणणं ऐकून न ऐकल्यासारखं केलं, पण मी त्याला "तो गुंडही सोबत आला होता आणि आम्हाला सरळसरळ धमकी देत होता" हे सांगताच त्यानं माझं बोलणं मध्येच तोडलं.

"मला तो माणूस माहीत आहे. त्याची मंत्र्यांशी ओळख आहे. मी त्याच्याविरुद्ध काहीही करू शकत नाही."

"त्याचा आमच्या केसशी काय संबंध? तो मंत्र्याला ओळखत असला, तरी मला काही फरक पडत नाही. समजा त्याची पंतप्रधानांशी ओळख असली तरी, त्यानं काही चुकीची गोष्ट केली, तर त्याला शिक्षा व्हायलाच हवी!"

"गप्प बस. फालतू बडबड करू नकोस. तुझ्याबरोबर हा माणूस कोण आहे?"

"हे जयप्रकाश. संघटनेचे समन्वयक."

"ए, याला आत टाका!"

अशा प्रकारे भित्र्या पोलिसानं एकच गोष्ट केली – जयप्रकाशला तुरुंगात टाकलं! एका भ्रष्ट अधिकाऱ्यानं आमच्याकडून जबरदस्तीनं पैसे वसूल करण्याचा प्रयत्न केला, त्याच्या बगलबच्च्यांनी आम्हाला मारहाण करण्याची धमकी दिली आणि अटक झाली ती आम्हालाच! 'हा हलकट स्वत:ला समजतो तरी कोण?' मी संतापानं नुसती धुमसत होते. तो बाबूजींना बेड्या घालण्यासाठी पुढं होताच, मी क्षणाचाही विचार न करता पुढं झाले. त्या दोघांच्या मध्ये उभी राहिले आणि पोलीसठाण्यातच त्याच्या श्रीमुखात एक खाडदिशी भडकवली!

बाबूजी जागीच थिजले होते. त्यांचा त्यांच्या डोळ्यांवर विश्वासच बसत नव्हता. ते माझ्याकडं डोळे फाडून बघत राहिले. तो पोलीस तर मी वेडी असल्यासारख्या नजरेनं माझ्याकडं बघत होता. मग तोच डोक्यावर परिणाम झाल्यासारखा आकांडतांडव

करू लागला.

"तुला वेड लागलंय की काय? तुम्ही सगळे साक्षीला आहात. या बाईचं डोकं फिरलंय. तिनं आता काय केलं ते पाहिलंत?"

तो पोलीस धाडकन दार बंद करून तिथून बाहेर पडला. त्याला धक्का बसला असला, तरी त्याच्या डोक्यावर परिणाम झाला नव्हता. त्यानं माझी तक्रार नोंदवून घ्यायला नकार दिला होता. आता तो माझ्याविरुद्ध काहीही करू शकत नव्हता. मी मात्र हा विषय इथंच संपू देणार नव्हते. अजिबात नव्हते!

"चला बाबूजी. आपण त्यांना असं आपल्याला तुडवू द्यायचं नाही."

"तुम्ही कुठं निघाला आहात?"

"अतार्रामधला इन्स्पेक्टर काहीही करणार नाही. आपण सरळ त्याच्या बॉसकडं जाऊ या."

"त्याच्या बॉसकडं?"

"जिल्हा अधीक्षकांकडं! चला!"

जिल्हा पोलीस अधीक्षकांचं ऑफिस जिल्ह्याच्या ठिकाणी म्हणजे बांद्याला होतं. आम्ही बसनं बांद्याला गेलो. आम्हाला अधीक्षक महोदयांची भेट दोन तासांनी मिळाली. आम्ही त्यांना भेटलो, तेव्हा मी त्या पोलिसाच्या थोबाडीत मारल्याचा अजिबात उल्लेख केला नाही. खरंतर ते इतकं महत्त्वाचं नव्हतंच. मी त्यांना सांगितलं, "तुमच्याच एका माणसानं मला अनादराची वागणूक दिली असून जबरदस्तीनं पैसेवसुलीचा प्रयत्न आणि शारीरिक इजा करण्याची धमकी दिल्याप्रकरणी तक्रार नोंदवून घेण्यास नकार दिला आहे." त्यांनी या प्रकरणाची खातरजमा करून घेऊन माझ्या बोलण्यात तथ्य आढळल्यास संबंधित अधिकाऱ्याला निलंबित करीन असं सांगितलं. आम्ही त्यांचे आभार मानून तिथून निघालो. अधीक्षक महोदयांनी दिलेला शब्द पाळला. म्हणजे बराचसा पाळला. अतार्रामधल्या इन्स्पेक्टरला निलंबीत करण्यात आलं नाही, पण त्याची बदली झाली आणि धाकदपटशानं पैसे उकळणारा तो BDO एकटा पडला.

मला वाटतं, माझ्यात काहीतरी विलक्षण ताकद आहे, ही गोष्ट जयप्रकाश कायमच ओळखून होते. मी खूप खूप पुढं जाऊ शकते, ही गोष्ट त्यांना जाणवली असणार, पण किती पुढं ते मात्र त्यांच्या लक्षात आलं नव्हतं. पोलिसाच्या थोबाडीत लावण्याच्या प्रकारानंतर ते माझ्याकडं वेगळ्याच नजरेनं पाहू लागले. त्यांना माझं असं एकदम टोकाला जाणं भयावह वाटलं असणार, पण त्याचंच त्यांना आकर्षणही वाटत होतं. आता त्यांचा माझ्यावर विश्वास बसला होता. अर्थात त्यांच्यापाशी काहीच उरलं नव्हतं. त्यांच्या संघटनेचं पैशांअभावी दिवाळं वाजलं होतं. त्यांना

काय करावं तेच समजत नव्हतं.

“बाबूजी, सगळ्यात महत्त्वाचं म्हणजे आता मागं फिरायचं नाही. जे सुरू केलंय ते पुढं सुरूच ठेवायचं. आपण स्थापन केलेले सगळे गट अजूनही टिकून आहेत. आपण त्यांना विकास घडवण्यासाठी साहाय्य करायचं. बँकेचं कर्ज मिळो वा ना मिळो. या स्वयंसहायता गटांबद्दलचं माझं मत सांगते. बायकांना हे सगळं खूप गुंतागुंतीचं वाटतं. तुम्ही वर्षानुवर्षं कर्जाच्या ओझ्याखाली राहणार असाल, तर अशी कर्जं काढण्यात काय अर्थ आहे? माझ्या पद्धतीमध्ये बायका धोका पत्करत नाहीत. त्या फक्त त्यांची बचत गुंतवतात आणि पुढं जेव्हा नफा होऊ लागतो, तेव्हा तो गुंतवतात. या सगळ्या बायकांना साहाय्य करता येण्याजोगं बरंच काही आहे! कृपा करून माघार घेऊ नका.”

मी त्यांची समजूत घातली; त्यांना पाठबळ दिलं आणि त्यांनी मला सगळ्या प्रशासकीय कामात मदत करायचं कबूल केलं. आम्ही पूर्णत: मोडून पडलो होतो. सुदैवाची गोष्ट म्हणजे आम्ही ज्या बायकांना मदत करत होतो, त्या आम्हाला मधूनमधून पाच रुपये देत होत्या. आम्ही दिवसभर या खेड्यातून त्या खेड्यात सायकलवरून भ्रमंती करत आमच्या गटांना प्रेरणा देत होतो. मी घर चालवण्यासाठी आणि बाबूजींची कर्जं फेडण्यासाठी कपडे शिवून पैसे मिळवत होते. हळूहळू मी आसपासच्या खेड्यांत परिचित होत होते. अधिकाधिक अनाहूत महिला माझ्या घरी माझा सल्ला घ्यायला येत होत्या. दिवसभर घरी असे पाहुणे येत असत. शिवाय दुपारी माझे शिवणवर्ग सुरू असत. त्यामुळं घर सतत माणसांनी गजबजलेलं असे. माझा मुलगा कामता आणि मुलगी निशा अद्याप आमच्याच सोबत होते. दुपारी शाळा सुटल्यानंतर त्यांना गृहपाठाकडं लक्ष देणं अवघड होत होतं. मुन्नीलालला आमच्या घरातला हा सततचा राबता सहन होत नव्हता. आता आमच्या घरात त्याला घरपण वाटत नाही, हे मला दिसत होतं. ही अवस्था अशीच चालू ठेवणं शक्य नव्हतं. मी या गोष्टीचा सतत विचार करत होते. त्यातून मला एकच मार्ग दिसला. तो म्हणजे : या बायकांना आमच्या घरी न बोलवता त्यांना बाहेर कुठेतरी भेटायचं. मी बाबूजींबरोबर अतार्रामध्ये काम करण्याची कल्पना बोलून दाखवताच माझ्या कुटुंबानं अक्षरश: सुटकेचा नि:श्वास सोडला. अखेर तो क्षण येऊन ठेपला होता. मी निवडलेल्या मार्गापासून मला बाजूला वळवण्याचा प्रयत्न करण्यात काहीही अर्थ नाही, हे माझ्या नवऱ्यानं केव्हाच ओळखलं होतं. शिवाय आता मुलंही मोठी झाली होती. कामता झाशीच्या विद्यापीठात कृषी अभ्यासक्रमासाठी जायच्या तयारीत होता. झाशी बदौसाहून बरंच लांब होतं. माझी धाकटी निशा पंधरा वर्षांची झाली होती. आता एक दिवस तीही तिच्या घरी जाणार होती. मला अतार्राला जाण्यासाठी सर्वाधिक प्रोत्साहन दिलं ते तिनंच!

''अम्माजी, तुला हवं ते कर. तुझ्या दृष्टीनं तुझं काम महत्त्वाचं असेल, तर तू त्यावर लक्ष एकवटलं पाहिजेस. माझी काळजी करू नकोस. मी इथं मजेत आहे आणि तू आम्हाला भेटायला वरचेवर इथं येऊ शकतेसच. अतार्रा फक्त पाच किलोमीटरवर तर आहे.''

निशा बरीचशी माझ्यासारखीच होती. वयाच्या तेराव्या वर्षीच तिला चांगली समज आली होती. तिच्या शुभेच्छांखेरीज मला कधीच जाता आलं नसतं. पण मला माझ्या वडलांचे आशीर्वादही हवे होते, म्हणून मी त्यांना भेटायला कैरीला गेले आणि त्यांना माझी ही कल्पना सांगितली.

''बाप्पाजी, तुम्हाला माझं काम माहीत आहे. ते मी एकटीच्या जोरावर नाही करू शकत. जयप्रकाश नावाचे एक जण माझ्या ओळखीचे आहेत. त्यांच्यासोबत मी फार चांगलं काम करते. दिवसदिवस त्यांच्यासोबत राहणं माझ्यासाठी अडचणीचं ठरेल असं वाटतं का तुम्हाला?''

''तू त्यांच्यावर पूर्णपणे विश्वास टाकू शकतेस?''

''हो बाप्पाजी.''

''माझा तुझ्यावर विश्वास आहे. तुला जे योग्य वाटेल ते कर.''

अतार्राला राहायला जाणं मोठं छान होतं, पण तिथं राहायचं म्हणजे पैशाची गरज भासणार होती. मी आपल्या दोघांसाठी घर घेऊ या म्हणून जयप्रकाशच्या मागं लागले होते. म्हणजे आम्हाला ऑफिस आणि घर एकाच ठिकाणी थाटता आलं असतं.

''बाबूजी, आपल्याला दोन ठिकाणी भाडं भरणं परवडणारं नाहीय. शिवाय आपण सकाळपासून रात्रीपर्यंत एकत्रच काम करणार. त्यामुळं हाच मार्ग अधिक सोयीचा ठरेल.''

''हो, पण लोक काय म्हणतील?''

''त्यांची कोण पर्वा करतंय? यात त्यांचा काहीही संबंध नाही. आपल्याला पाऊल वाकडं टाकायचंच असतं, तर ते आपण एका छताखाली न राहताही टाकू शकलो असतो. महत्त्वाचं आहे, ते स्वतःशी प्रामाणिक राहणं. माझा स्वतःवर विश्वास आहे. तुमचा तुमच्यावर विश्वास आहे. आपली सदसद्विवेकबुद्धी आपल्यासोबत आहे.''

''हो, अर्थातच! पण माझ्या कुटुंबाला काय वाटेल याची चिंता आहे.''

''त्यांचा तुमच्यावर विश्वास असेल, तर ते काहीही म्हणणार नाहीत.''

ही गोष्ट मुन्नीलालनं स्वीकारली. मी काहीही चुकीचं वागत नव्हते, हे त्याला

ठाऊक होतं. आमचं लग्न झाल्यानंतर सुरुवातीच्या काळात माझं इतर पुरुषांशी बोलणं त्याला सहन होत नसे, पण नंतर तो माझ्या स्वातंत्र्याचा मान राखायला आणि माझी सुशिक्षित लोकांशी संपर्क साधण्याची गरज जाणायला शिकला होता. त्याचा माझ्यावर विश्वास होता आणि हेच महत्त्वाचं होतं. त्यानंतर आमची कितीही वादावादी झाली, तरी त्यानं कधीही माझ्या नीतिमत्तेबद्दल जराही कडवट शेरेबाजी केली नाही किंवा माझ्या वागण्याबद्दल प्रश्नचिन्ह उपस्थित केलं नाही.

अशा प्रकारे मी जयप्रकाशसोबत अतार्राला राहायला गेले. तिथं आम्ही मुख्य रस्त्यावर एका दुमजली घराच्या तळमजल्यावरची एक छोटी खोली भाड्यानं घेतली. ते घर अगदीच साधं होतं. त्या बिनखिडकीच्या खोलीत सारवलेली जमीन होती आणि सगळ्या गोष्टी ठेवायला एकच मोठं कपाट होतं. बाहेरच्या बाजूला छप्पर घातलेलं अंगण होतं. तिथं आम्ही भेटायला येणाऱ्यांची व्यवस्था केली होती.

सुरुवातीला आमचं एकत्र राहणं जयप्रकाशच्या पचनी पडत नव्हतं. लोक काय म्हणतील या विचारानं त्यांचा धीर खचत होता. जसं काय आमच्यापाशी लपवण्याजोगं काही होतं! पण हळूहळू ते या गोष्टीला सरावले. आज आम्ही दीर्घकाळचे मित्र असल्यासारखे वागतो. संध्याकाळी आम्ही एकत्र जेवतो. एकच ताट, एकच चमचा वापरतो. त्यानंतर कधीकधी टीव्ही बघतो किंवा गप्पा मारतो. अधूनमधून ते मला एखादा लेख वाचून दाखवतात, जे आता मला माझ्या अधू नजरेमुळे शक्य होत नाही. त्यानंतर मी खोलीत झोपते आणि ते बाहेर बाजल्यावर आडवे होतात. बरेचदा ते चंपाच्या नवऱ्यासोबत झोपतात. त्याचा दवाखाना त्याच घरात आमच्या शेजारीच आहे.

आपण अर्थातच अफवांचं पीक रोखू शकत नाहीच. ते फोफावतंच! पण मला त्याच्याशी काहीही देणं-घेणं नाही. मला लोक जेव्हा स्पष्टीकरण मागतात, तेव्हा मी त्यांचे असले प्रश्न उडवून लावते.

"तुम्ही एकाच ताटात जेवता वाटतं?"

"आम्ही एकाच ताटात जेवतो, हे खरं आहे."

"म्हणजे तुम्ही दोघं खरंच एकाच घरात राहता?"

"आम्ही एकाच घरात राहतो. होय."

"तो मालक आहे?"

"हो, घर त्याचंच आहे."

"पण तो तुमचा नवरा आहे का?"

"हो, त्याचं लग्न झालंय."

"समजलं. तो फक्त तुमच्या मुलांचा बाप आहे?"

"तो बाप आहे. होय."

मी त्यांच्या प्रश्नांची उत्तरं का द्यावीत? मला या सगळ्या दांभिकतेची शिसारी येते. केवळ मी दिवसभर या माणसासोबत असते, म्हणून मी त्याच्यासोबत झोपत असले पाहिजे असं समजायचं! आणि एका ताटात जेवण्यात चुकीचं काय आहे? आम्ही ताट शेअर करतो; बिछाना नाही.

काही बायका मिस्कीलपणे म्हणतात,

"मी माझ्या नवऱ्याच्या ताटात जेवत नाही. एवढंच काय, मी तर त्याच्याबरोबर जेवतच नाही."

त्या नवऱ्यासोबत जेवत नाहीत. तो समोर असताना पदरानं चेहरा झाकून घेतात. विनयशीलता दाखवण्यासाठी किंवा भित्रेपणामुळं हे सरळच आहे. पण म्हणून काही त्या गरोदर व्हायच्या राहत नाहीत. मग असला अकारण बाऊ कशासाठी? स्वतःच्याच नजरेला नजर देता येऊ नये असं आपण काहीही केलेलं नाही, हे मी जाणते. तीच माझी ताकद आहे. जर आमच्या दोघांमध्ये असं काही घडलं असतं, तर मी माझ्याच नजरेतून कायमची उतरली असते. माझं खरं घर बदौसामध्ये आहे, ही गोष्ट मी कधीही विसरलेले नाही. मी आठवड्यात कित्येकदा माझ्या घरी जाते आणि जयप्रकाशनाही शक्य तेव्हा त्याच्या घरी जाण्याचा – ते लांब असूनही - आग्रह करते. त्यांनी माझ्या कौटुंबिक आयुष्यात जास्त गुंतू नये, यावर माझा कटाक्ष असतो. माझ्या मुलांना त्यांच्याबद्दल खूप आदर आहे. इतका की, जयप्रकाश कधीकधी त्यांना उपदेश करू लागतात, विशेषतः माझ्या मुलाला. असं घडतं तेव्हा मला त्यांचा फार राग येतो. अशा वेळी मी कायम त्यांना पुन्हा वळणावर आणते.

"तुम्ही माझ्या घरातले बॉस नाही आहात. त्यामुळं कुटुंबप्रमुख असल्याच्या थाटात वागू नका. मी त्यांची आई आहे. तुम्ही त्यांचे कुणीही लागत नाही, हे लक्षात ठेवा."

आपलं व्यावसायिक काम आणि आपलं खासगी जीवन यादरम्यानच्या सीमारेषेचा आदर राखला जाणं माझ्या लेखी अत्यंत महत्त्वाचं आहे. आम्ही अतार्रामध्ये आलोय ते कामासाठी. आम्हा दोघांना करण्याजोगं खूप काही आहे. इतर कशावरही फुकट घालवायला आमच्याजवळ वेळ नाही.

गँगप्रमुख

आता आमचं सुमारे ५०,००० लोकवस्तीच्या छोट्या गावात मुख्यालय बनलं होतं. हे गाव बदौसापेक्षा फार मोठं नव्हतं. खरंतर अतार्रा हे मोठ्या खेड्यासारखंच होतं. सगळीकडं गुरंढोरं, साधी घरं, कच्चे रस्ते. आमच्या घरासमोरून जाणारा मुख्य रस्तासुद्धा मातीचा कच्चा रस्ताच होता. पण ते महत्त्वाचं स्थानिक केंद्र होतं. दिवसा तिथं बरीच गजबज असायची. रस्त्यावरचे अवैध व्यापारी, तिथूनच वाट काढणाऱ्या काही गाड्या, रस्त्यात झोपलेल्या गायी, कचऱ्यावर अधाशीपणे तुटून पडलेली डुकरं; पण सगळ्यात महत्त्वाचं म्हणजे तिथं घर होतं. अर्थात मी अजूनही खेड्याखेड्यांत जातच होते. तिथला प्रत्येक मेळावा ही केवळ गटाच्या कार्यपद्धतीबद्दल बोलण्याचीच नव्हे, तर खेडूत रहिवाशांच्या आणि प्रत्येक स्त्रीच्या व्यक्तिगत जीवनाबद्दल बोलण्याची संधी होती. बायकांना अशा मेळाव्यांमध्ये मन मोकळं करणं अधिक सोपं वाटत असे आणि मीही त्यांच्या सगळ्या समस्या अगदी मनावर घेत असे. आदल्या वर्षी मी अनेकदा त्यांच्या वतीनं भ्रष्ट अधिकारी किंवा चिडखोर हिंस्र नवरा अशा प्रकरणांत पडले होते. आतातर हे सर्रासच सुरू झालं होतं. कुठलाही अन्याय पाहिला की, मला प्रचंड चीड येत असे आणि त्यातूनच मी कृती घडवण्यास उद्युक्त होत असे. मला स्वतःला आवरताच येत नसे. माझ्या या कामाची मौखिक प्रसिद्धी होत गेली आणि माझ्याकडं अधिकाधिक महिला सल्ला घ्यायला येऊ लागल्या. त्या मी त्यांच्या घरी जाण्याची वाट न बघता, थेट आमच्याकडं येऊ लागल्या. अशा प्रकारे आमच्या घरी संपूर्ण दिवसभर राबता असे. लवकरच आमचं घर अविरत कार्याचं केंद्रच बनलं. समस्याग्रस्त महिला भेटीसाठी रांगा लावून थांबू लागल्या. मी कॉंक्रीटच्या पोर्चमध्ये बाजल्यावर बसून त्यांचं म्हणणं ऐकून घेत असायचे. आता आमचा फक्त स्वयंसहायता गटांशी निगडित बाबींमध्ये सल्ला घेतला जात नव्हता. आता बायका मला सगळ्या प्रकारच्या निरनिराळ्या समस्या सांगण्यासाठी येत होत्या; छळवादी सासूपासून ते वारसाहक्कापर्यंत किंवा कायदा पायदळी तुडवणाऱ्या एखाद्या दांडगट खेडुतापर्यंत

सगळ्या प्रकारच्या समस्या माझ्यासमोर येत होत्या.

एके दिवशी दलित स्त्रियांचा एक छोटा गट आमच्या घरी आला. एका श्रीमंत जमीनदारानं त्यांच्या खेड्यातल्या मुख्य जाण्यायेण्याच्या रस्त्यावर मध्येच घर बांधायला सुरुवात केली होती. ती जागा सार्वजनिक होती, त्यामुळं त्याला तिथं बांधकाम करण्याचा हक्कच नव्हता. आत्ता त्यानं फक्त एकच भिंत बांधली होती, पण ती इतकी रुंद होती की, त्यामुळं आख्खा रस्ताच अडला होता आणि बायकांना पलीकडं जाण्यासाठी मोठा वळसा घालून जावं लागत होतं. त्या खेड्यात एक निराळी गोष्ट होती. ती म्हणजे त्या खेड्याची 'प्रधान' एक स्त्री होती. हे ऐकताच माझ्या सर्वप्रथम मनात आलं की, आपण तिच्याकडं जाऊन यासंदर्भात काय करता येईल यावर चर्चा करावी. ती चांगली होती, पण तिचे हात बांधले गेले होते. पोलिसांना बोलावण्यातही काही अर्थ नव्हता. त्यांनी अशा ताकदवान माणसाविरुद्ध आमच्या बाजूनं कधीच काहीही केलं नसतं. अशा प्रकारचं अतिक्रमण हटवायला हवं होतं, पण सगळे पुरुष नंतर त्यांचा सूड घेतला जाईल या गोष्टीला घाबरत होते. अशा परिस्थितीत एक महिला-प्रधान काय करणार? तिचा अधिकार खेड्यातल्या अधिपतींपुढं काय टिकाव धरणार?

तिथून परत येताना मी माझ्याबरोबर आलेल्या दोघी-तिघींना त्यांच्या शेजाऱ्यापाजाऱ्यांसह मला अतार्राला येऊन भेटा, असं सांगितलं. मला त्यांच्याशी बोलायचं होतं.

"तुम्ही जे सांगताय त्याला तुमच्या प्रधानबाईंनीही पुष्टी दिलीय. तुमच्या खेड्याचे दोन भाग करणारी ती भिंत मीही पाहिलीय. ती भिंत पाडली पाहिजे, या तुमच्या मताशी मीही सहमत आहे. माझी तुम्हाला मदत करायची इच्छा आहे, पण एका अटीवर; आपण सगळ्यांनी मिळून ती भिंत पाडायची."

विटांची भिंत पाडणं हे अतिशय ताकदीचं काम होतं, हे मला समजत होतं. पण मी त्या बायकांच्या नवऱ्यांपेक्षा त्या बायकांनाच सहभागी करून घेण्यामागं एक कारण होतं. समजा, पोलीस आलेच, तर बायकांना फारसा धोका नव्हता, पण पुरुषांना मात्र ताबडतोब अटक करून तुरुंगात टाकलं जाण्याची शक्यता होती. स्त्रियांच्या कमजोरीचेही फायदे असतात!

मग लगेचच रात्री ही मोहीम फत्ते करायचं ठरलं. त्या दिवशी सायंकाळी खेड्याच्या वेशीजवळ सुमारे शंभरएक बायका माझी वाट बघत थांबल्या होत्या. मग आम्ही मिळून त्या बांधकामाच्या जागेवर गेलो. ती भिंत उंचच उंच बांधलेली होती आणि आमच्याजवळ तर फक्त आमचे हात हीच ताकद होती, पण आम्ही पद्धतशीरपणे काम केलं. त्या विटा नुसत्या एकमेकींवर रचलेल्या होत्या. त्या सहजपणे पाडता आल्या. पहिली वीट पाडायला जरासा वेळ लागला. आम्ही

दगडानं त्यावर ठोकत राहिलो. अखेर वीट दुसऱ्या बाजूला जाऊन पडली. बाकीच्या विटा आणखी सहजपणे पाडता आल्या. प्रत्येक बाईनं एकेक वीट खेड्याबाहेर शंभर मीटरवर नेऊन टाकली. हे सगळं काम खूप वेळखाऊ होतं. पण आम्ही चांगली प्रगती केली होती. काही तासांतच तिथं भिंतीचं नामोनिशाणही उरलं नाही आणि रस्ता पुन्हा पूर्ववत खुला होऊन तिथून येणं-जाणं शक्य झालं. त्या बायका नुसत्या थरारून गेल्या होत्या. त्या जमीनदाराला जेव्हा काय घडलंय हे कळेल तेव्हा त्याचा चेहरा कसा होईल, या विचारानं हसत होत्या. त्यानंतर आम्ही सगळ्या जणी झोपायला गेलो, पण मनात जराशी धाकधूक होतीच की आता काय होईल? मी वरकरणी दाखवत नसले, तरी मीसुद्धा घाबरलेच होते!

दुसऱ्या दिवशी त्या जमीनदाराला घडला प्रकार समजताच तो त्याची अस्तित्वात न उरलेली भिंत पाहायला धावत आला आणि संतापानं फणफणत थेट प्रधानबाईंकडं गेला. तो विध्वंसाची शिकार ठरलाय असं त्याचं म्हणणं होतं.

"काय घडलंय ते माहीत आहे मला! हा सगळा तुमचा दोष आहे! तुम्हीच त्यांना माझ्या विरोधात जायला चिथावलंत. तुम्हाला हे खूप महागात पडणार आहे."

अशा धमक्या देत तो दाणदाण निघून गेला. त्यानंतर काही तासांतच पोलीस प्रधानबाईंच्या घरी आले आणि त्यांची बाजू ऐकूनही न घेता त्यांनी त्यांच्या नवऱ्याला घरातून ओढत नेलं. प्रधानबाई अतिशय चिंताक्रांत होऊन रडतच माझ्या ऑफिसात आल्या. मुन्नीलाल आणि मी आम्ही दोघांनी त्यांना दिलासा द्यायचा प्रयत्न केला आणि त्यांच्या नवऱ्याला सोडवण्यासाठी प्रयत्न करण्याचं कबूल केलं. मग आम्ही तिघं तिच्या खेड्यात गेलो. मग मी आदल्या रात्रीच्या मोहिमेत सहभागी असणाऱ्या सर्व बायकांना खेड्यातल्या मुख्य चौकात बोलवून घेतलं.

"आपण सर्वांत कठीण भाग फत्ते केला आहे, पण आपलं काम अजून पूर्ण झालेलं नाही. एका माणसाला अन्यायी अटक झाली आहे. आपण त्याला सोडवलं पाहिजे."

त्या सगळ्या जणी माझ्यामागून पोलीस-स्टेशनमध्ये आल्या. एव्हाना मला या प्रकारची कृती चांगलीच ठाऊक झाली होती. नेहमीप्रमाणे मी बायकांना त्या खिडकीतून दिसू शकतील, अशा जागी बसायला सांगितलं. पण या खेपेला मी आत गेले नाही, तर मी पोलिसानंच बाहेर येण्याची वाट बघत थांबले.

"इथं काय करतीयस? ही काही निवांत बसण्याची जागा नाहीय."

"आम्ही इथं निवांत बसायला आलो नाहीय. तुम्ही अटक केलेल्या माणसाच्या सुटकेची मागणी घेऊन आलोय आम्ही. त्या माणसाचा काहीही अपराध नाहीय. अटक व्हायचीच, तर ती बेकायदेशीररीत्या भिंत बांधणाऱ्या माणसाला व्हायला पाहिजे."

"तुला बरोबर नस सापडलीय. इथं तुझा काहीही संबंध नाहीय. हा तपास आम्ही करतोय, तू नाही."

"तुम्ही हे जरा जास्तच घाईगडबडीनं केलेलं दिसतंय. त्या माणसाला सोडा आणि मग तुमचा तपास करा."

"नाही सोडलं तर?"

"तर आम्ही इथंच ठिय्या मारू. गरज पडली तर कितीही दिवस!"

अर्थातच माझ्या बोलण्यावर त्याचा विश्वास बसला नाही. तो फक्त खांदे उडवून आत परत गेला. मी ज्या पार्श्वभूमीतून आलीय, तिथं पुरुषांना बायकांकडून धमकी ऐकण्याची सवय नसते. बायकाही त्यांच्यासारख्याच युक्त्या योजू शकतात, ज्यायोगे त्यांची बाजू कमजोर पडू शकते, हा विचारही कधी त्यांच्या मनात डोकावत नाही.

काही तास उलटल्यानंतरही आम्हाला तिथंच बसलेलं पाहून पोलीस थक्क झाले. अखेर वैतागून त्यांनी प्रधानबाईंच्या नवऱ्याला सोडलं. सगळ्या बायकांना सुटल्यासारखं झालं. त्यांना घरी जायचं होतं, पण मी त्यांना थांबवलं.

"तुम्ही कुठं निघालाय? पोलीस एका निष्पाप माणसाला अटक करतात. केवळ एका ताकदवान माणसानं त्यांना तसं करायला सांगितलं म्हणून आणि तुम्ही ही गोष्ट अशीच सोडून देणार? उद्या त्यांनी परत येऊन त्याला अटक केली, तर त्यांना कसं थांबवायचं? त्यांनी तुमच्या नवऱ्यांनाही आत टाकायला सुरुवात केली तर? तुमची तयारी आहे याला?"

"अर्थातच नाहीय, पण आम्ही काय करू शकतो? शेवटी ते पोलीस आहेत."

"अगदी सोपं आहे. आपण SMD (जिल्हा सब-मॅजिस्ट्रेट)ना भेटू या आणि या भ्रष्ट अधिकाऱ्यांविरुद्ध तक्रार दाखल करू या. आपण त्यांना नोकरीवरून कमी करण्याची मागणी करू शकतो. आपणच न्याय मागितला नाही, तर कोण मागणार?"

त्या बायका आणखी एका शक्तिप्रदर्शनासाठी फारशा उत्सुक नव्हत्या, पण आतमध्ये कुठंतरी मी बरोबर बोलतीय हे त्या जाणून होत्या. मॅजिस्ट्रेटनी माझी ताबडतोब दखल घेतली. खरंतर त्यांच्यापुढं दुसरा पर्यायच नव्हता. ऑफिसबाहेर बायका ठिय्या देऊन बसल्या आहेत, हे दृश्य चांगलं दिसत नाहीच. जे काही घडलं त्याचा माझ्याकडून वृत्तान्त ऐकताना त्यांच्या चेहऱ्यावर आस्थेवाईक भाव उमटले होते. ते खरे कळकळीचे होते की नाही कोण जाणे, पण माझं बोलून झाल्यानंतर त्यांनी मला प्रधानबाईंच्या नवऱ्याला अटक करणाऱ्या पोलिसाला नोकरीतून काढून टाकण्याचं वचन दिलं. मी त्यांचे आभार मानून तिथून बाहेर पडले. काही दिवसांनी

मला समजलं की, संबंधित पोलीस-अधिकाऱ्याला हटवलं आहे. अर्थात मी कसल्याही भ्रमात नव्हते. त्याची काही अंतरावरच्या एखाद्या दुसऱ्या खेड्यात फक्त बदली झालेली असणार, यात शंका नव्हती. आम्ही आम्हाला शक्य ते सगळं केलं होतं आणि तीच सगळ्यात महत्त्वाची गोष्ट होती.

मला या साऱ्याची प्रेरणा कशी मिळते; ज्या गोष्टींचा व्यक्तिशः माझ्यावर काही परिणाम घडणार नसतो अशा गोष्टींकडं मी कशी ओढली जाते या गोष्टीचा मी त्या वेळपर्यंत कधी विचार केला नव्हता. माझ्यात वाद-भांडणं मिटवण्याचं काही विशेष कौशल्य आहे, असं मला कधीही वाटलं नव्हतं. मग ते मी माझ्या कामात वापरण्याची गोष्ट तर दूरच! मी फक्त माझ्या अंतःप्रेरणेनुसार वागत होते. त्यात मला समाधान लाभत होतं. माझा भाऊ म्हणतो त्याप्रमाणे मी कृती करणारी बाई आहे, विचार करत बसणारी नव्हे.

मात्र जयप्रकाशनी मला सांगितलं की, ज्या दिवशी तुम्ही ती भिंत पाडलीत त्याच दिवशी मला कळून चुकलं की, तुम्ही खूप मोठी कर्तबगारी दाखवू शकता. तुमच्या पद्धती सर्वस्वी निराळ्या आहेत आणि तुमच्यात परिवर्तन घडवण्याची ताकद आहे. त्यानंतर काही काळानं आणखी एक प्रसंग घडला.

अशीच एकदा मी एका खेड्यात मेळाव्यासाठी गेले असताना एक बाई मला भेटायला आली. तिचा हात गळ्यात अडकवलेला होता. ती उंचीपुरी, छान बाई होती; पण तिच्या डोळ्यांत निराशा दिसत होती. ती बाई मध्यमवर्गीय घरातली दिसत होती. या इतक्या छान बाईला इतकं उद्विग्न होण्यासारखं काय बरं घडलं असेल?

"नमस्ते."

"नमस्ते."

"तुम्ही संपत पाल?"

"हो."

"मला तुम्ही मदत करू शकाल असं कळलं म्हणून आले. मी सगळे प्रयत्न करून थकले. आता तुम्हीच माझी शेवटची आशा आहात."

"मी काही मदत करू शकेल की नाही माहीत नाही, पण मला तुमची समस्या सांगा. माझी खात्री आहे की, आता काहीही करणं शक्य नाही असं वाटण्याजोग्या परिस्थितीतसुद्धा कायम आशेचा किरण असतोच."

"माझी समस्या बकऱ्यांच्या कळपाबाबतची आहे."

"कुठल्या बकऱ्या?"

"आमच्या शेजाऱ्यांच्या."

बकऱ्या! असा प्रसंग मी काही पहिल्यांदाच ऐकत नव्हते. खेड्यामध्ये फक्त एक बकरी आख्ख्या गावात फूट पाडू शकते. आता इथं त्यावरून शेजाऱ्यांच्यात भांडण होतं की काय?

"मग त्या बकऱ्यांनी तुम्हाला काय केलं?"

"त्या माझ्या शेतात चरत होत्या, त्या माझं पीक फस्त करत होत्या. मला त्यांना हुसकून लावणं गरजेचं होतं."

"मग तुम्ही काय केलंत?"

"मी त्यांना पळवून लावायचा प्रयत्न केला, पण ते पाहताच शेजारी आरडाओरडा करत धावून आले. त्यांनी मला शिवीगाळ केली. मी त्यांच्या बकऱ्यांना वाईट वागणूक देतीय, असा आरोप करू लागले. मी त्यांना सांगितलं की, तुमच्या बकऱ्या माझं कोवळं पीक नष्ट करतायत, पण त्यांनी काही ऐकूनच घेतलं नाही. ते तिघं जण होते. एकाजवळ काठी होती. त्यानं मला काठीनं बदडलं. त्यात माझा हात मोडला. मग मी तिथून पळून आले."

"तुम्ही या गोष्टीची पोलिसांत तक्रार दिली आहे?"

"मी आधी उपचारासाठी दवाखान्यात गेले. तिथून पोलीसठाण्यात गेले. पोलीस आधी माझं ऐकूनच घ्यायला तयार नव्हते. पण मी हटून बसले. शेवटी त्यांनी माझी तक्रार नोंदवून घेतली."

"मग तुमच्या शेजाऱ्याला अटक झाली का?"

"त्याला साधं विचारलंसुद्धा नाही. माझे शेजारी वजनदार माणसं आहेत. पोलिसांनी त्रास देऊ नये म्हणून त्यांनी पोलिसांना पैसे चारले असणार."

"हा प्रकार केव्हा घडला?"

"जवळपास महिना झाला. यासंदर्भात काहीच घडत नाहीय, हे पाहिल्यावर मी पुन्हा पोलीसठाण्यात गेले, पण त्यांनी 'आता प्रकरण तुमच्या हाताबाहेर गेलंय' असं सांगून माझी बोळवण केली. त्यानंतर मी दोन राजकीय पक्षांशी मदतीसाठी संपर्क साधला. दर वेळी मला स्थानिक प्रतिनिधीच्या भेटीची वेळ देण्यात आली, पण कुणालाच माझं म्हणणं ऐकून घ्यायचं नव्हतं. मी बकऱ्यांबद्दल सांगत होते, ते ऐकण्यात कुणालाच रस नव्हता. तुम्हाला पोलिसांना कसं हाताळायचं ते माहीत आहे असं ऐकलं."

"तसं नाही म्हणता येणार! पण आपण काहीतरी प्रयत्न करून पाहू."

मग मी तिच्याकडून आणखी एकदा ती कहाणी ऐकली. या खेपेला जयप्रकाशनी त्यातले मुद्दे टिपून घेतले. मग त्यांनी योग्य नमुन्यात तक्रारअर्ज तयार केला आणि आम्ही तिघं पोलीस ठाण्यात गेलो. तिथं ठाणेप्रमुख होते. त्या बाईला पाहताच त्याच्या चेहऱ्यावर वैताग उमटला.

“तू तिसऱ्यांदा येतीयस! आता तुला काय पाहिजे आहे?”

जयप्रकाश आणि मी गप्प राहिलो. तिलाच बोलू दिलं.

“तुम्हाला तसदी दिल्याबद्दल माफ करा, पण मी महिन्याभरापूर्वी तक्रार दाखल केलीय. त्या संदर्भात अजूनही काहीच कारवाई झालेली नाही. मला वाटलं, कदाचित तुम्ही ती तक्रार हरवली असेल, म्हणून मी दुसरी लिहून आणलीय. ही बघा”

“दे इकडं!”

तो इन्स्पेक्टर भडकला होता. त्यानं डोळे फिरवत तिच्या हातातून कागद हिसकावून घेतला आणि त्यावर काय लिहिलंय हे न पाहताच त्यानं तो टरकावून त्याचे तुकडे तुकडे केले.

“तू स्वत:ला समजतेस कोण? तुला काय वाटतं, मला माझं काम कसं करायचं ते समजत नाही? मी तुझ्यासारखे बरेच खोटारडे बघितलेत. कशात काही नसताना सतत बाऊ करत असतात. चार बकऱ्यांनी तुझ्या शेतातलं जरासं गवत खाल्लं म्हणून मला ताप द्यायची हिंमत कशी झाली तुझी?”

“माझ्या शेजाऱ्यांनी मला मारलंय! माझा हात मोडलाय!”

“गप्प बस आणि माझा वेळ फुकट घालवू नकोस! आता चालती हो आणि इथं पुन्हा यायचं नाही. समजलं?”

हे जाडं डुक्कर तर भयानकच होतं. आता काहीतरी करण्याची वेळ येऊन ठेपली होती. त्या पोलिसाला जर जास्त जोरात कोण आरडाओरडा करतंय, हेच पाहायचं असेल तर त्याची इच्छा आता पूर्ण होणार होती.

“तुम्हाला नीट समजलेलं नाहीय.”

“काय?”

“तुम्हाला या बाईचं म्हणणं समजलेलं नाहीय. त्या सांगतायत की, त्यांना तक्रार दाखल करायची आहे.”

“तुम्ही कोण?”

“मी संपत पाल आणि या बाई माझी मैत्रीण आहेत. तुम्ही त्यांचा अपमान केलात. हा अधिकार तुम्हाला कुणी दिला? तुम्ही पोलीस आहात, तुम्हाला पगार मिळतो ते अपराध्याला अटक करण्याचा. तुम्ही तुमच्या कामाला कधी सुरुवात करणार आहात?”

“तुम्ही मला घाबरवण्याचा प्रयत्न करताय का? विसरा ते! मी आजवर तुमच्यासारखी असली छप्पन्न तुणतुणी बघितली आहेत. माझ्यावर छाप टाकता येईल असं समजू नका.”

"माझ्यासारखी छप्पन्न पाहिली आहेत काय? तुम्ही काय बडबडताय ते तुम्हालाच समजत नाहीय. मी उद्या पुन्हा येईन. त्या वेळी माझ्यासारख्या छप्पन्न बायका कशा असतात ते बघा."

एवढं बोलून आम्ही शांतपणे उठलो. तो पोलीस तुच्छतेनं हसत होता. दुसऱ्या दिवशी मी तिथं परत गेले तेव्हा माझ्यासोबत पन्नास बायका होत्या. आता माझ्याकडं संपूर्ण जिल्हाभरातल्या निष्ठावंत समर्थक होत्या. त्यांना एकत्र जमवणं कठीण नव्हतं. स्त्रियांची ताकद हीच तर असते : त्या एकमेकींना आधार देतात. त्यांच्यापैकी कुणाला तक्रारदार बाई कोण आहे हेसुद्धा माहीत नसतं, पण त्यांना अपमान, मानखंडना, पाणउतारा काय असतो हे माहीत असतं. तोसुद्धा का, तर त्या 'वीकर सेक्स' असतात म्हणून!

आदल्या दिवशीचा तो पोलीस तिथं हजर नव्हता. त्यामुळं त्याच्या हाताखालच्यांनी 'आम्हाला काहीही करता येणार नाही, तुम्ही उद्या या' असं सांगितलं. पण म्हणून आम्ही माघारी फिरणार नव्हतो. उलट आम्ही तिथंच बाहेर बसून राहिलो. विजय मिळाल्याखेरीज तिथून न हलण्याचा आमचा निर्धार होता. पोलिसांना काय करावं हे समजत नव्हतं. अखेर दोन तासांनी त्यांनी माघार घेतली.

"ठीक आहे. आम्ही तुमची तक्रार नोंदवून घेऊ."

आपल्या दुर्देवी शेजारणीला मारणाऱ्या त्या माणसाचं पुढं काय झालं, ते मला आठवत नाही, पण एवढी खात्री आहे की, त्या वेळी ती केस चालली होती. पुरुष भित्रे असतात. तुम्ही फक्त त्यांच्यावर आवाज चढवावा लागतो. मुख्य गोष्ट असते ती धाडस दाखवण्याची! जे बायका क्वचितच करतात. पिढ्यान्‌पिढ्या बायकांची मुस्कटदाबी झाली आहे. परंपरेनं त्यांच्यावर लादलेले प्रतिबंध त्या स्वीकारत गेल्या आहेत. आज कायद्यानं त्यांना पुरुषांसमान हक्क दिले आहेत, तरीही नवऱ्यानं अपमान केला, तर स्वत:च्या बचावासाठी ठाम उभं राहण्याचं धाडस त्या अजूनही करत नाहीत किंवा त्यानं मारहाण केली, तर त्याच्याविरुद्ध तक्रार दाखल करत नाहीत किंवा अधिकारीवर्गाकडं निवृत्तीवेतनाची ठाम मागणी करत नाहीत. जर त्यांनी धाडस केलं तर त्यांना हे सारं मिळू शकेल, ही गोष्टच त्यांना समजत नाही. मी जे जे काही मिळवलं - मग ते बायकांच्या नवऱ्यांकडून असेल, प्रधान, पोलीस अथवा मॅजिस्ट्रेटकडून असेल - ते मी फक्त इतर बायकांच्या आवाजाच्या साथीनं दमदार आवाजात ओरडून मागितलं. आमचं अस्तित्व, आमच्या गटाची एकी हेच आमचं सामर्थ्य होतं. हे सगळं ध्यानात येणारी मीच पहिली व्यक्ती का होते, मला नाही माहीत. याही वेळी मी या साऱ्याचा आधी विचार केलेला नव्हता. पण हेच माझं जीवितकार्य आहे, हे स्पष्ट झालं होतं. माझ्यामध्ये समोरच्याला आपलं म्हणणं पटवून देण्याची जी ताकद आहे, त्याचा वापर करून महिलांना संघटित करण्याची

ईश्वरदत्त देणगी मला लाभलेली आहे. त्या देणगीचा वापर करणं, हे माझं कर्तव्य होतं. एक स्त्री एकटीनं काहीही करू शकत नाही, पण बऱ्याच स्त्रिया एकत्र आल्या, तर त्या दबाव टाकू शकतात; सत्तासूत्रं उलथून टाकू शकतात. एवढंच नव्हे, तर भ्रष्ट प्रशासकीय यंत्रणा थांबवूसुद्धा शकतात. या स्त्रियांना संघटित करून त्यांना कार्यप्रवृत्त होण्यास आवश्यक असणारी प्रथम प्रेरणा देण्याचं काम माझं होतं.

माझी बायकांची गँग तर तयारच होती. आमच्या गँगला फक्त नाव नव्हतं. जयप्रकाश आणि मी याबद्दल बरंच बोललो होतो. आम्ही या निष्कर्षाप्रत आलो होतो की, माझं कार्य अधिकृत संदर्भात अधिक प्रभावी होण्यासाठी, माझ्या सामर्थ्याची माहिती होण्यासाठी माझी विशिष्ट ओळख निर्माण होणं आवश्यक होतं. मी माझ्या ऑफिसमध्ये ४० ते ७० वयोगटातल्या २५ बायकांचा गट तयार केला होता. त्यांना अनुभव होता. त्या सदैव सज्ज असत. मी पहिल्यांदा बदौसाला आले तेव्हापासून मी त्यांना ओळखत होते. माझा त्यांच्याशी शिवणवर्गात किंवा स्वयंसहायता गटांच्या निमित्तानं परिचय झाला होता. या गरीब, दलित, बऱ्याच जणी वैधव्याची कुऱ्हाड कोसळलेल्या... या बायकांना स्वत:ची व्यवस्था स्वत:च पाहावी लागत असे. या बायका माझ्या सर्वांत निष्ठावंत समर्थक होत्या. ज्या ज्या वेळी मला कुणावर दबाव आणायचा होता, त्या त्या वेळी त्यांनी माझी साथ दिली होती. विशेषत: त्या दरम्यानच्या दोन घटनांमध्ये - भिंत पाडणं आणि हात मोडलेल्या बाईला पाठिंबा देणं. त्यांना माझी कार्यपद्धती ठाऊक होती आणि फारसं न बोलणाऱ्या बायकांच्या मनात माझ्याप्रति विश्वास कसा निर्माण करायचा हेही ठाऊक होतं. मी जेव्हा त्यांना महिला-रक्षणासाठी आणि अन्यायाविरुद्ध लढा देण्यासाठी संघटना उभारण्याची कल्पना सांगितली, तेव्हा त्या आनंदानं थरारून गेल्या. ही आहे मार्च २००६ मधली गोष्ट. अशा प्रकारे 'गुलाबी गँग'चा जन्म झाला. मी त्या वेळी ४५ वर्षांची होते. या संघटनेचं नेतृत्व माझ्याकडं होतं.

गुलाबी ताकद

गुलाबी हा शब्द 'गुल'वरून आला आहे. गुल म्हणजेच फूल. गुलाबी रंग हा जीवनाचा रंग आहेच, शिवाय तो दूरवरूनही सहज नजरेत भरतो आणि सगळ्यात महत्त्वाचं म्हणजे दुसऱ्या कुणी आधीच न घेतलेला हा एकमात्र रंग होता.

त्यानंतर स्वाभाविकपणेच गणवेशाचा मुद्दा पुढं आला. आता आम्ही गॅंगचे सदस्य असल्यामुळं आम्हाला आमची ओळख स्पष्ट होईल आणि सदस्यांच्या मनात गॅंग आपली असल्याची जाणीव दृढ होईल अशा पोशाखाची गरज होती. आम्ही सगळ्या जणी साड्याच नेसणाऱ्या असल्यामुळं पोशाख ठरवायचा प्रश्नच नव्हता. फक्त रंग ठरवायचा होता. सुरुवातीला जयप्रकाशनी निळा रंग निवडला होता, पण तो बहुजन समाज पक्षाचा अधिकृत रंग होता. मग आम्ही पिवळा रंग ठरवला, पण दुर्दैवानं तो रंगही हिंदू साधूंच्या रंगाची आठवण करून देणारा. हिरव्या रंगाचंही असंच झालं. तो रंग कॉंग्रेसच्या प्रतिनिधींनी अनेकदा वापरलेला. लाल रंग घ्यावा म्हटलं, तर तो समाजवादी पक्षाचा! मग फक्त एकच रंग उरला. गुलाबी. सगळीकडं सर्रास दिसणारा, खास बायकांचा रंग म्हणून ओळखला जाणारा, तुमच्या कपाटात सहज आढळेल असा, तसंच बायकांच्या कपाळावरच्या कुंकवाशी सुरेख रंगसंगती साधणारा रंग!

मग मी ताबडतोब गॅंगमधल्या पहिल्या सदस्यांसाठी गडद गुलाबी रंगाच्या साड्या विकत आणल्या. त्या वेळी नायलॉनची चलती होती, पण पन्नास रुपयेवाली साडी बहुतेकशा बायकांना परवडण्याजोगी होती. या साडीमुळं आमच्याकडं लक्ष वेधलं गेलं. आम्ही साऱ्याच जणी एकाच वेळी या साड्या नेसलो, तेव्हा आमच्या ही गोष्ट प्रथमच ध्यानात आली. रस्त्यावरचे सगळे जण आमच्याकडं कुतूहलानं पाहत होते. आता आम्ही सज्ज होतो; पोलीस, मॅजिस्ट्रेट, इतर अधिकारी अशा कुणालाही भेटायला! आता इथून पुढं आम्ही कुणी अनामिक बायका असणार नव्हतो. लवकरच गुलाबी साडीवाल्या गॅंगबद्दल लोकांना समजणार होतं.

यानंतर काही महिन्यांतच आमची पहिली मोठी मोहीम पार पडली. अतार्राच्या मुख्य रस्त्यावर मला कुडिया आणि लुंजी नावाच्या दोन विधवा बायका भेटल्या. माझी त्यांच्याशी स्वयंसहायता गटामार्फत ओळख झाली होती. त्या दोघीही दलित होत्या; अस्पृश्य मानल्या गेलेल्या. साठी उलटलेल्या या बायका अतिशय विपन्नावस्थेत जगत होत्या. त्यांना किरकोळ सरकारी निवृत्तीवेतन मिळत असलं, तरी ते पोटभर अन्नासाठीसुद्धा पुरेसं नव्हतं. त्याआधी वर्षभर मी कुडियांच्या वतीनं लढले होते. निवृत्तीवेतन मिळण्याच्या ठिकाणचा अधिकारी 'अजून पैसे ट्रान्सफर झालेले नाहीत' या सबबीखाली तिला कित्येक महिने पैसे देण्यास नकार देत होता. म्हणून मी त्या अधिकाऱ्यावर दबाव टाकण्यासाठी तिच्यासोबत गेले होते. त्यानंतर त्यानं ताबडतोब तिचे पैसे दिले होते. त्यानंतर मला लुंजी रस्त्यावर दिसताच मी तिच्याशी बोलायला गेले.

"नमस्ते."

"नमस्ते."

"टोपली घेऊन कुठं निघालाय?"

"गहू आणायला. बाजारात."

"बाजारात? पण तिथं तर खूप महाग मिळतात. तुम्हाला BPL कार्ड मिळालेलं नाही का?"

सरकारनं दारिद्र्यरेषेखालच्या लोकांना पोटाला पुरेसं धान्य विकत घेता यावं यासाठी दारिद्र्यरेषेखालच्या शिधापत्रिका म्हणजेच BPL कार्डयोजना सुरू केली आहे. सर्वाधिक गरीब लोकसंख्येच्या राज्यांपैकी एक असणाऱ्या उत्तर प्रदेशातल्या ग्रामीण भागातल्या १५% कुटुंबांना याचा लाभ होतो. हे कार्डधारक महिन्यातून एकदा विशेष सप्लायरकडं जाऊन महिन्याची गहू आणि तांदूळ-खरेदी करू शकतात, तसंच इथं सवलतीच्या दरात पेट्रोलसुद्धा मिळू शकतं. उदाहरणादाखल सांगायचं, तर तांदळाची जी पिशवी बाहेर बाजारात १० रुपयांना मिळते, ती तिथं फक्त ४ रुपयांना मिळते.

माझा प्रश्न ऐकताच कुडिया आणि लुंजीनं उसासा सोडला.

"आहे. आमच्याकडं कार्ड आहे, पण त्यावर आम्हाला कधीही काही मिळालं नाही."

"तुम्ही सप्लायरकडं गेला होता का?"

"गेलो होतो, पण त्यानं सगळं धान्य संपल्याचं, काहीही शिल्लक नसल्याचं सांगितलं."

"हे केव्हापासून चाललंय?"

"कितीतरी महिन्यांपासून! दर खेपेला आम्ही गेलो की, हेच कारण सांगतात."

सरकारी गोदामात कित्येक महिने धान्यसाठाच नाही? केवळ अशक्य! काहीतरी गडबड होती.

"त्यांची गंमत चाललीय वाटतं. मी तुमच्यासाठी यात लक्ष घालीन. पण आधी तुम्ही माझ्या गँगमध्ये यायचं. तुम्ही दोघी पुढं व्हायचं. आपण सगळ्या जणी एकत्र आलो, तर आपली ताकद वाढेल."

"ठीक आहे संपत. आमचा तुमच्यावर विश्वास आहे."

मग मी कुडिया आणि लुंजीबरोबर ओरैय्या या त्यांच्या गावी गेले. मी नेहमी अशा पद्धतीनं काम करते. कोणतीही कृती करण्याआधी मी चौकशी करून मगच मत बनवते. ओरैय्यामध्ये माझ्या मैत्रिणी राहत होत्या. तिथं मी वीसएक घरांचे दरवाजे ठोठावून एकच प्रश्न केला,

"तुमच्याकडं BPL कार्ड आहे का? ते तुम्ही मला दाखवाल का?"

त्यावर सगळीकडं एकच प्रकार दिसला :

एकाही कार्डावर धान्य दिल्याचा शिक्का नव्हता. म्हणजे या लोकांपैकी कुणालाही जवळजवळ वर्षभर सरकारकडून काहीही मिळालं नव्हतं. मी या धान्यपुरवठा-कार्डांच्या झेरॉक्स काढून या प्रचंड मोठ्या घोटाळ्याची शक्यता दिसणाऱ्या प्रकरणाचे पुरावे गोळा करायचं ठरवलं आणि अर्थातच माझ्या गँगवर त्याची जबाबदारी सोपवली. ओरैय्या हे अतार्रा जिल्ह्यातल्या ९५ खेड्यांपैकी एक खेडं होतं. माझ्या गँगमधल्या बायका कुडिया आणि लुंजी – त्या ताबडतोब आमच्या गँगमध्ये आल्या होत्या – व मी - आम्ही सगळ्या जणींनी त्यातल्या अनेक खेड्यांना भेटी देऊना तिथल्या रहिवाशांना हे सर्वांना सांगायला सांगितलं. झेरॉक्सचा खर्च वगैरे मिळून आम्ही त्यांच्याकडं १० रुपये मागितले. त्या बदल्यात मी त्यांना या परिस्थितीत बदल घडवण्याचं वचन दिलं. मी अशा न वापरलेल्या BPL कार्डांच्या ११०० प्रती गोळा करून, त्या स्टेपल करून एक जाडजूड बाड तयार केलं. आता या पुराव्याच्या बळावर मला जिल्हा पुरवठा डेपोत जाता येणार होतं.

तिथला अधिकारी अगदी थंड होता. त्यानं शांत, सुहास्य चेहऱ्यानं तो पुरावा सरळसरळ नाकारला.

"तुम्ही हे कागद कुठून आणलेत, मला नाही माहीत, पण काहीतरी चूक झाली असणार. कार्ड सादर केल्यावर धान्य देणं, एवढंच माझं काम आहे आणि ते मी करतो."

"म्हणजे तुमच्याकडं धान्यसाठ्याची कमतरता नाहीय?"

"अजिबात नाही. इथं सगळ्या उत्तर प्रदेशाला पुरेल एवढं धान्य आहे."

"ठीक आहे. आम्ही बघतो."

असं म्हणून मी तिथून बाहेर पडले आणि ताबडतोब कुडिया आणि कुंजीला धान्य आणायला सरकारी दुकानात पाठवलं. त्या तिथून परत आल्या तेच विजयी आनंदानं निथळत! त्यांच्या माथ्यावर धान्याच्या पिशव्या होत्या. त्यानंतर बऱ्याच कार्डधारकांना डेपोत बोलावण्यात आल्याचं माझ्या कानावर आलं. त्या सर्वांनी ताबडतोब तिथं जाऊन महिन्याचं धान्य आणलं. दुकानाच्या व्यवस्थापकानं झटपट कृती घडवली. पण तेव्हा मला समजलं नव्हतं की, त्या चोराला कातडीबचाव करायचा होता. त्यानं त्या कार्डांवर चालू महिन्याचे आणि त्याचबरोबर आदल्या सगळ्या महिन्यांचेही शिक्के मारले होते. त्यानं त्या कार्डांवर खोट्या नोंदी केल्या होत्या. माझ्याजवळ अर्थातच त्याच्या कृत्याचे पुरावे झेरॉक्सरूपानं होते, पण ते न्यायालयात ग्राह्य मानले गेले नसते. माझ्या दृष्टीनं या प्रश्नाचं सर्वोत्तम उत्तर होतं, या प्रश्नाच्या मूळ स्रोतापर्यंत जाणं. संपूर्ण वर्षभर जर धान्याला पाय फुटले असतील, तर ते कुठंतरी साठवून ठेवलेलं असणारच होतं. मला फक्त ते कुठं लपवलंय ते शोधायचं होतं. मग मी त्यासाठी माझं नेटवर्क कामाला लावलं. माझ्या गँगमधल्या सगळ्या बायकांनी त्यांच्या मैत्रिणींना, कुटुंबीयांना कान आणि डोळे उघडे ठेवून दक्ष राहायला सांगितलं. आमचं ध्येय होतं शंकास्पद गोदामं शोधून काढणं. जिथं रात्रीच्या वेळी डिलिव्हरीज दिल्या जातात अशा गोदामांवर लक्ष ठेवणं. खेड्यांमध्ये अखेर कुठल्याही गोष्टीचा पत्ता लागतोच. या संदर्भातही बरंच ऐकायला मिळू लागलं आणि मी कोड्याचे तुकडे एकत्र जुळवण्यात यशस्वी झाले. धान्याच्या किमती जेव्हा सर्वाधिक असतात, तेव्हा डेपो-व्यवस्थापक सरकारी धान्य बाजारात विकत असत. दरम्यानच्या काळात हे धान्य श्रीमंत व्यापाऱ्यांच्या मालकीच्या गोदामात साठवून ठेवलं जात होतं. अशाच श्रीमंत व्यापाऱ्यांपैकी एक ताकदवान ठाकूर - तांदळाचा व्यापारी अजयसिंग यात असल्याचं आम्ही शोधून काढलं. त्याची अतार्रापासून काही किलोमीटरवर बरीच जमीन होती. मी लगेच काही लोकांना तिथं टेहळणीसाठी पाठवलं. हा तपास गणवेशात करणं शक्यच नव्हतं. मला त्या व्यापाऱ्याचं लक्ष वेधलं जाण्याचा धोका पत्करायचा नव्हता. त्याला शंका आली असती, तर तो हे चोरीचं धान्य लगेच गायब करेल ही भीती होती. त्यामुळं कुणाच्या नजरेला पडणार नाही अशा बेतानं गुडियासह माझ्या हेर भिकारी बनून तिथं गेल्या. त्यांच्यावर तिथं येणाऱ्या-जाणाऱ्या ट्रक्सवर लक्ष ठेवून मला त्याचे तपशील सांगण्याचं काम सोपवलं होतं. रात्रीच्या वेळी तिथं मोठ्या संख्येनं येणारे ट्रक पाहून त्यांनी अनुमान काढलं की, ठाकूर निरनिराळ्या सरकारी पुरवठा दुकानातलं धान्य इथं साठवत होता. अशा प्रकारे तिथं अवैध व्यापार सुरू असल्याची खात्री होताच, मी जिल्हा सब-मॅजिस्ट्रेट महोदयांशी संपर्क साधून त्यांना त्या चोरीची आणि

चोरीच्या मालाची कल्पना दिली. त्यांचं नाव होतं शिवशंकर गुप्ता. हे प्रकरण ते अतिशय गांभीर्यानं घेत आहेत असं दिसत होतं. त्यांना कृष्णकृत्य करणाऱ्या व्यक्तीला रंगेहाथ पकडायचं होतं. म्हणून त्यांनी दोन दिवसांनी पोलिसांना अजयसिंगच्या जागेवर धाड टाकायला पाठवलं. मी तिथं नव्हते, पण नंतर मला समजलं की, पोलिसांनी तपास केला, पण तिथं काहीही सापडलं नव्हतं. अजयसिंगला पोलीसठाण्यात नेण्यात आलं होतं, पण काही तासांतच त्याची सुटका झाली. सब-मॅजिस्ट्रेटनी कारवाईचा जरासा गाजावाजा केला इतकंच! बहुधा ते स्वत:च यात सहभागी असावेत. दुर्दैवाची गोष्ट म्हणजे, हे मी सिद्ध करू शकले नाही.

पण म्हणून मी हा विषय तिथंच सोडला नाही. या खेपेला मी स्वत:च धाड टाकायचं ठरवलं. त्यासाठी माझी गँग आणि ज्यांचं रेशनचं धान्य लुबाडलं गेलंय असे काही जण माझ्या मदतीला आले. आम्ही साधारण पन्नास-एक जण होतो. माझ्या गँगमधल्या बायका गणवेश न घालता नेहमीच्या साड्यांत होत्या. तांबडं फुटायच्या दरम्यान आम्ही ठाकूरच्या घराजवळ आलो. तिथं फारसे लोक नव्हते. तिथून कुणीही बाहेर पडू नये यासाठी आम्ही गुपचूप त्या इमारतीला वेढा दिला. माझ्या सोबतच्या एका माणसाजवळ सेलफोन होता. त्यावरून मी जिल्हा मॅजिस्ट्रेट यांच्याशी संपर्क साधून त्यांना ताबडतोब तिथं यायला सांगितलं. त्यानंतर तासाभरानं कोरीव मिशा राखलेले, उग्र, रागीट चेहऱ्याचे अधिकारी महोदय तीन पोलिसांना घेऊन तिथं उगवले. त्या घरातल्या लोकांना या साऱ्याची काहीच कल्पना नव्हती.

ही दुसरी धाड पहिल्या धाडीपेक्षा यशस्वी ठरली. पोलिसांना तिथं ४०० पोती तांदूळ आणि २०० पोती गहू सापडले. हा सगळा माल तिथल्या तिथं जप्त करण्यात आला. अजयसिंगच्या डोळ्यांदेखत! तो घराच्या उंबऱ्यात असहायपणे चरफडत उभा होता.

"गुलाबी गँग! गुलाबी गँग!"

आम्ही सगळे जण आनंदानं आरोळ्या ठोकत होतो. हा आमचा विजय होता आणि आम्हाला तो सगळ्यांना कळायला हवा होता. मी त्या तिघा पोलिसांसमवेत पोलीसठाण्यात गेले आणि अजयसिंगविरुद्ध तक्रार दाखल करायची असल्याचं सांगितलं. त्याला यातून सुटण्याचा मार्गच नव्हता. तीन दिवसांनी त्याला अटक झाली.

पण गरिबांच्या पोटावर पाय आणून स्वत: गबर होणारा तो काही एकटाच नव्हता. त्याच्यासारखे सरकारी धान्यपुरवठा दुकानातून लांबवलेल्या मालाचा साठा करणारे असे बरेच व्यापारी होते. आम्ही यावर जोरदार प्रहार करायचं ठरवलं, ज्यायोगे यात सहभागी होताना इतर व्यापारी विचार करतील. अजयसिंगनंतर आम्ही

असा चोरीचा माल घेणाऱ्या आणखी एका व्यापाऱ्याकडं मोर्चा वळवला. त्याला रामबाबू म्हणत असत. त्याच्या बाबतीतही आम्ही अजयसिंगच्या बाबतीत जे केलं तेच केलं. तो जिथं राहत होता त्या भागात आठवडाभर हेरगिरी केल्यानंतर मी पुन्हा थेट जिल्हा मॅजिस्ट्रेट महोदयांकडं जाऊन धडकले. अखेर रामबाबूच्या नजरेसमोर त्यानं गैरमार्गानं मिळवलेलं सारं जप्त झालं आणि त्याची रवानगी तुरुंगात झाली. त्यानंतर मला तिसरं लक्ष्य शोधावं लागलं नाही; ते माझ्यापुढं चालूनच आलं. आमचं ऑफिस गावात मुख्य रस्त्यावर असल्यामुळं गावात येणाऱ्या सगळ्या गाड्या, ट्रक माझ्या समोरूनच ये-जा करत असत. एके दिवशी मी पोर्चमध्ये बाबूजी आणि आमच्या घरमालकांशी – ते वरच्या मजल्यावरच राहत असत - बोलत बसले असताना दोन ट्रक येताना दिसले. एरवी मी त्याकडं लक्ष दिलं नसतं, पण मी सरकारी धान्याच्या अवैध व्यापाराविरोधात उतरले असल्यामुळं कुठलीही वेगळी गोष्ट दिसली की, धोक्याचा इशारा देणाऱ्या घंटा मनात खणखणू लागत असत. त्यातसुद्धा संध्याकाळी इतक्या उशिराच्या वेळी ट्रक येणं नक्कीच निराळं होतं. अतार्रा हे फार छोटं गाव होतं आणि ते पावसाळ्याचेही दिवस नव्हते. माझ्या ताबडतोब लक्षात आलं. आम्ही त्या दोघा जणांना अटक घडवल्यानंतर रस्त्यावर वर्दळ बरीच वाढली होती. इतर व्यापारीही काळजीत पडले होते. त्यामुळं ते चोरीच्या मालाचा साठा हलवण्याच्या प्रयत्नात होते. ते दोन ट्रक कच्च्या रस्त्यावरून धिम्या गतीनं निघाले होते. आता एक क्षणही दवडून चालणार नव्हतं. माझ्या मनातली शंका त्या दोघांना बोलून दाखवण्यातसुद्धा वेळ न घालवता मी ताडदिशी उठले आणि रस्त्यावर धावत सुटले. ट्रकच्या दिव्यांच्या उजेडात मला असं वेड्यासारखं धावत येताना पाहून पहिला ट्रक जागीच थांबला. ट्रक-ड्रायव्हर माझ्याकडं डोळे फाडून बघत होता. त्यानंतर काही वेळानं त्यानं खिडकीतून मान बाहेर काढून विचारलं,

"काय झालं? काही अडचण आहे का?"

"मला नाहीय. पण कदाचित तुम्हाला येईल. तुम्ही आत्ता, रात्री, या वेळी हा माल घेऊन कुठं चाललाय?"

"ते तुम्हाला काय करायचंय?"

"तुम्ही काय घेऊन चाललाय ते सांगा. मग मी तुम्हाला मला काय करायचंय ते सांगते."

"तांदूळ नेतोय. का?"

"आणि हा तांदूळ आला कुठून?"

"ते मला तुम्हाला सांगण्याची गरज नाही. बाजूला व्हा."

"आधी मला सांगा, तो आला कुठून?"

"हा काय मूर्खपणा आहे! हा माझा तांदूळ आहे. मी तो गिरणीत घेऊन चाललोय."

"आत्ता पावसाळ्याचे दिवस नाहीयेत. आत्ता या मोसमात कुणीही तांदूळ घेऊन गिरणीत जात नाही. इतके दिवस धान्य साठवून ठेवणं, इथल्या कुणालाच परवडत नाही आणि तुमच्याइतकं भरपूर धान्य घेणारा कुणीही शेतकरी इथं माझ्या माहितीत नाही."

.....

"मग? सांगताय ना!"

त्याबरोबर ट्रकच्या दुसऱ्या दारातून एक माणूस उतरला. मी त्याला ओळखलं. जिल्ह्यातल्या सरकारी दुकानांच्या पाच मॅनेजर्सपैकी एक जण होता तो! पण मला अजिबात आश्चर्य वाटलं नाही.

"हा तुमचा तांदूळ नाही. मला माहीत आहे. तुम्हाला तो बाजारात विकायचा आहे, म्हणून तो तुम्ही गिरणीत घेऊन निघाला आहात. मी तुम्हाला जाऊ देणार नाही. आम्ही पोलिसांना बोलावतोय. मग बघू या, तांदूळ तुमचा आहे का ते."

ते दोघं माझ्याकडं अत्यंत तिरस्कारानं पाहत होते. त्यांच्या मागं दुसरा ड्रायव्हर सूचना मिळण्याच्या प्रतीक्षेत होता. आम्ही खूप जण नव्हतो. आमचे घरमालक, जयप्रकाश, तीन शेजारी आणि मी. पण त्यांचा मार्ग रोखायला एवढी ताकद पुरेशी होती. तिथून निघायचं, तर त्यांना ट्रक माझ्या अंगावरून न्यावा लागला असता. आम्ही पोलीस येईपर्यंत तिथं ठामपणे खिंड लढवली. जयप्रकाशनं त्यांना ऑफिसमधून फोन केला होता. ते लवकर येतील अशी आशा होती. दरम्यान, डेपो मॅनेजरनं भडकून मला वाट्टेल ते बोलायला सुरुवात केली. माझ्या छातीचे ठोके प्रचंड वाढले होते, पण मी बरंच संयमानं घेतलं.

"हे बघा, तुम्ही माझा जर असाच अपमान करत राहिलात, तर मी माझ्या गँगला बोलावीन. गुलाबी गँगला! ऐकलंय ना तुम्ही त्याबद्दल? आम्हाला तुमच्याबद्दल सगळं काही माहीत आहे. पोलिसांनी आम्हाला मदत केली किंवा नाही केली, तरी मला त्याची पर्वा नाही. आम्ही तुमच्या ढुंगणावर लाथा घालू."

सगळेच जण अस्वस्थ होते. कुणीही जागचं हललं नव्हतं. मी रस्त्याच्या मधोमध उभी होते. पोलिसांना येण्यास इतका उशीर का लागत होता, काही कळत नव्हतं. सरकारी दुकानाचा मॅनेजर भलताच घाबरला होता. अकस्मात तो ट्रकमध्ये चढला आणि पुन्हा खाली उतरला. त्याच्या हातात पिस्तूल होतं. ते त्यानं कापऱ्या हातांनी आमच्या घरमालकावर रोखलं.

"ए! आत्ताच्या आत्ता या बाईला इथून बाजूला ने!"

"नाहीतर?"

"नाहीतर मी तुला गोळी घालीन."

"तुला पाहिजे ते कर. मी तिला बोटसुद्धा लावणार नाही."

"बघ, नाहीतर मी तिला गोळी घालीन."

"तू काय घालतोयस गोळी!"

मला अगदी पक्की खात्री नसली, तरी इतक्या साक्षीदारांसमोर ते गोळी झाडण्याचं धाडस करणार नाहीत याची मला खात्री वाटत होती. त्यानंतर जे काही घडलं त्यानं माझा हा अंदाज खरा ठरवला. बराच वेळ आम्ही एकमेकांकडं बघत राहिलो. हा तमाशा बघायला काही शेजारी कुतूहलानं तिथं जमले होते. एव्हाना बरीच गर्दी जमल्यामुळे त्या लोकांना जोरजबरदस्तीनं काही करणं अवघड होतं.

रात्र पुढं सरकत होती, तरी अजून पोलिसांचा पत्ता नव्हता. अखेर मध्यरात्री पोलीस आले. 'मध्यरात्री हा काय वैताग आहे' असे त्रस्त भाव चेहऱ्यावर दिसणारे दोन पोलीस जीपमधून उतरून पाय ओढत आले. पण त्यांना काय वाटतंय, याची मला पर्वा नव्हती. मला हा विषय तडीला न्यायचा होता.

"ही माणसं चोरीच्या सरकारी धान्याची वाहतूक करत आहेत. तुम्ही त्यांना अटक करा."

"असे आरोप करण्याचा तुम्हाला काय अधिकार?"

"ट्रकमध्ये मागं तांदळाची किती पोती आहेत बघा! ही पोती त्यांच्या मालकीची आहेत, ही गोष्ट त्यांना सिद्ध करताच येणार नाहीय."

त्यातल्या एका पोलिसानं हनुवटी खाजवत माझ्याकडं वेडपट कटाक्ष टाकला. दुसरा पोलीस गोंधळला होता, पण त्यानं ट्रक ड्रायव्हरला त्याची बाजू विचारली.

"त्या काय म्हणतायत ते खरं आहे का?"

"नाही! हा तांदूळ आमचाच आहे!"

"तुम्ही शेतकरी आहात? मला तुमच्या जमिनीची कागदपत्रं दाखवा."

"आम्ही अजून नावावर करून घेतलेली नाही."

"हं. ठीक आहे. आपण पोलीसठाण्यात जाऊन काय ते बघू या. तुमच्या गाड्यांच्या किल्ल्या इकडं द्या आणि चला आमच्याबरोबर!"

त्यानंतर अर्ध्या तासानं आणखी काही पोलीस तो ट्रक न्यायला आले. दुसऱ्या दिवशी मी जिल्हा सब-मॅजिस्ट्रेट यांच्या कार्यालयात गेले. ते मॅनेजरच्या दबावाखाली तांदूळ देऊन टाकणार, अशी मला भीती वाटत होती. मग मी तपासकार्यातल्या प्रगतीची चौकशी करण्याच्या बहाण्यानं माझं या साऱ्यावर बारीक लक्ष असल्याचं आणि चोरीचा माल विकत घेणाऱ्यांना असंच पकडणार असल्याचं त्यांच्या कानावर घातलं.

त्यानंतर मी अतार्राला परत आले आणि माझ्या गँगची जुळवाजुळव केली.

"हे बघा, ती दुष्ट माणसं साठेबाजी करतायत. आता आपण त्यांच्याशी दोन हात करतोय म्हटल्यावर ते हा साठा काढून टाकण्याचा प्रयत्न करणार. तुम्हाला पोती भरलेलं कुठलंही वाहन आढळलं, तर लगेच मला सांगा."

मग या साऱ्या बायकांना अतार्रामध्ये सगळीकडं टेहळणीच्या कामावर नेमलं. दुसऱ्या दिवशी पहाटेच एकीचा निरोप आला. एक गच्च भरलेली जीप निघाली असल्याची खबर मिळाली. आमचं नशीब जोरावर होतं. ती जीप रेल्वे क्रॉसिंगशी थांबली. रेल्वे जाण्यास अजून बराच अवकाश होता. बाबूजी पोलिसांना फोन करायला गेले, तितक्यात मी रेल्वेरुळांच्या दिशेनं धावत गेले. मार्ग अद्याप बंदच होता. मी धापा टाकत जीपच्या बॉनेटसमोर जाऊन उभी राहिले आणि ड्रायव्हरला दिसावं म्हणून हात उंचावला. हा आदेशच होता - गाडी पुढं न्यायची नाही. ड्रायव्हरला हे अनपेक्षित होतं. तो मला पाहून आरडाओरडा करू लागला,

"ए, माझ्या गाडीपुढं कशाला आली आहेस?"

"दिसतंय ना तुम्हाला, मी तुम्हाला थांबवतीय. तुम्ही गाडीतून तांदूळ नेताय. तो तुमचा नाहीय, हे मला माहीत आहे."

"तांदूळ नाही, गहू नेतोय. हे गहू मला चित्रकूटमधल्या आश्रमात पोहोचवायचे आहेत."

"तांदूळ आहेत का गहू याच्याशी मला काही देणं-घेणं नाही आणि तुम्ही जरी हे महात्मा गांधींना द्यायला चाललोय म्हणून सांगितलंत तरी, मी तुम्हाला जागचं हलू देणार नाही. हा चोरीला माल आहे."

तितक्यात दुसऱ्या जीपमधून पोलीस तिथं आले. मला फार बरं वाटलं. या खेपेला पोलीस इतक्या लवकर आले होते. एक पोलीस जीपमधून काहीसा चिडूनच खाली उतरला.

"मला कशाला बोलावलं आहे तुम्ही?"

"या माणसाला अटक करण्यासाठी! याच्या जीपमध्ये चोरीच्या गव्हाची पोती भरली आहेत."

"हे तुम्हाला कसं माहीत?"

"त्याच्याकडं कागदपत्रं आहेत का विचारा, मग मी खरं सांगतीय हे कळेल तुम्हाला."

"ठीक आहे. मी तुम्हाला सगळ्यांनाच सबमॅजिस्ट्रेट कार्यालयात घेऊन जातो. लवकरच आपण या प्रकाराच्या मुळाशी पोहोचू."

मग त्या ड्रायव्हरनं त्याची जीप रस्त्याकडेला लावली आणि तो पोलिसांच्या जीपमध्ये जाऊन बसला. त्या पोलिसानं मलाही त्यांच्याबरोबर येण्यास फर्मावलं.

आम्ही सबमॅजिस्ट्रेट कार्यालयात पोहोचलो. पण ते अजून उघडायचं होतं. त्यांची वेळ होईपर्यंत वाट पाहणं भागच असल्यामुळं मी पायरीवर सावलीत जाऊन बसले. मी पायरीवर टेकते न टेकते तितक्यात एक छोटी करड्या रंगाची कार अकस्मात कर्रकन येऊन थांबली. त्यातून चार माणसं दारं धडाधड आपटत उतरली. ती माणसं बोलणी करायला आली नव्हती, हे स्पष्टच होतं. प्रत्येकाच्या हातात बंदूक होती. ते सरकारी दुकानाच्या मॅनेजरचे बगलबच्चे असणार, यात शंकाच नव्हती. पण त्यांना इतक्या झटपट खबर कुणी पोहोचवली होती? पोलीसही त्यात सहभागी होते की काय? काहीही असलं, तरी ते लोक मलाच शोधत आले होते हे नक्की.

त्या वेळी पहिल्यांदा मला आपण जरासा मूर्खपणा केला असं वाटलं. या कार्यालयात मी असं एकटीनं येणं शहाणपणाचं नव्हतं आणि तेव्हाच्या त्या तसल्या वातावरणात एका गुन्हेगारी वृत्तीच्या माणसाची जीप अडवणंही चांगलंच धोक्याचं होतं. त्या वेळी माझ्याकडं सेलफोनही नव्हता. त्यामुळं मला माझ्या सख्यांनाही मदतीसाठी हाक देता येणार नव्हती. त्या पोलिसाला मात्र तितकीशी चिंता नसावी, असं दिसत होतं. अर्थात तो माझ्या मदतीला येणार नव्हताच. तरीसुद्धा त्याच्या तिथं असण्यानं मला काही प्रमाणात सुरक्षेची हमी वाटली.

माझ्यावर बंदुका रोखलेल्या होत्या. अशा परिस्थितीत मी बचावाचा एकमात्र मार्ग निवडला : हल्ला.

"तुम्हाला काय वाटलं, मला बंदुका दाखवून घाबरवता येईल?"

भयामुळं मी अधिकच संतप्त झाले होते. माझा आवाजही नेहमीपेक्षा जास्त चढला होता.

"ते धान्य तुमचं नाही. ते तुम्ही पिकवलंय असं तुमचं म्हणणं आहे. तुम्ही शेतकरी आहात का? तुमच्यापाशी जमीन आहे? त्याची कागदपत्रं कुठं आहेत?"

त्यावर ते हरामखोर एकमेकांकडं पाहून हसू लागले आणि माझ्या एकाही प्रश्नाला उत्तर द्यायची तसदी न घेता त्यांनी जीप ड्रायव्हरला त्यांच्या कारमध्ये घातलं आणि कार वेगानं निघून गेली. ते रेल्वेलाईनजवळ लावलेल्या जीपमधला माल ताब्यात घ्यायला चालले होते, हे उघड होतं. तो पोलीस माझ्याशेजारी ढिम्म उभा होता. त्याचा तो असह्य थंडपणा पाहून माझं डोकंच फिरलं,

"काय झालंय काय तुम्हाला? तुम्ही इथं असेच, काहीही न करता नुसते उभे राहणार आहात का?"

"मी काय करणार? ते तर निघून गेले."

त्याचा मूर्खपणा आणि शांत आवाज यामुळं मी खरंच भडकू लागले होते. माझ्यावर बंदुका रोखण्याच्या घटनेमुळं मी अजून अस्वस्थच होते. मग मी त्याच्यावर भडिमार सुरू केला.

"म्हणजे काय म्हणायचंय तुम्हाला? तो ड्रायव्हर तिथं पोहोचण्याआधी तुम्ही तिथं पोहोचायला पाहिजे. चला लवकर! मला तुमचा फोन द्या जरा आणि जीपमध्ये बसा!"

अखेर तो आडमुठा एकदाचा जीपमध्ये बसला. मी वाटेत सब-मॅजिस्ट्रेटना फोन केला. त्यांचा नंबर आता मला तोंडपाठ झाला होता.

"नमस्ते. मी संपत पाल."

"आता पुन्हा काय?"

"मी पोलिसांसोबत आहे. तुम्ही ताबडतोब येण्याची आवश्यकता आहे."

"ताबडतोब? पुन्हा? आता या खेपेला काय? ओटची पोती?"

"सरकारी गव्हानं भरलेली जीप आहे. मला तुमच्याच कार्यालयाबाहेर काही जणांनी बंदुकीचा धाक दाखवला. आत्ता ते त्यांच्या जीपकडं निघाले आहेत. आम्ही त्यांच्याआधी तिथं पोहोचायचा प्रयत्न करतोय."

"त्यांनी तुम्हाला धाक दाखवला? आश्चर्यच आहे!"

"तुम्ही येणार आहात की नाही?"

"हे बघा, तुमच्या एवढ्या-तेवढ्यासाठी मला फोन करायचा मला वैताग आलाय. तुम्ही आम्हाला दररोज फोन करत असता. आधीच आम्हाला कामाचं प्रमाणाबाहेर ओझं आहे. त्यात दर वेळी आम्हाला यायला वेळ नसतो. माफ करा, पण या खेपेला तुमचं तुम्हालाच बघून घ्यावं लागेल."

मॅजिस्ट्रेटनी सांगितल्याखेरीज पोलीस काहीही करू शकत नव्हता. मला भयंकर संताप आला होता. सरकारी अधिकाऱ्यांचं अशा प्रकारे काहीही देणंघेणं नसल्यासारखं वागणं असह्य होतं! पण वाईट गोष्ट म्हणजे त्यांना जरासं का होईना कसं जागं करायचं ते मला माहीत होतं.

पाच मिनिटांत आम्ही त्या जीपाशी पोहोचलो. तो ड्रायव्हर आमच्या आधी तिथं पोहोचून दार उघडतच होता. आम्हाला पाहताच त्याच्या चेहऱ्यावर संताप फुलला. पोलिसाकडं तिरपे कटाक्ष टाकत त्यानं किती दहशत निर्माण केलीय याचा तो अंदाज घेत होता. मला एवढा वेळ पुरेसा होता. मी जीपमधून उडी मारून धावत गेले आणि त्याच्या हातातल्या किल्ल्या हिसकावून घेतल्या. त्याला विचार करायला क्षणाचाही अवधी न देता मी टायरमधली हवा सोडली. त्यानंतर इतर तिन्ही टायरमधलीही हवा सोडली. पोलिसाचा फोन अजूनही माझ्याकडंच होता. मग मी माझ्या अंगातल्या चोळीत ठेवलेली छोटी वही काढली. ही वही कायम माझ्याजवळ असते. त्यातून एका पत्रकाराचा नंबर शोधून काढला. दोन वर्षांपूर्वी सरकारी जमिनीचं पुनर्वाटप झालं होतं. त्या वेळी त्यानं माझी मुलाखत घेतली होती. मी त्याला फोन करून चोरीच्या मालानं भरलेली जीप पकडल्याचं सांगताच तो प्रचंड

थरारून गेला.

"तिथून हलू नका! मी वाटेत आहे. पोहोचतोच आहे!"

त्यानंतर तो पंधरा मिनिटांत स्कूटरवरून तिथं पोहोचला. सर्वप्रथम त्यानं जीपमध्ये मागं पोती आहेत ना, याची खात्री करून घेतली. त्या ड्रायव्हरनं त्याच्याशी बोलण्यास नकार देताच त्यानं पोलिसाकडं मोर्चा वळवला. पण तिथंही त्याला यश आलं नाही. पण त्यानं हार न मानता त्याच्या सेलफोनवरून जिल्हा सब-मॅजिस्ट्रेट यांचा - ज्यांना मी थोड्या वेळापूर्वी फोन केला होता – नंबर लावला. ते काय म्हणाले ते मला ऐकू आलं नाही, पण त्या पत्रकाराच्या फोननं जादूच्या कांडीचं काम केलं. कारण मॅजिस्ट्रेट महोदय तिथं विद्युत्वेगानं पोहोचले. स्थानिक प्रेसमध्ये त्यांच्या अकार्यक्षमतेबद्दल लिहून येणं त्यांच्या नोकरीला बाधक होतं. मग हे प्रकरण मिटलं. सब-मॅजिस्ट्रेटनी पोलिसांकरवी गव्हाची सगळी पोती जप्त केली. वृत्तप्रतिनिधीनं अधिकाऱ्यांचे 'इन ॲक्शन' फोटो काढले आणि सगळे जण कर्तव्य बजावल्याच्या समाधानात निघून गेले, पण जाता-जाता सब-मॅजिस्ट्रेट महोदयांनी मला टोला लगावलाच,

"लक्षात ठेवा संपत, हे असंच करत राहिलात, तर तुम्ही स्वत:चंच मरण ओढवून घ्याल."

"म्हणून काय झालं? या जिल्ह्यात हजारो लोक उपासमारीनं मरतायत. त्यांचे प्राण वाचवण्यासाठी मला जीव गमवावा लागला, तर काही बिघडणार नाही."

"तुमची मर्जी!"

दुपारी सकाळपासूनच्या सर्व घटनांचा पट माझ्या डोळ्यांपुढून सरकत होता. मला अतिशय खिन्नता घेरून आली होती. पोलीस आणि अधिकाऱ्यांच्या प्रतिक्रियेनं मी फार अस्वस्थ झाले होते. मी माझे आरोप सिद्ध करण्यासाठी काय सांगतीय, हे ऐकून घ्यायचीसुद्धा त्यांची इच्छा नव्हती. सर्व सरकारी सेवायंत्रणा भ्रष्टाचारानं इतक्या बरबटल्या होत्या की, त्यांनी भ्रष्टाचाराचं निर्मूलन करण्याचे प्रयत्नसुद्धा सोडून दिले होते. सगळं बिनतक्रार सहन करायचं. पण गुन्ह्याविरुद्ध लढा देण्यासाठी त्यांनीच जर काही केलं नाही, तर दुसरं कोण करणार? ज्या लोकांनी मला साहाय्य करायला हवं, त्यांच्याच विरुद्ध लढत राहण्याचा मला प्रचंड कंटाळा आला होता. मला अतिशय एकाकीपण घेरून आलं होतं. त्या रात्री बाबूजीसुद्धा माझ्या मनावर फुंकर घालू शकले नाहीत.

दुसऱ्या दिवशी सकाळपर्यंत माझा मूड बराच चांगला झाला. मग मी माझ्या घरी आमच्या गँगची बैठक बोलवली आणि सगळ्या जणींनी उद्या सकाळी

ऑफिसबाहेर जमायचं ठरवलं. त्या बायकांवर शक्य तितक्या बायकांना गोळा करण्याचं आणि सापडतील तितकी कुत्री सोबत घेऊन येण्याचं काम मी सोपवलं. त्यानंतर मी प्रादेशिक प्रेसशी संपर्क साधून त्यांनी कधीही पाहिली नसेल अशी घटना साकारणार असल्याचं सांगितलं. गुलाबी गँगचा कुत्रे मोर्चा!

दुसरा दिवस उजाडला. आमच्या मुख्यालयाबाहेर जवळजवळ दोनशे बायका जमल्या होत्या. रस्त्यावर इतका गोंधळ-गलका माजला होता की, त्यातून वाहनांनासुद्धा जाता येत नव्हतं. बहुतेकशा बायका गुलाबी साडी नेसून आल्या होत्या आणि ठरल्याप्रमाणे त्या एकट्या आल्या नव्हत्या. त्यांच्या सोबत बरीच कुत्रीही होती. कुत्र्यांनी आज्ञापालन करावं, यासाठीचा एकमात्र मार्ग म्हणून त्यांना खाण्याचं आमिष दाखवलं होतं. सकाळी उठल्याउठल्या बाबूजी आणि मी - आम्ही दोघांनी दोन मोठ्या भांड्यांत गुलाबी रंग तयार करून ठेवला होता. या रंगानं सर्व कुत्र्यांना रंगवलं. एखाद्यानं फारच त्रास दिला, तर त्याला आम्ही अक्षरश: रंगात बुडवून काढलं. आम्हीही गुलाबी पोशाखात होतो. हे फार मजेशीर दिसत होतं. बायका तर इतक्या थरारून गेल्या होत्या की, त्यांना धीर धरवत नव्हता, पण अजून एक काम बाकी होतं. मी रात्री बराच वेळ बसून पुठ्ठे कापले होते. त्यावर बाबूजींनी मोठ्या अक्षरात 'अतार्रा कुत्रा पोलीस' असं लिहिलं होतं. प्रत्येक पुठ्ठ्यावर खालच्या बाजूला त्यांनी 'ओरैय्या पोलीस ठाणे', 'बदौसा पोलीस ठाणे' अशा प्रकारे अतार्रा जिल्ह्यातल्या ९५ खेड्यांपैकी कुठल्यातरी खेड्याचं नाव लिहिलं होतं. आम्ही प्रत्येक कुत्र्याच्या गळ्यात ही पुठ्ठ्याची पाटी लटकवली. याचा परिणाम पाहण्याजोगा होता!

आमचा मोर्चा सुरू होताच कित्येक प्रेक्षक आमच्यामागून येऊ लागले. सगळे पत्रकार कॅमेरे घेऊन हजर होते. आम्ही मार्गक्रमण करत होतो; गर्दी वाढत होती. कुत्र्यांचं भुंकणं ऐकून काय चाललंय ते पाहायला लोक घराबाहेर येत होते. सगळ्यांनाच गंमत वाटत होती. सुरुवातीला मक्याच्या भाकरीच्या आमिषानं कुत्री अगदी शिस्तीत होती, पण आम्ही जसजसे पुढं गेलो, तसतशी कुत्र्यांची फौज विखरू लागली. त्यांना पुन्हा वळणावर आणण्यासाठी आम्हाला आरडाओरडा करणं भाग होतं. हा सगळा प्रकार मोठा मौजेचा होता आणि त्यासोबत आम्ही टीपेच्या आवाजात आदल्या दिवशी तयार केलेल्या घोषणांनी आसमंत दणाणून सोडला होता.

"आवाज कुणाचा? गुलाबी साडीवाल्या गँगचा!"
"हमसे जो टकरायेगा, मिट्टी में मिल जाएगा!"

तासाभरानं आमचा मोर्चा लक्ष्यस्थानी - अतार्रा पोलीस ठाण्यावर - पोहोचला.

बाहेरचा गलका आणि कुत्र्याचं भुंकणं ते लोक खिडकीतून पाहत होतेच. त्यानंतर ठाणेप्रमुख बाहेर आले. ते चिडलेले दिसत होते. तरी त्यांनी अतिशय नम्रतेनं विचारलं,

"तुम्ही ही सगळी कुत्री इथं कशाला आणली आहेत?"

"हे नव्यानं भरती झाले आहेत. आम्ही त्यांना त्यांच्या नव्या ठाण्यात नेतोय."

"मी नाही समजलो."

"अगदी सोपं आहे. आम्ही तुम्हाला संरक्षण देण्यासाठी बोलावतो, तेव्हा तुम्ही येत नाही. आम्ही तुम्हाला डाकूंना अटक करायला सांगतो, तेव्हा तुम्ही पळून जाता. पण आम्ही कुत्र्याला 'छू' म्हणून हल्ला करायला सांगितलं, तर ते हल्ला करतं. कुत्री तुमच्यापेक्षा कितीतरी जास्त इमानी असतात, म्हणून आम्ही तुमच्या जागी त्यांना नेमलंय."

"काय गंमत करताय काय?"

"आम्ही गंमत करतोय असं दिसतंय का?"

त्यावर तो पोलीस कुत्र्यांसारखा गुलाबी झाला. हा प्रकार पाहणारे जोरजोरात हसू लागले. हा फार्स पाहून पत्रकारही खूश झाले. या प्रसंगातले बारीकसारीक तपशीलसुद्धा सुटू नये याची त्यांनी दक्षता घेतली. एव्हाना कुत्री वैतागली होती. त्या बिचाऱ्यांना इतर महत्त्वाचे उद्योग होते! त्यांच्यापैकी काहींनी गळ्यातल्या वैतागवाण्या पाट्या फाडून टाकण्याचा निष्फळ प्रयत्न केला. मग आम्ही आमची निदर्शनं संपवून त्यांना सर्व दिशांना पांगवलं. आता जमिनीवर सर्वत्र वाळलेल्या रंगाचा सडा आणि फाटलेल्या पुठ्ठ्याच्या पाट्या विखरून पडल्या होत्या; पोलिसांना अंतिम सलामी म्हणून! ते शरमेनं आत लपून होते. पत्रकार कहाणी घेऊन गडबडीनं आपापल्या ऑफिसात पोहोचले होते. या सार्वजनिक मानखंडनेच्या वेदनादायी स्मृती कितीतरी दिवस लोकांच्या मनावर कोरलेल्या राहणार होत्या.

तडाखा

आमच्या त्या कुत्र्यांच्या छोट्याशा थट्टेतून पोलीस कधीच बाहेर आले नाहीत. या सार्वजनिक तमाशामुळं ते बिथरूनच होते. माझ्या गँगनं आणखी तीन सरकारी मॅनेजर पकडून दिले. आम्ही धाडी टाकत होतो. एखादं संशयास्पद गोदाम दिसलं की, जिल्हा सबमॅजिस्ट्रेटनी बोलावून घेत होतो. यामुळं पोलीस भयंकर खवळले होते. ते आमच्या मार्गात आडकाठी आणायला टपलेलेच होते. एके दिवशी माझ्या गँगमधली एक बाई मला अतार्रामध्ये भेटायला आली. तिचा चेहरा कष्टी दिसत होता. तिनं तिची समस्या थोडक्यात सांगितली,

"दोन आठवड्यांपूर्वी माझ्या नवऱ्याचं त्याच्या भावाशी भांडण झालं. पोलिसांनी त्या दोघांनाही अटक केली. नवऱ्याचा भाऊ – वरारी सरकारी दुकानात कामाला होता. त्या दुकानदारानं त्याला ताबडतोब सोडवलं, पण त्यानं पोलिसांना हेही सांगितलं की, बरेलाची बायको गुलाबी साडीवाल्या गँगमध्ये असते. त्यामुळं गेले ११ दिवस माझा नवरा तुरुंगात आहे. मी कितीतरी वेळा पोलीसठाण्यात खेटे घातले, पण ते माझ्या नवऱ्याबद्दल काही बोलायलाच तयार नाहीयेत."

"ठीक आहे. आपण पोलीसठाण्यात चक्कर टाकून येऊ या."

पोलीसठाण्यात मी ड्यूटीवर असलेल्या अधिकाऱ्याला विचारलं, "एकाच आरोपाखाली दोघा जणांना अटक झाली होती. त्यातल्या फक्त एकालाच सोडलंय. दुसऱ्याला तुरुंगात डांबण्याचं कारण सांगाल."

"तुम्ही कोण आहात ते मला माहीत आहे. तुम्हाला यात पडायचं काहीही कारण नाहीय.

"ते आम्ही बघू."

मग मी अतार्रामध्ये तातडीची बैठक बोलवली आणि नेहमीप्रमाणं पोलीसठाण्यावर हल्लाबोलची योजना आखली. आमचा उद्देश एकच होता - त्या माणसाची तुरुंगातून सुटका झाल्याखेरीज तिथून हलायचं नाही. या वेळी मी बायकांना सोबत दोर आणि काठ्या आणायला सांगितलं होतं. माझा कुणालाही मारण्याबिरण्याचा

बेत अजिबात नव्हता, पण आम्ही साठेबाजांशी शत्रुत्व घेतल्यापासून मला भाडोत्री गुंडांची भीती वाटत होती. काही आठवड्यांपूर्वीच अशा चार गुंडांनी माझ्यावर बंदुका रोखल्या होत्या. आता समजा पुन्हा आमच्यावर अनपेक्षित हल्ला झाला असता, तर मला गाफील राहायचं नव्हतं आणि हा निर्णय बरोबरही ठरला. आम्ही पोलीसठाण्याकडं जात असताना रामावतार तिवारी नावाचा सरकारी दुकानाचा व्यवस्थापक आम्हाला आडवा आला. आम्ही पोलिसांकरवी त्याच्यावर धाड टाकली होती. त्यानं स्वत:चं नावबिव सांगायचीसुद्धा तसदी न घेता थेट माझ्या गँगसमोरच मला शिव्या द्यायला सुरुवात केली.

"थेरडे! आमच्या वाटेत आडवं येण्याची मी तुला अद्दल घडवीन."

"घाणेरड्या, लबाडा, माझ्या जवळ यायचं नाही!"

रामावतार तिवारी भानावर नव्हता. तो हातातली काठी परजत माझ्या दिशेनं आला आणि मला मारण्यासाठी म्हणून त्यानं हात उंचावला, पण मी तत्क्षणी काठी हिसकावली आणि सर्व शक्तीनिशी त्या नालायकावर चालवली. काय चाललंय हे लक्षात येताच पोलीस-अधिकारी तावातावानं पोलीसठाण्याबाहेर आला. अखेर त्याला जाग आली होती. तो माझ्या हल्लेखोराच्या मदतीला जाणार, हे माझ्या लक्षात यायला हवं होतं. संगमलाल नावाच्या त्या पोलीस अधिकाऱ्यानं काहीही विचार न करता माझ्या हातातली काठी काढून घेण्यासाठी माझ्यावर झेप घेतली. मी त्याला बाजूला ढकललं आणि काठीचा तडाखा त्याच्या पायावर बसला. त्या दुष्टाच्या वागण्यानं मी बधिर झाले होते. मी हातातली काठी घेऊन सज्ज होताच क्षणार्धात सगळ्या बायका काठ्या घेऊन माझ्यासोबत आल्या आणि त्या पोलिसावर आणि दुकानाच्या मॅनेजरवर काठीच्या तडाख्यांचा वर्षाव सुरू झाला. ते दोघं आमच्या पायांशी मुटकुळं करून हातांच्या आडोशामागं डोकं वाचवायचा प्रयत्न करत होते. मी पोलीसठाण्याच्या खिडक्यांना कित्येक डोळे फुटलेले पाहिले, पण तिथल्या कुणीही आपल्या सहकाऱ्याच्या मदतीला बाहेर येण्याचं धाडस केलं नाही. रामावतार तिवारी आणि संगमलाल यांना जे मिळायचं ते मिळालं होतं. मग मी काठीचा प्रसाद थांबवण्याचा आदेश दिला, पण आम्ही दक्ष होतो. आम्हाला विशेषत: भीती होती ती पोलीसठाण्यातल्या इतर अधिकाऱ्यांनी बाहेर येऊन आमच्यावर हल्ला करण्याची; पण आमची ही कल्पना चुकीची होती. त्या मूर्खांनी स्वत:ला आत कोंडून घेतलं होतं. बाहेर ही हाणामारी सुरू असताना त्यांनी आतून काही फोन केले असणार. कारण त्यानंतर अर्ध्या तासात पोलिसांची ट्रक भरून कुमक आली. ती नक्कीच बांदा या जिल्ह्याच्या ठिकाणाहून आली असणार. तो ट्रक तिथं आल्या आल्या मी माझ्या गँगसह ट्रकला वेढा दिला. मी ट्रकच्या मागच्या भागात बसलेल्या पोलिसांशी बोलायला पुढं झाले,

"तुम्ही आमच्या भावांसारखे, मुलांसारखे आहात. आमचं तुमच्याशी काहीही भांडण नाही. आमचा लढा आहे तो गरिबांचं अन्न चोरणाऱ्या लोकांशी आणि भ्रष्टाचाराला प्रोत्साहन देणाऱ्या सर्वांशी. हे बघा, आमच्याजवळ शस्त्रं नाहीत. आमच्याजवळ फक्त काठ्या आहेत आणि तुमच्याजवळ पिस्तुलं आहेत, मशीनगन्स आहेत. तुम्हालाही असहाय जिवांची कत्तल करायची नाही ना?"

बांद्याच्या अधिकाऱ्यांना आम्ही धोकादायक नसल्याचं ताबडतोब ध्यानात आलं. पोलिसांच्या तुकडीप्रमुखानं 'आम्हाला कसलीही इजा होणार नाही' याची खात्री दिली. ते ट्रकमधून उतरले आणि जिल्हा सबमॅजिस्ट्रेट व मुख्य मॅजिस्ट्रेट यांच्या आगमनाची वाट पाहत शांतपणे उभे राहिले. त्यानंतर पाच मिनिटांच्या अंतरानं ते दोघंही तिथं आले. दोघांनीही मला तेच शब्द ऐकवले.

"संपत, काय गोंधळ मांडलाय हा सगळा? तुम्हाला काय साध्य करायचं आहे? तुम्हाला असं रोज लढत राहायचा कंटाळा येत नाही?"

"माझ्याजवळ दुसरा काही पर्याय आहे का?"

"पण म्हणून काठ्या चालवायच्या? तुम्ही फार पुढं गेला आहात. या गोष्टी चुकीच्या आहेत."

"अधिकृत प्रतिनिधी बनायचं, गणवेश चढवायचा आणि तरीही आमच्या रक्षणासाठी असमर्थ ठरायचं हे चुकीचं आहे. तुम्ही आमच्यापुढं काही मार्गच ठेवला नाहीत. आमच्या काठ्या हे आमचं बचावाचं एकमात्र साधन आहे."

"शांत व्हा. आपण सगळे चहा घेऊ या आणि सभ्य लोकांसारखी चर्चा करूया."

"मी तुमचा चहा पिणार नाहीय. तुमच्यासारख्या लोकांच्या बाबतीत सभ्य, सुसंस्कृतपणाचा काही उपयोग नसतो. तुम्ही तुमचं काम करत नाहीय, मग आम्ही तुमच्यावर विश्वास ठेवावा अशी अपेक्षा कशी करता तुम्ही?"

"तुम्ही असा दुराग्रह ठेवू नका. त्यामुळं तुम्ही स्वत:लाच त्रास करून घेताय आणि मला तुमच्यावर आरोप ठेवावा लागेल. तसा कायदाच आहे."

"कायदा? मग मला मारायचा प्रयत्न करणाऱ्या पोलिसाचं काय? तुम्ही त्याच्यावर आरोप ठेवणार नाही? त्या अधिकाऱ्याची गणवेश घालायची लायकी नाही. तुम्ही त्याला निलंबित करा."

"ते आम्ही बघू. आत्ता मी तुमच्याबद्दल बोलतोय."

त्यानंतर माझ्यावर तब्बल अकरा आरोप ठेवण्यात आले. पीनल कोडच्या कलम १४६, १४७, १४९, १८६, २८३, ३२३, ३३२, ३५३, ५०४ आणि ५०६ कलमान्वये माझ्यावर अवैधरीत्या जमाव एकत्र करणं, गुन्ह्यासाठी गर्दी जमवून शांतताभंग करणं, दंगल घडवणं, जाणीवपूर्वक जखमी करणं, शस्त्राद्वारे

जखमी करणं, सरकारी अधिकाऱ्याच्या कामात अडथळा आणणं, त्याचा अपमान करणं, बदनामी करणं असे बरेच आरोप करण्यात आले होते. तीन दिवसांनी मला समजलं की, माझ्या गँगमधल्या अन्य ४० बायकांवरही असेच आरोप ठेवण्यात आले आहेत.

हे प्रकरण पुढं गेलं नाही. माझी बाजू ऐकून घेतली जाण्याच्या प्रतीक्षेत मी तुरुंगात सडत पडले असते, पण प्रत्यक्षात त्यांनी मला अटक करण्याचं धाडसच केलं नाही. मला दोनदा पोलीसठाण्यात बोलवलं होतं : स्टेटमेंटवर सही करण्यासाठी आणि 'माझी केस कोर्टासमोर उभी राहीपर्यंत जामिनावर मुक्तता व्हावी' असा अर्ज देण्यासाठी!

मी मला पोलीसठाण्यात न्यायला आलेल्या पोलिसासोबत जायला पहिल्यांदाच नकार दिला.

"तुम्हाला मला तिथं जबरदस्तीनं ओढून न्यावं लागेल! मी कसलाही गुन्हा केलेला नाहीय आणि मी कशावरही सही करणार नाहीय. मला पोलीसठाण्यात नेऊन काय पुष्पहार घालणार आहात काय! आणि अजिबात गमजा करू नका. मला बोट जरी लावलंत, तरी मी चप्पलनं फोडून काढीन!"

त्यावर तो पोलीस हात हलवत परत गेला. त्यानंतर काही काळ सगळं शांत होतं. २००७ साली मायावती उत्तर प्रदेशच्या मुख्यमंत्री बनल्यानंतर राज्य सरकारनं सर्व जिल्हा पोलीस-दलांवर थोडा दबाव आणला. त्यांना रिझल्ट्स दाखवणं आणि प्रलंबित खटले निकालात काढणं भाग होतं. मग पुन्हा एक अधिकारी माझ्याकडं आला.

या खेपेला त्याचा स्वर ठाम होता.

"आता आम्हाला स्ट्रिक्ट ऑर्डर्स आहेत. तुमच्याविरुद्ध बरेच आरोप आहेत. तुम्हाला स्टेटमेंटवर आणि जामीन-अर्जावर सही करायला यावं लागेल."

माझ्यापुढं कुठला मार्गच नव्हता. मी त्याच्यासोबत गेले. आम्ही पोलीसठाण्यात गेलो तेव्हा फॉर्म तयार नव्हता. त्यामुळं मला रात्रभर वाट बघत बाकावर बसून राहावं लागलं. ते सूड घेण्याची संधी अशी दवडतील कसे! त्यानंतर काही तासांनी एकदाची माझी सुटका झाली. मी डुप्लिकेट प्रत घेऊन तिथून बाहेर पडले. आता मला केस चालेपर्यंत थांबावं लागणार होतं. पण मला फार काळ वाट पाहावी लागली नाही. बांदामध्ये प्राथमिक सुनावणीच्या वेळी मी माझी बाजू सांगितली तेव्हा न्यायाधीश हसू लागले.

एका न्यायाधिशांनी तर मला हसून विचारलं,

“पण तुम्ही हे सगळं कशासाठी करताय? तुम्ही किती धोके ओढवून घेताय हे तुम्हाला कळतंय का?”

“माझ्या आधी या देशात स्वातंत्र्यासाठी अनेक जण लढले आहेत. मीही तेच करतीय आणि तुम्हाला माहीतच आहे लढा दिल्याखेरीज स्वातंत्र्य मिळवता येत नाही.”

बस्स! एवढंच! त्या दिवसापासून मी माझ्या केसची तारीख लागण्याची वाट बघतीय. दर खेपेला ती मागं पडतीय. न्यायाचं काम फार संथगतीने चालतं. कदाचित मला वर्षानुवर्षं वाट पाहावी लागेल. त्याच वेळी दुसरीकडं पोलीस माझ्यावर अगदी बारीक लक्ष ठेवून आहेत. मी जिथं जाईन तिथं ते माझा पाठलाग करत असतात. जेव्हा जेव्हा मी एखादा महिला-मेळावा आयोजित करते, खेड्यात एखादं कार्य करते किंवा एखादा लहानसा कार्यक्रम आयोजित करते तेव्हा तेव्हा तिथं साध्या कपड्यांतले पोलीस हजर असतात हे मला माहीत आहे. ते गर्दीत मिसळून माझ्या प्रत्येक गोष्टीवर गुप्तपणे लक्ष ठेवतात. या पाळतीतून सुटका करून घेण्यासाठी मला कावेबाजपणा करावा लागतो. मी कायम माझ्या गँगमधल्या बायकांना मान खाली ठेवायचा आणि गुलाबी साडी नेसून एकटीनं बाहेर न जायचा सल्ला देते. कारण त्या एकट्यादुकट्या आणखी कमजोर ठरतील. आम्ही जेव्हा मोहिमेवर निघतो तेव्हा आम्ही नेहमीच्याच कपड्यांत असतो. प्रत्येक बाई आपल्या पद्धतीनं प्रत्यक्ष ‘कार्यस्थळी’ पोहोचते आणि मग शेवटच्या क्षणी आम्ही कपडे बदलतो. आम्हाला भक्कम पाठिंबा लाभल्याखेरीज आम्हाला आमच्याकडं लक्ष वेधून घेणं परवडणारं नाहीय. गर्दीत एखादी गुलाबी साडी फारच लक्ष वेधून घेईल. पोलिसांनाही कदाचित उदाहरण घालून देण्यासाठी बळाचा वापर करण्याचा मोह होईल. सर्व जातीचे पुरुष आमच्या गणवेशाकडं त्यांच्या नैसर्गिक अधिकाराला आव्हान म्हणूनच पाहतात, हे काही वेगळं सांगायला नको.

काठीबद्दल बोलायचं, तर ती मी सोडणार नाही. मी गडरिया आहे. काठी हा माझा भागच आहे. माझ्या जमातीतल्या सगळ्या मेंढपाळांप्रमाणेच मीही अगदी लहानपणापासून काठी वापरायला शिकले आहे. मी शेतात बकऱ्या राखताना काठीच वापरायचे. खड्या पहाडावर आधारासाठी काठीच घ्यायचे. पुरुषमंडळी काठी फिरवण्याचा सराव करायची तेव्हा त्यांच्या भिडलेल्या काठ्या पाहण्याचं मला आकर्षण असे. ते पाहून मी मोकळ्या जागेत त्यांच्यासारखीच काठी फिरवायला शिकले. लवकरच त्याचा सराव झाला. काठीची दोन्ही टोकं पकडून तिचा ढालीसारखा उपयोग करण्यापासून ते काठी हवेत सपासप फिरवण्यापर्यंत सर्व

गोष्टी मला येत होत्या. त्यानंतर मी खेड्यांमध्ये त्याचे प्रयोग सुरू केले. महिलांना आत्मसंरक्षणासाठी मूलभूत गोष्टी माहीत असणं महत्त्वाचं आहे. खेड्यापाड्यांत काठी हे अगदी सर्रास आढळणारं शस्त्र आहे; मिळवायला-वापरायला सोपं! झाडाची फांदी तोडून स्वत:चं स्वत:ला बनवता येईल असं शस्त्र. मी माझी गँग तयार केली तेव्हा मी बरीच प्रशिक्षण सत्रं घेतली. काठी वापरायला शिकणं कठीण नसतं. काठी उत्तमरित्या फिरवता येण्यासाठी जरासा सराव आवश्यक असतो इतकंच! त्यातलं गमक असतं, ते प्रतिस्पर्ध्याच्या हातावर अथवा पायावर अचून नेम धरून त्याचा तोल घालवण्याचं आणि जोरदार प्रहार करण्याचं आणि काठी उलटी आपल्याच तोंडावर आपटू नये याची दक्षता घेण्याचं! मी प्रत्येक महिला-मेळाव्यात दहा मिनिटं तरी काठी कशी वापरायची ते शिकवतेच.

आम्ही मोहिमेवर निघतो त्या वेळी मी बायकांना सोबत काठी घेण्यास प्रोत्साहित करते. आमच्या शत्रूंवर छाप टाकण्याचा त्याइतका कुठलाही प्रभावी मार्ग नाहीय. आम्ही जेव्हा अकस्मात मोठा गुलाबी थवा बनून, हातात काठ्या घेऊन समोर येतो तेव्हा आम्हाला गांभीर्यानं घेतलं जातं. आमचं ऐकून घेतलं जातं. कुणालाही निमित्ताला टेकल्यासारखं झोडपून काढणं हा आमचा उद्देश नाहीय. आम्ही हे समोरच्याला रोखण्याचं शस्त्र म्हणून वापरतो आणि कुणी सांगावं, कितीतरी पुरुष- पोलीससुद्धा काठ्या वापरतात. त्यांच्या डोक्यात जर आमच्यावर काठीचा प्रयोग करण्याचा विचार आला, तर आम्ही स्वत:चा बचाव करण्यासाठी सक्षम असायला हवं. मी हिंसाचाराच्या विरुद्ध आहे, पण वास्तव जगात व्यवहारीपण आत्मसात करायलाच पाहिजे. बायकांना मनगटातली ताकद कशी वापरायची, तेच माहीत नसतं. त्यामुळं त्या पुरुषांपेक्षा फारच कमजोर ठरतात. जेव्हा त्या सशस्त्र बनतात तेव्हा त्यांना अधिक कणखर बनल्यासारखं वाटतं. अर्थात चांगली गोष्ट म्हणजे आम्ही काठ्यांचा वापर क्वचितच केला आहे. आम्ही फक्त एकदाच एका पोलिसाला झोडपलं आहे.

काठी हीच आमची अंतिम झेप आहे. या काठीनं कधीही कुणाचाही जीव घेतला नाहीय. ती सुरा किंवा बंदुकीसारखी नाहीय. मी कधीही भांडण मिटवण्यासाठी हिंसाचाराचा पुरस्कार केलेला नाही. उलट मी सदैव सुसंवाद घडण्याचं समर्थन करत आलीय. माझी सिद्धान्तवादाच्या सामर्थ्यावर दृढ श्रद्धा आहे. मी माझ्या संकल्पनांनिशी लढते. काठीनं नाही. मी एखाद्याला माझं म्हणणं पटवून द्यायचा प्रयत्न करते, तेव्हा मी तासन्‌तास माझं म्हणणं अनेक उदाहरणांनिशी आनंदानं पटवून देत असते. कदाचित लक्षात येतही नसेल, पण मी अतिशय संयम राखते. एखाद्या भ्रष्ट अधिकाऱ्याच्या बाबतीत भडकून बोलणं स्वाभाविक असतं, पण मी नेहमीच शब्दांनी जिंकण्याचा प्रयत्न करते. खरंच सांगते, बिनतोड बाजू मांडणं हेच

माझं सर्वांत प्रभावी शस्त्र आहे.

माझ्या जावयाला - तिरथ पालला - शब्दांनी लढा कसा द्यायचा हे ठाऊक असतं, तर आज तो गजाआड नसता. माझ्या थोरल्या मुलीला - प्रभावतीला हिल्ली गावात दिलं होतं. हिल्ली हे अतार्राच्या उत्तरेला ८० किलोमीटरवर असलेलं अगदी छोटं खेडं आहे. तिचं घर प्रशस्त होतं. घरात नवरा, सासू-सासरे, पाच चुलत सासू-सासरे असा बारदाना होता. त्यांच्या जमिनीला लागून एका ब्राह्मणाच्या जमिनीची हद्द होती. या शेजाऱ्यांशी त्यांचे संबंध कायमच ताणलेले होते. एकदा तिरथ म्हशी राखत असताना त्याची एक म्हैस शेजाऱ्यांच्या शेतात घुसली. त्या ब्राह्मणानं म्हशीला हुसकून लावलं आणि तो संतापानं तडतडत, तिरथ आणि त्याच्या वडलांना शिव्या घालत त्यांच्या घरी आला. त्यांनीही त्याला प्रत्युत्तर दिलं. हा आरडाओरडा ऐकून दोन्ही जातींतले इतर लोकही जमले. त्यामुळं शेजाऱ्यांमधल्या किरकोळ भांडणाला भयंकर वळण लागलं. आश्चर्य म्हणजे दुसऱ्या दिवशी ब्राह्मणाची म्हैस शेजारच्या शेतात घुसली. मग आदल्या दिवशीप्रमाणेच शिव्यांच्या फैरी झडल्या. पण या खेपेला मात्र वादावादीचं रूपांतर युद्धात झालं. ब्राह्मण माणसानं माझ्या मुलीच्या सासऱ्यांना तडाखा देताच त्यांनी त्यांच्या काठीनं प्रहार करून प्रत्युत्तर दिलं. मग ब्राह्मण माणसानं पायजम्यातून पिस्तूल काढलं आणि गर्दीवर झाडलं. त्यात दोन म्हशी कोसळल्या, बऱ्याच लोकांना लागलं. हा प्रकार पाहणारे तीन शेजारीही त्यातून सुटले नाहीत. तिरथ, त्याचे काका आणि वडीलही घायाळ झाले. यातून तिरथचे वडील वाचले, पण त्याचे काका मात्र तितके सुदैवी ठरले नाहीत.

पोलिसांनी उत्तरीय तपासणीचे आदेश दिले. मला हा प्रकार समजताच मी मुलीच्या सोबतीला हिल्लीला धावले. तिच्या सासरचं घर उद्ध्वस्त झालं होतं. गावातले सगळे गडरिया त्यांच्या अंगणात जमले होते. तिरथ आणि त्याच्या काकांना ब्राह्मणाला मारून ताबडतोब या मृत्यूचा सूड घ्यायचा होता. बहुतेकशा पुरुषांनी याला सहमती दिली. मी याच्या परिणामांच्या कल्पनेनं भयभीत झाले होते. मी दादापुता करून कसंतरी त्यांना घरात आणलं.

"कायदा स्वत:च्या हातात घ्यायची चूक करू नका. सगळंच गमवावं लागेल. संयम राखा, कायद्याला त्याचं काम करू द्या."

सगळ्या बायका, माझी मुलगी, तिच्या चुलत सासवा अशा आम्ही सगळ्या जणींनी मिळून पुरुषांना यापासून परावृत्त केलं. अखेर त्या ब्राह्मणावर आरोप ठेवण्यात आला. पण केस कधीही पुढं सरकली नाही. पोलीस त्याला अटक करायलासुद्धा आले नाहीत. त्यामुळं अपराधी माणसाच्या बापानं आपल्या पोराच्या केसालाही धक्का लागू नये यासाठी पोलिसांना भरपूर पैसे चारले असणार, असा

आम्ही अंदाज बांधला. दोन वर्षं उलटली तरी अजून केस उभी राहिलेली नाही.

त्यानंतर त्या भागातल्या एका दादाचा खून झाला. तो त्या ब्राह्मण शेजाऱ्याशी संबंधित असल्याचं निष्पन्न झालं. मग पोलीस जेव्हा त्याच्याकडं चौकशीला आले, तेव्हा त्यानं संशयित म्हणून माझ्या जावयाचं आणि जावयाच्या दोन्ही काकांचं नाव घेतलं. पोलिसांनीही इतर कुणी संशयित हातात नसल्यामुळं या तिघांवर आरोप ठेवून त्यांना तुरुंगात टाकलं. हे तिघंही केस उभी राहण्याची वाट बघत तुरुंगात खितपत पडले होते. अखेर एके दिवशी एक माणूस पोलिसांना शरण आला. त्यानं स्वत:च खून केल्याचं सांगितलं. त्या दादानं त्याच्या वडलांचा खून केला होता. त्यामुळं त्यालाही त्या दादाचा सूड घ्यायचा होता.

यानंतर तिरथ आणि त्याच्या काकांवरचे आरोप पुसले गेले आणि त्यांची तुरुंगातून सुटका झाली. पण हे फार काळ टिकलं नाही. काळ पुढं सरकत होता, पण शेजाऱ्याशेजाऱ्यांमधले संबंध अजूनही कडवटच होते. त्यांच्या जातीतले लोक सतत माझ्या मुलीच्या सासूसासऱ्यांना त्रास देतच होते. तिच्या चुलतसासऱ्यांना, नवऱ्याला अपमान सोसावा लागत होता. तिरथ शेतीकामाखेरीज गावात छोटंसं धान्य-दुकानही चालवत असे. तो ब्राह्मण तिथून जाताना त्याला नेहमी डिवचत असायचा. कधीकधी त्याचा थेट अपमान करत असायचा. कधी तिरथच्या समोर बसून त्याला धान्य मागायचा. माझा जावई त्याला तिथून निघून जाण्याबद्दल पुन:पुन्हा सांगत असायचा.

"तिथं बसू नका. तुम्ही माझे शत्रू आहात. मला तुमच्याशी बोलायचं नाहीय. तुम्ही दुसरीकडून धान्य घ्या. मला ताप नकोय."

त्यावर तो ब्राह्मण त्याच्याकडं बेफिकीर कटाक्ष टाकत नुसता हसायचा.

एके दिवशी तिरथचे काका शेतात काम करत असताना त्यांच्या डोक्यात दगड लागले. त्यांनी वळून पाहिलं तर कुणीच दिसलं नाही. मात्र शेजारच्या शेतातून हसण्याचे आवाज त्यांच्या कानावर पडले. त्या दिवशी सायंकाळी माझ्या मुलीच्या घरचं वातावरण एकदम क्षुब्ध झालं. तिचे चुलतसासरे मोठमोठ्यानं चर्चा करत होते, पण काय करावं यावर त्यांचं एकमत होत नव्हतं. त्यांच्या बायका उद्विग्न झाल्या होत्या. त्यांना असहायपण घेरून आलं होतं. माझा जावई खिन्न होता. त्यानं तोंडदेखील उघडलं नव्हतं.

त्यानंतर दुसऱ्याच दिवशी त्या ब्राह्मणाचा खून झाला. ताबडतोब तिरथ आणि त्याच्या चारही काकांवर आरोप ठेवून त्यांना अटक झाली. या गोष्टीला तीन वर्षं झाली आहेत. तेव्हापासून आत्तापर्यंत पोलिसांना काहीही पुरावा सापडलेला नाही, पण हे चारही जण अजूनही तुरुंगातच आहेत. केस उभी राहण्याची वाट बघतायत.

खरं काय घडलं, ते मला माहीत नाही. कुणालाच माहीत नाही. माझ्या

मुलीला तिचा नवरा निरपराध असल्याची ठाम खात्री आहे. तिच्या मते तिरथ आणि त्याच्या काकांवर अन्याय झालाय. हा कायद्याचा आणखी एक चुकीचा निवाडा आहे.

तिला तीन मुलगे आणि एक मुलगी अशा चार मुलांना एकटीनं वाढवावं लागत नाहीय हे सुदैव आहे. पण घरात चार पुरुषांची उणीव असताना आयुष्य खडतरच आहे. तिरथचे धाकटे काका - ते वकील आहेत - अजूनही त्यांच्यासोबतच राहतात. तिच्या नवऱ्याचे चुलतभाऊही शेतात काम करण्याएवढे मोठे आहेत. ती स्वत:ही गावातल्या बालसंगोपनगृहात मदतनीस म्हणून काम करून चार पैसे मिळवते. पण सगळी तोंडमिळवणी करणं कठीणच जातं.

माझ्या दृष्टीनं या साऱ्यांबाबत काय करावं तेच मला कळत नाही. कदाचित तिरथ अपराधी असेलही. पण काहीही असलं, तरी या शोकांतिकेनं माझं एक मत पक्कं झालं – ते म्हणजे हिंसेतून हिंसाच उत्पन्न होते. जर मी आणि माझी गँग त्या ब्राह्मणावर दबाव आणू शकलो असतो, तर गोष्टी नक्कीच या थराला गेल्या नसत्या.

युद्धगान – १

सारं जग बदलतंय भगिनी, पण तू बदलली नाहीस तर कसं चालेल?

सरकार तुला तुझ्या मुलींना शाळेत पाठवण्यासाठी मदत करेल, पण तूच शिक्षणाच्या धावत्या रेल्वेत उडी घेतली नाहीस, तर तुला कोण आदर देईल?

मी तुला अनेक मार्ग दाखवले भगिनी, पण तू जर त्यातला एकही मार्ग निवडला नाहीस, तर मी आणखी काय करू शकणार?

सारं जग बदलतंय भगिनी, पण तू बदलली नाहीस तर कसं चालेल?

आज तुझ्या संरक्षणासाठी कायदे आहेत. उच्च जात, कनिष्ठ जात असा भेदाभेद नाही. स्त्रियांनाही पुरुषांप्रमाणेच हक्क आहेत. मात्र जर तुझा अपमान झाला, छळ झाला किंवा मारहाण झाली आणि तू तोंडातून ब्रही काढला नाहीस, तर तुझ्या वतीनं कोण तक्रार करणार आहे?

सारं जग बदलतंय भगिनी, पण तू बदलली नाहीस तर कसं चालेल?

मी तुला नवे नियम सांगितले आहेत, पण ते तू तुझ्या अवतीभवतीच्यांना सांगितले नाहीस, तर तुझ्या मुलींना ते कोण सांगणार?

मी तुमच्यासाठी तत्पर आहे. भगिनींनो, मी तुमच्यात धैर्य जागवू शकते, पण तुम्ही स्वत:च जर ती ज्योत जागृत ठेवण्याचा प्रयत्न केला नाहीत, तर मी काय करणार?

मिळून साऱ्या जणी

सायंकाळचे पाच वाजले होते. जूनच्या मध्यातले दिवस होते. प्रचंड उकाडा होता. गेले दोन तास मी मला भेटायला आलेल्या बायकांचे भोग ऐकत होते. त्या त्यांचा नंबर येण्याची वाट बघत रांगेत बसून होत्या. त्यातल्या काही नशीबवान बायकांना माझ्या ऑफिसच्या पोर्चच्या सावलीतल्या एवढ्याशा जागेत लवंडायला मिळालं होतं. बाकीच्या बायका गटारीशेजारी बसून उन्हात पेंगत होत्या. घरट्यातनं पडलेल्या इवल्याशा पक्ष्यासारख्या कोमेजल्या होत्या. चेहऱ्यावर घोंघावणाऱ्या माशा हाकलायची सुद्धा त्या तसदी घेत नव्हत्या. त्याही माझ्यासारख्याच दमल्या होत्या. मी आज सकाळी दोघा भावांमधलं भांडण मिटवण्यासाठी रौलीला गेले होते. त्यातल्या एका भावाची बकरी दुसऱ्या भावाच्या शेतात गेली होती. त्यामुळं त्यांच्यात जोराचं भांडणं पेटलं होतं. त्या दोघांचीही मी तासभर समजूत घातली, तेव्हा कुठं ते भांडणं मिटलं. मी रौलीला गेलेच होते, तर त्या निमित्तानं मी खेड्याच्या प्रधानाशी पावसाचं पाणी साठवण्याच्या टाकीच्या कामाच्या प्रगतीबद्दल बोलायला गेले. पण तो आडमुठा होता. या रूक्ष मोसमात शेताला पाणी नव्हतं; पण तो माणूस या कामात लक्ष घालायला वेळ नसल्याची रडकथा सांगत होता.

रौलीहून परत येताना मी चंपाला भेटायला बदौसामध्ये थांबले होते. तिच्या नवऱ्याशीही चार शब्द बोलले. तो विजार शिवत होता.

त्यानंतर मी दुपार होता होता अतार्रला परत आले. घरी परत आल्यावर काही करून खायचा इतका कंटाळा आला होता की, मी तासभर तशीच पडून राहिले. त्यामुळं चार घास खायलाही वेळ उरला नाही. आता मला चहा हवा होता. पण बायकांची रांग आणि त्यांच्या समस्या अजूनही संपत नव्हत्या. सायंकाळचे पाच म्हणजे तर गर्दीचीच वेळ! माझ्या पोटात कावळे ओरडत होते, पण मी अजून थोडा दम धरायचं ठरवून बाबूजींना पुढच्या बाईला पाठवण्याची खूण केली.

एक चिपाडासारख्या बारीक हातांची बाई माझ्यासमोर येऊन बसली. तिच्या कृश देहावर साडीचा बोंगा दिसत होता. कधी काळी हिरव्या रंगाची असणारी ती

साडी वर्षानुवर्षं ऊन, धूळ आणि पाऊस झेलून विटली होती. या बाईचं नाव होतं पुतुलिया. ती होती फक्त तिशीची, पण खोल गेलेले डोळे, काळवंडलेला चेहरा, दातांची वाईट अवस्था यामुळं ती दिसत होती पन्नाशीची. ती मला तिसऱ्यांदा भेटायला आली होती. ती याआधी आली होती ते महिन्याभरापूर्वी. त्या दिवशी माझ्याकडं इतके लोक होते की, मला तिचं म्हणणं ऐकायला वेळच मिळाला नव्हता. त्यामुळं तिला हात हलवत परत जावं लागलं होतं. त्यानंतर ती पुन्हा आठवड्याभरानं आली होती. या खेपेला तिनं मला तिची कहाणी ऐकवली.

"नमस्ते ताई."

"नमस्ते! मला सांग तू, तू इथं कशी काय?"

"माझ्या नवऱ्यानं तीन वर्षांपूर्वी मला हाकलून दिलंय. तो मला पुन्हा घरी घ्यायला अजिबात तयार नाहीय."

"तू सध्या कुठं राहतीयस?"

"आईवडलांकडं. त्यांचं घर २५ किलोमीटरवर आहे. पण ते आता म्हातारे झाले आहेत. ते गेल्यानंतर माझ्याकडं बघणारं कुणीच नाहीय. मला काहीही मिळालं नाहीय. ना जमीन, ना मालमत्ता! मग मी जगू कशी? माझ्या नवऱ्याची जमीन आहे, पण तो माझी वाटणी द्यायला तयार नाहीय."

"तुला मुलं आहेत?"

"नाही. तीच तर समस्या आहे. माझं अगदी लहान असताना लग्न झालं. माझ्या पोटात गर्भाची नीट वाढ कधीच झाली नाही. माझे सात गर्भपात झाले. शेवटच्या वेळी तर कहरच झाला! माझ्या नवऱ्यानं माझ्या सगळ्या वस्तू गोळा करून विहिरीत फेकल्या आणि मला 'चालती हो, पुन्हा कधीही तोंड दाखवू नकोस' म्हणून सांगितलं."

"मी काय करावं असं तुझं म्हणणं आहे?"

"मी नवऱ्याकडं जाऊन नांदायला तयार आहे किंवा त्यानं मला जमिनीचा थोडा तुकडा द्यावा. काही दिवसांपूर्वी मी कार्वीला गेले होते, तिथं मी तुमच्याबद्दल ऐकलं. लोकांनी मला सांगितलं की, तुम्ही मला मदत करू शकाल."

"बरोबर आहे. आम्ही तुझ्यासाठी काहीतरी करू, पण मी तुझ्या वतीनं लढाई नाही करू शकत. तुला तुझं आयुष्य परत मिळवण्यासाठी स्वत: लढावं लागेल. गुलाबी गँग तुला पाठिंबा देईल. तुला आमच्या गँगमध्ये सामील व्हायचंय?"

हा निर्णायक क्षण महत्त्वाचा असतो. माझं ऑफिस हे काही जनकल्याण कार्यालय नव्हे. बायकांनी हे समजून घ्यायला हवं. आमची एकजूट आहे. आमच्या गँगमधल्या सदस्या एकमेकींच्या पाठीशी उभ्या राहतात. आम्ही जेव्हा एखाद्या बाईला मदत करतो तेव्हा तिनंही त्या बदल्यात आम्हाला साहाय्य करण्याची

बांधीलकी मानून वेळ येईल तेव्हा इतर बायकांना मदत करायला सज्ज असलं पाहिजे. हा बळी ठरलेल्या बायकांवर जबाबदारी सोपवण्याचाही भाग आहे. आपल्या जीवनाची सूत्रं आपल्या हातात घेणं त्यांच्याच हातात आहे. मी त्यांना प्रेरणा देईन, नैतिक पाठिंबा देईन, त्यांच्या योजना प्रत्यक्ष कृतीत उतरवण्यास मदत करीन, पण त्या उगीच वेळ काढत राहिल्या, तर सगळं काम मी नाही करणार. मी या कारणासाठीही प्रवेशशुल्क ठेवलं. आमच्या गँगच्या सदस्यत्वासाठी १०० रुपये आणि नव्या सदस्यांना गुलाबी साडीसाठी आणखी ५० रुपये द्यावे लागतात. ही रक्कम भरणं एखाद्या बाईच्या आवाक्यात नसलं, तर मी अगदी कडक नियम लावत नाही. तिने नंतर पैसे दिले तरी चालतील, अशी सवलत देते आणि साडीच्या बाबतीतसुद्धा सक्ती नसते. पण बरेचदा बायकाच लवकरात लवकर साडी घेण्याबाबत आग्रही असतात. गणवेशाचा त्या बाईला आधार वाटतो. आपण कुठल्यातरी गटातले आहोत, असा तिला धीर मिळतो. आमची गँग चालवण्यासाठीही या सदस्यत्व-शुल्काचा उपयोग होतो. मला या कामासाठी कसल्याही स्वरूपात पगार मिळत नाही. मी या कामासाठी विनामूल्य वेळ देते. या कामात कुठलीही सरकारी मदत मिळत नाही, पण तरीही मला प्रवास, सेलफोनची बिलं, तक्रारीच्या झेरॉक्स काढणं हे खर्च असतातच. मी त्यांच्याकडं देणगी मागत नसते.

अर्थात काही वेळा मात्र पैसे मागणं शक्यच नसतं. कधीकधी अतिशय दु:खीकष्टी बायका येतात. त्यांच्या बाबतीत ताबडतोब काहीतरी करणं आवश्यक असतं. अशा वेळी मी आयुष्य पणाला लागलेल्या, निराशेच्या गर्तेत जाऊ पाहणाऱ्या व्यक्तीला साहाय्य करण्यास नकार देऊ शकत नाही.

उदाहरणादाखल दहा दिवसांपूर्वीचाच प्रसंग सांगते. मी रात्री बदौसात राहिले होते आणि सकाळी लवकर उठून अतार्राला परत आले. पाहते, तर माझ्या दारात अतिशय वाईट अवस्थेतली एक बाई बसली होती. तिच्या डोक्याला बांधलेली पट्टी रक्ताळली होती. मला पाहताच ती गुडघ्यावर कोसळून रडू लागली.

"ऊठ ताई, काय झालंय ते सांग मला."

"माझ्या डोक्यात खोक पडलीय. मला मारहाण झालीय, पण डॉक्टर माझ्यावर उपचार करायला तयार नाहीत."

तिच्या बोलण्यातून मला फारसा अर्थबोध झाला नाही आणि ती इतकी मुसमुसत होती की, मला तिचं बोलणं कळत नव्हतं.

"शांत हो, तू काय म्हणतेयस ते मला समजत नाहीय. चल, पोर्चमध्ये बस. मी चहा सांगून येते."

मग मी तिला चटईवर बसवलं. रस्त्यावरच्या एका पोराला जवळच्याच

हॉटेलमधून दोन चहा आणायला पाठवलं आणि तिच्यासमोर येऊन बसले.

"हं, आता सांग. आधी तुझं नाव सांग."

"गीता."

"हं, तर गीता, तुझी कथा मला पहिल्यापासून सांग."

"मी ओरूनमध्ये राहते. इथून २० किलोमीटरवर. काल दुपारी माझी शेजारीण पुष्पा वेडी-पिशी होऊन किंचाळत माझ्या घरी आली. मला वाट्टेल ते बोलली आणि माझ्यावर हिडिस असल्याचा आरोप केला. यावरून तुम्हाला वाटेल की, मी तिच्या नवऱ्याबरोबर झोपलेय."

"तसं घडलंय का?"

"नाही. मी शप्पथ सांगते. मी नाही झोपले! तिचा नवरा वयानं माझ्यापेक्षा बराच मोठा आहे. मी त्यांच्याकडं अजिबात तशा दृष्टीनं पाहत नाही. ते माझ्याशी खूप चांगलं वागतात; मला मुलगी गानतात इतकंच! कधीकधी ते माझ्या मुलाला छोट्या भेटवस्तू देतात. पुष्पाचं म्हणणं आहे की, तिचा नवरा स्वतःच्या पोरांपेक्षा माझ्या मुलासोबत रमतो हा काही निव्वळ योगायोग नाही; पण याला मी काय करणार?"

"मग काय झालं?"

"तिनं माझ्या डोक्यात दगड घातला. माझ्या डोक्यातून भळाभळा रक्त वाहत होतं. मला दिसत नव्हतं. ते पाहून पुष्पा घाबरून पळून गेली."

"तू एकटी होतीस?"

"माझा नवरा घरी नव्हता. मी धावत डॉक्टरांकडे गेले, पण त्यांनी माझ्यावर उपचार करायला नकार दिला. 'तुझी पैसे देण्याची ऐपत नाही आणि मी 'कहार' लोकांवर उपचार करत नाही' असं सांगून त्यांनी मला त्यांच्या दवाखान्यातून हाकलून दिलं."

खेड्यापाड्यांत कहार लोक विहिरीचं पाणी शेंदून रहिवाशांच्या घागरी, बादल्या भरून देण्याचं काम करतात. ही अस्पृश्यांमधली, विशेषकरून तिरस्कृत पोटजात मानली जाते. बरेच लोक त्यांच्याशी कुठल्याही प्रकारचा संपर्क येऊ देणं टाळतात.

"तो दवाखाना खासगी होता का? तू सार्वजनिक रुग्णालयात का गेली नाहीस?"

"तो फार लांब आहे आणि मी इतकी घाबरून गेले होते की, मला सुचलंच नाही."

"त्यानंतर काय केलंस?"

मी तक्रार द्यायला पोलीसठाण्यात गेले. तिथल्या अधिकाऱ्यानं फॉर्म भरण्यासाठी माझ्याकडं पैसे मागितले. मी त्याला सांगितलं की, मी फार गरीब आहे. त्यावर तो

माझ्यावर खेकसला, "इथं तुझं काही काम नाही. जे घडलं ती तुझी लायकीच आहे." असं म्हणून त्यानं मला तिथून चालतं व्हायला सांगितलं. काय करावं, हे मला समजत नव्हतं. माझं डोकंच चालत नव्हतं. मग मी घरी गेले. माझा नवरा घरी आलेला होता. त्यानंच मला तुम्हाला भेटायला सांगितलं. आमच्याकडं बसभाड्यापुरतेही पैसे नसल्यामुळं त्यानं आमच्या शेजाऱ्यांकडून ४० रुपये उसने मागून आणले आणि आम्ही टेम्पोतून अतार्रला आलो. आम्ही पोहोचलो तेव्हा अंधार पडला होता. तुमचं ऑफिसही बंद होतं. त्यामुळं आम्ही रात्रभर तुमची वाट बघत तुमच्या दारात बसलोय.

"तुझा नवरा कुठं आहे?"

"तो तुम्हाला शोधायला गेलाय. येईल इतक्यात!"

"म्हणजे अजून तुझ्या जखमेवर काही मलमपट्टी झालेली नाही?"

"नाही. मला आधी तुम्हाला भेटायचं होतं."

"तुला त्रास होतोय?"

"मी ठीक आहे, पण डोकं मात्र खरंच खूप दुखतंय."

"बरं, तुझा नवरा आला की, तुम्ही बिसंदातल्या हॉस्पिटलमध्ये जा. ते इथून लांब आहे, पण तुमच्या गावापासून जवळ आहे. ते तुझ्यावर उपचार करतील. ते त्यांचं काम व्यवस्थित करतात ना, हे मला बघायचंय. त्यांनी तुला तपासायला नकार दिला, तर फक्त मला फोन कर. मी ताबडतोब येईन."

गीतानं माझ्या सांगण्यानुसार केलं. तिचा नवरा येताच ते दोघं हॉस्पिटलमध्ये गेले. मी त्यांच्याकडून पुढं काय घडतंय हे समजण्याची वाट बघत होते. त्या हॉस्पिटलमध्ये त्यांना नीट दाद मिळाली नसती, तर मी जिल्हा सबमॅजिस्ट्रेटना फोन करणार होते.

आश्चर्याची गोष्ट आहे, पण एक फोन निराशाजनक परिस्थितीतून मार्ग काढू शकतो! आज सर्व स्थानिक सबमॅजिस्ट्रेट मला ओळखतात. माझं काम त्यांच्या अंगवळणी पडलंय. त्यांनी फोन उचलला आणि "नमस्ते, मी संपत पाल बोलतेय. मला तुम्हाला काही सांगायचंय" हे कानावर पडलं की, ते नक्की डोळे फिरवत असतील! पण मला त्याची पर्वा नाही. त्यांना मी आवडावं असं माझं म्हणणं नाहीय; ते माझं म्हणणं ऐकून घेतात, हे महत्त्वाचं आहे. माझ्या निरनिराळ्या सर्व मागण्यांचा अभ्यास केल्यानंतर अखेर माझी उद्दिष्टं काय आहेत, हे त्यांच्या लक्षात आलंय. अर्थात याचा अर्थ त्यांना माझी बाजू पटवून देणं सोपं आहे, असा नाही. पोलिसांच्या बाबतीत मात्र ते बरंच सोपं जातं. ते मला घाबरतात! मी एखाद्या बाईला घेऊन तक्रार दाखल करायला गेले की, ते माझ्याकडून पैसे उकळायला बघायचे, असं खूप काळ चाललं होतं. पण आता त्यांना कळून चुकलंय की, मी त्यांना कधी

एक रुपयासुद्धा देणार नाही. मला हवं ते साध्य करून घेण्यासाठी मी बायकांचा घोळका घेऊन तासन्तास त्यांच्या ठाण्याबाहेर ठाण मांडून बसायला तयार असते, हेही त्यांना माहीत आहे. त्यामुळं ते मला कटवण्याआधी विचार करतात. ते मला मान देतात, असंसुद्धा म्हणता येईल. त्यांच्यातल्या काही जणांना माझ्या कार्याचं खरोखर मोल वाटतं.

माझं त्यांच्याविरुद्ध काहीही नाहीय. मी फक्त समस्या अधिक बिकट होण्याआधी त्या सोडवण्याचा प्रयत्न करतेय, हे त्यांना माहीत आहे. एका अर्थानं मी त्यांना मदतच करतेय. जेव्हा आजूबाजूला कुठं भांडणं-वादावादी होते, त्या वेळी मी त्यात सहभागी लोकांचं भांडण मिटवण्याचा नेहमीच प्रयत्न करते. भांडण सोडवण्यासाठी पोलिसांकडं जाण्याची गरज नाही, ही गोष्ट त्यांना पटवून देण्याचा प्रयत्न करते. घरातली भांडणं घरातच मिटायला हवीत. शेजाऱ्यांमधली क्षणिक वादळं हा त्यांचा विषय असतो, इतरांचा नाही. त्यात पोलीस नकोत, लाच द्यायला नको! म्हणजे हे तक्रारदारांनाही स्वस्तात पडतं आणि पोलिसांचं कामही कमी होतं. दोघांचाही लाभ होतो.

काही वेळातच गीता परत आली. हॉस्पिटलमध्ये तिच्यावर नीट उपचार झाले नव्हते. डॉक्टरांनी तिची जखम तपासून टाके घालण्याची आवश्यकता नसल्याचं सांगितलं होतं. मग तिनं माझ्या गँगच्या ओरूनमधल्या सदस्यांशी संपर्क साधला होता. त्यांनी तिला पुन्हा हॉस्पिटलमध्ये जाण्याचा सल्ला दिला आणि माझ्या बऱ्याच बायका तिला घेऊन हॉस्पिटलमध्ये गेल्या. तिथं गीताला टाके घालण्यात आले.

पण त्यानंतर तिनं कधीही माझे आभार मानायला किंवा ती कशी आहे, हे सांगायलासुद्धा मला फोन केला नाही. तिनं जर माझ्याशी संपर्क साधला असता, तर मी तिच्यासोबत पोलीसठाण्यात गेले असत; जरासा दबाव टाकण्यासाठी सोबत काही बायकांना घेऊन गेले असते आणि तुम्हाला खात्रीनं सांगते, त्यांनी तिची तक्रार दाखल करून घेतली असती. पण गीताकडून पुन्हा कधीच काही समजलं नाही. आता माझी गरज नाही, असं तिला वाटलं असणार. असं बरेचदा घडतं. ज्या बायकांना आम्ही साहाय्य करतो, त्या बायका त्यांचे प्रश्न सुटल्यानंतर गुलाबी गँगला विसरतात. अशा स्वार्थी वृत्तीमुळं कधीच प्रगती होणार नाही. कदाचित पुन्हा एखाद्या दिवशी ती बाई उगवेल; पण एक गोष्ट नक्की आहे : तिला पुन्हा आमची मदत हवी असेल. उदाहरणादाखल सांगायचं, तर पुष्पा अजूनही त्रास देतीय म्हणून तिला माझ्याकडून आणखी जास्त काळ संरक्षण हवं असेल, तर तिला तिचा सदुद्देश सिद्ध करून आमच्यामध्ये सहभागी व्हावं लागेल.

पुन्हा पुतुलियाच्या मुद्यावर येते. तर तिची केस तातडीची म्हणावी अशी नव्हती. मला माझ्या पद्धतीनं चौकशी करायला अवधी होता. मी नेहमी याच पद्धतीनं काम करते. नेमका काय प्रकार आहे, हे कळल्याखेरीज मी कधीही केस घेत नाही. माझ्या ऑफिसमध्ये तिची दुसरी खेप झाल्यानंतर मी सर्वप्रथम तिच्या गावच्या प्रधानाला फोन करून ती जे सांगतीय त्याची सत्यता पडताळून पाहिली. माझ्या फोनमुळं या प्रश्नातून मार्ग निघतोय असं वाटत होतं, कारण त्यानंतर काही दिवसांनी प्रधानाचा फोन आला. तो तिच्या सासूसासऱ्यांशी बोलला होता. ते तिला पुन्हा नांदायला न्यायला तयार होते. पण माझ्या दृष्टीनं केवळ हा सद्‌हेतू सांगणं पुरेसं नव्हतं. मी त्यांना भेटायचा आग्रह धरला. ते हे मनापासून बोलत आहेत, याची मला खात्री करून घ्यायची होती. त्यांनीही त्याला मान्यता दिली आणि ते २५ किलोमीटरवरच्या गावातून वडाप टेम्पोतून मला भेटायला अतार्राला आले. ते माझ्याकडं आले होते, तेच मान खाली घालून. त्यांनी आदरपूर्वक मला चरणस्पर्श केला.

मी नम्रतेनं, पण ठामपणे बोलले,

"तुम्ही पुतुलियाला पुन्हा नांदायला नेण्याचं मान्य केलंय, हे खरं आहे?"

"हो, खरं आहे. ती आली, तर आम्हाला आनंदच आहे."

"मला वाटतं, तीन वर्षांपूर्वी तुम्ही तिला हाकलून दिलंत, तेव्हाही तुम्हाला आनंदच होता!"

"त्या वेळी गैरसमज झाला होता. आमचा मुलगा जरासा बिथरला होता."

"जरासा? त्यानं तीन वर्षांत तिच्याकडं ढुंकूनही पाहिलेलं नाही, म्हणजे तो चांगलाच बिथरला असणार."

"तुम्ही त्याची बाजू समजून घ्या. त्याची बायको त्याला मूलबाळ देऊ शकत नाही."

"मग? म्हणून तिला कस्पटासमान मानून रस्त्यात टाकून द्यायचं?"

"नाही, तसं नाही, पण मूलबाळ नसणं ही भयंकर गोष्ट असते!"

"बायकोचा आदर न राखता येणं हीसुद्धा भयंकर गोष्ट असते. तिचं इतक्या लहान वयात लग्न झालं नसतं, तर कदाचित तिला या सगळ्या अडचणींना तोंड द्यावं लागलं नसतं."

.....

"ठीक आहे. मी तुमच्यावर विश्वास ठेवते. पण मी तुम्ही तुमचा शब्द पाळला आहे, याची मी खात्री करून घ्यायला येईन."

"आम्ही आमचा शब्द पाळू. कसलीही अडचण येणार नाही."

माझा ‘संदेश’ पोहोचला असेल, अशी आशा करते.

त्यानंतर पुतुलिया पुन्हा मला भेटायला आली. तिच्या चेहऱ्यावर चिंतेचं जाळं दिसत होतं. ती तिसऱ्यांदा आली होती, ते आम्ही तिच्या प्रश्नासंदर्भात काही उकल शोधलीय का हे पाहायला. मी तिच्या सासूसासऱ्यांशी बोललीय, हे तिला माहीत नव्हतं.

“तुझ्यासाठी एक चांगली बातमी आहे. तुझ्या नवऱ्यानं तुला पुन्हा नांदवायचं कबूल केलंय.”

“खरं सांगताय?”

“अगदी खरं! त्याच्या आईवडलांनी माझ्यासमोर तसा शब्द दिलाय. तू तुला हवं तेव्हा सासरी जा. थोड्याच दिवसांत मी तुझ्या घरी येऊन जाईन.”

“काय सांगताय! तुम्ही नसतात, तर मी काय केलं असतं? तुमचे आभार कसे मानावेत तेच समजत नाहीय!”

“सोपं आहे. तुला अजूनही गुलाबी गँगचं सदस्य व्हायचंय?”

“नक्कीच!”

“मग आमच्या फौजेत तुझं स्वागत आहे. कधीतरी तुला आमच्यापैकी कुणाच्यातरी मदतीला बोलावलं जाईल.”

“मी तुम्ही सांगाल ते करीन. मी पुन्हा एकदा तुमचे आभार मानते.”

आज तिची भावना तळमळीची दिसते, पण ही कृतज्ञता महिन्याभरापेक्षा किंवा त्याहून जास्त टिकते का बघू या. बायकांमध्ये दृढ ऐक्याची भावना पुरुषांपेक्षा जास्त असते, पण त्यांना सतत प्रेरित करत राहावं लागतं. माझं अख्खं आयुष्य फोनवर चाललंय. एकतर मी मॅजिस्ट्रेट, प्रधान किंवा पोलीस यांना फोन करत असते, नाहीतर माझ्या गँगच्या सदस्यांना. माझ्या गँगचं अस्तित्व असलेल्या प्रत्येक खेड्यात एक बाई विभागप्रमुख म्हणून काम पाहते. त्या मला नियमित फोन करून खास केसेसबद्दल सांगतात. तुलनेनं साधे प्रश्न त्या स्वतःच सोडवतात, निदान म्हणण्यापुरते तरी. आता गीताचंच उदाहरण घ्या. तिच्या मत्सरी शेजारणीनं तिच्या डोक्यात दगड घातला. गीताच्या गावात माझ्या गँगच्या जवळपास २० सदस्या असूनही त्यातल्या कुणाकडंतरी जावं, असं तिच्या मनातदेखील आलं नाही. ती २५ किलोमीटर पार करून मला भेटायला अतार्राला आली. हा मूर्खपणा होता. ती माझ्या स्थानिक शाखेतल्या एखाद्या बाईकडं गेली असती, तर तिनंही मी जो सल्ला दिला, तोच सल्ला दिला असता. पण तसं घडत नाही. बायकांना व्यक्तिशः मलाच भेटायचं असतं. त्यांच्या गावातल्या गुलाबी साडीवाल्या इतरांपेक्षा कमी सक्रिय असणं, हे त्याचं कारण आहे हे नक्की! त्यामुळं मला माझी संघटना सांभाळणं फार

कठीण जातं. संघटनेसाठी अधिक झोकून द्यायला आणि जबाबदाऱ्या स्वीकारायला तयार असलेल्या बायका मिळणं मुश्कीलच असतं. या कार्यासाठी त्यागभावना आवश्यक असते. मी अशा बायकांची निवड करते, ज्या पैशासाठी काम करत नाहीत. ज्यांना फक्त कामाच्या फलनिष्पत्तीत रस असतो. त्यांनी स्वतंत्रपणे कर्तबगारी सिद्ध केली, पुढाकार घेऊन काम केलं, तर मी त्यांच्यावर भिस्त ठेवू शकते. सर्वांत वाईट गोष्ट म्हणजे मला असं काही सोपवणं फारच कठीण वाटतं. परिणामी, मला सतत पाचारण होत राहतं आणि त्याला पुरं पडेपर्यंत माझी पुरेवाट होते. समजा मी मेले, तर माझ्या गँगचं काय होईल? आज माझ्या गँगच्या बुंदेलखंड भागात, बांदा जिल्ह्याच्या आजूबाजूला १०० चौरस किलोमीटर परिसरात हजारो सदस्या आहेत. माझ्या गँगच्या सदस्यांचा नेमका आकडा सांगणं कठीण आहे. कारण मी त्याची कसल्याही प्रकारची नोंद ठेवत नाही. मी फक्त सदस्यत्व शुल्क भरणाऱ्या सदस्यांना नावनोंदणीच्या पावत्या ठेवते.

मुख्य समस्या अशी आहे की, माझा कुणावरच खऱ्या अर्थानं विश्वास नाहीय. मला माझ्या गँगच्या सदस्यांमध्ये उजवा हात बनण्याचे गुण कुणातच दिसले नाहीत; अगदी अतिशय उत्सुक असणाऱ्यांमध्येही नाही! अर्थात, यामध्ये माझ्या अपेक्षा खूप जास्त आहेत हे खरंच आहे, पण मी चूक करण्याचंही धाडस करत नाही. आता मी ज्या स्थानावर आहे, तिथं एवढीशी चूकसुद्धा जिवावर बेतू शकते. मला बरेच शत्रू आहेत आणि ते काही फक्त पोलीस किंवा अधिकारीवर्गातलेच नाहीयेत. प्रत्येक गावात मला संपवण्याचं स्वप्न बघणारा किमान एक तरी श्रीमंत ठाकूर, जमीनदार अथवा ताकदवान ब्राह्मण आहेच!

अन्यायाविरुद्ध लढा देणाऱ्या सगळ्यांनाच धोका असतो आणि दुःखद बाब म्हणजे त्यांच्या निकट सान्निध्यात त्यांच्यासोबत काम करणारे भ्रष्ट होऊ शकतात! माझ्या संघटनेतल्या विश्वासघातक्यांपासून मला धोका आहे, हे मी जाणून आहे. वर्षाकाठी तुम्ही जेव्हा अवघे काही शेकड्यांत पैसे मिळवत असता, तेव्हा हजारो रुपयांचं आमिष नाकारणं अवघडच असतं. अनेक नेत्यांनी त्यांच्यातल्याच खबऱ्यांमुळे मात खाल्ली आहे.

ददुआचंच उदाहरण बघा.

ददुआ म्हणजे आमच्या भागातला प्रसिद्ध डाकू किंवा लुटारू. सरकार अनेक वर्षं त्याला पकडण्याच्या प्रयत्नात होतं; पण शेवटी त्याचा उजवा हात असलेल्या त्याच्या सर्वांत जिवलग मित्रानंच त्याला पोलिसांच्या ताब्यात दिलं. त्यामुळंच मी धोका पत्करत नाही. मला कुठंही जायचं असेल, तेव्हा मी शक्य तितक्या कमी लोकांना त्याबद्दल सांगते. मी नेमकी कुठं निघालीय, ते माझ्या सोबत्यांनाही कधी

सांगत नाही आणि समजा, एखादी सभा ठरवली, तरी नेमकी वेळ कधीही देत नाही. अगदी बाबूजींनासुद्धा माझं वेळापत्रक आधी माहीत नसतं. कुणी चटकन दबा धरून बसू शकतं. माझ्या बोलण्याचा चुकीचा अर्थ घेऊ नका. मी घाबरत नाहीय, फक्त सावधगिरी बाळगतीय! जे होणार आहे ते कुणीच टाळू शकत नाही.

गँग लीडर बनण्यासाठी अशी सावधगिरी बाळगणं ही किंमत चुकवावीच लागणार आहे, पण आपलं कर्तव्य पार पाडल्याचं समाधान इतकं मोठं असतं की, त्यामुळं बरीचशी भरपाई होते. आमच्या गँगचं अस्तित्व ज्या गावात आहे तिथं गेल्या दोन वर्षांपासून वृत्ती बदलू लागली आहे. आम्ही दररोज नवी केस लढतो. त्यातून आपण किती दूरचा पल्ला गाठलाय, हे मला समजतं. आमच्या संघटनेबद्दलची पुरुषांची वृत्तीही बदलली आहे. आमचा गुलाबी साडीवाल्या बायकांचा ताफा मोहिमेवर निघतो तेव्हा लोकांच्या मनावर त्याची छाप पडलीय हे लक्षात येतं. एखाद्या विशिष्ट उद्देशाच्या समर्थनार्थ आमचं एकत्र येणं त्यांना विचार करायला लावतं. मला मनापासून वाटतं की, बायकांची एकी झाली, तर त्या जग बदलू शकतील. त्यांच्यामध्ये दृढ ऐक्यभावना उपजतच असते आणि मोठी चळवळ उभारण्यासाठी हा अत्यावश्यक गुण असतो. याचा पुरावा म्हणजे गुलाबी साडीवाल्यांचे नवे गट स्थापन करण्यासाठी बायका मला दूरवरून कुठून कुठून येऊन भेटत आहेत. माझी थोरली मुलगी हिल्लीला - अतारीपासून ८० कि.मी.वर राहते. तिनं मला सांगितलं की, तिचे बरेच शेजारी मी त्यांना संघटित करावं म्हणून साहाय्य करायला सांगतात. माझ्या मुली एक दिवस माझ्याच पाऊलखुणा गिरवतील, याची मला खात्री आहे. आमच्या धमन्यात एकच रक्त वाहतंय! त्याही सामाजिक प्रश्नांविरुद्ध लढा देतीलच. त्या सगळ्या जणी शिवणकामाचे धडे आधीपासूनच देत आहेत. ही कुठं सुरुवात आहे. नुकतेच मला काही प्रधान आणि NGO मॅनेजर भेटायला आले होते. माझ्या गँगच्या मॉडेलवर आधारित स्त्री-संघटनांबद्दलच्या त्यांच्या कल्पनांबद्दल त्यांना माझ्याशी सल्लामसलत करायची होती. पण आत्ता या टप्प्यावर माझं प्रभावक्षेत्र विस्तारण्याला माझं प्राधान्य नाही. सध्याचं नेटवर्क मजबूत करण्यासाठी अजून बरंच काही करायचं आहे.

युद्धगान – २

अवघ्या जीवनात माझ्या वाट्याला आला
तो फक्त त्रास,
आधी वडलांवर, मग नवऱ्यावर आणि
त्यानंतर पोटच्या मुलांवर अवलंबित्व.
मुलीला ना तिच्या वडिलांच्या घरात सुख लाभतं
ना तिच्या नवऱ्याच्या.

मी लहान होते, तेव्हा माझ्या आईवडलांनी मला मान खाली घालून राहायला शिकवलं. ते सांगायचे, "हे करू नकोस, ते करू नकोस. माफ कर, पण आम्ही तुला शाळेत पाठवू शकत नाही. परिस्थिती बिकट आहे, तुला दिसतंय ना!"

मुलीला ना तिच्या वडिलांच्या घरात सुख लाभतं, ना तिच्या नवऱ्याच्या.

माझं लग्न झालं तेव्हा माझ्या नवऱ्यानं मला जाणीव दिली की, तो माझा मालक आहे.

माझ्या सासूसासऱ्यांनी मला नव्या शृंखलेत कैद केलं.

ते म्हणाले, 'हे करू नकोस, ते करू नकोस. माफ कर, पण तू बाहेर जायचं नाहीस. अजून ज्या गोष्टी करायच्या राहिल्या आहेत, त्याकडं बघ. परिस्थिती बिकट आहे, तुला दिसतंय ना!"

माझा नवरा वारल्यानंतर मी माझ्या मुलाकडं राहायला गेले.

मग माझ्या सुनेनं मला जाणीव दिली की, माझी अडचण होतीय.

आज ती मला सांगते, "हे करा, ते करा. बघा, ते शर्ट अजून धुवायचे राहिलेत. तुम्ही स्वत:ला नशीबवान समजा. आम्ही तुम्हाला घरातून हाकलून देऊ शकतो. परिस्थिती बिकट आहे, तुम्हाला दिसतंय ना!"

अवघ्या जीवनात माझ्या वाट्याला आला तो फक्त त्रास, संपूर्ण जीवनभर मी रडले, रडले आणि रडले.

मुलीला ना तिच्या वडिलांच्या घरात सुख लाभतं ना तिच्या नवऱ्याच्या!

महाभारत

मी तुम्हाला एक खूप प्राचीन कथा सांगणार आहे. याबद्दल मी खूप विचार केला आहे. ही कथा आहे महाभारतातली! ४००० वर्षांपेक्षा जास्त काळापूर्वी राजा पंडू आणि त्याचा मोठा भाऊ धृतराष्ट्र सत्तेसाठी लढत होते. धृतराष्ट्र जन्मत: अंध होता. पंडूला पाच मुलगे होते. त्यांचा विवाह एकाच स्त्रीशी - द्रौपदीशी झाला होता. धृतराष्ट्राला १०० मुलं होती. राजघराण्याच्या या दोन शाखांना पांडव आणि कौरव असं म्हटलं जातं. या दोन्ही शाखांनी लढण्याची एकही संधी सोडली नाही. एकदा ही १०५ भावंडं एकत्र द्यूत खेळत होती. पंडूच्या पाचही मुलांनी १०० कौरवांबरोबर खेळताना त्यांचं राज्य पणाला लावलं आणि ते हरले. मग त्यांनी त्यांची पत्नी- द्रौपदी पणाला लावली आणि तिलाही गमावलं. कौरवांमधला ज्येष्ठ पुत्र - दुर्योधनानं ताबडतोब द्रौपदीला राजदरबारात आणण्याची मागणी केली. द्यूतात हरलेल्या, असहाय प्रेक्षक बनलेल्या पांडवांना अपमानित करण्यासाठी त्याला भर दरबारात त्यांच्या पत्नीचं वस्त्रहरण करायचं होतं. द्रौपदीनं आज्ञा मानण्यास नकार देताच त्यांनी तिच्या पदराला हात घालून तिची साडी खेचायला सुरुवात केली. हा प्रकार सुरू असताना त्या दुर्दैवी स्त्रीनं डोळे मिटून घेतले आणि आपल्या अब्रूचं रक्षण करावं म्हणून देवाची करुणा भाकली. देवानं तिची विनवणी ऐकली. तिची साडी खेचली जात होती... जात होती... पण ती संपतच नव्हती. ते कित्येक किलोमीटरची साडी ओढून थकले, पण व्यर्थ! संतापानं वेडापिसा होत त्यानं प्रयत्न सोडला आणि द्रौपदीची अब्रू वाचली.

जेव्हा आपलं सर्वस्व हिरावून घेणाऱ्या प्रतिस्पर्ध्यांनी द्यूताचा एक शेवटचा डाव खेळण्याची कल्पना मांडली, तेव्हा मूर्ख पांडवांनी जराही विचार न करता ती स्वीकारली. त्या डावात जो कुणी हरेल त्याला बारा वर्षं वनवास आणि एक वर्षाचा अज्ञातवास भोगावा लागणार होता. या प्रदीर्घ भटकंतीनंतर त्यांना गमवलेलं राज्य परत मिळणार होतं. कौरवांनी कपट रचलं होतं. त्यांनी आखल्यानुसार ते हा शेवटचा डावही जिंकले. पांडव ठरल्याप्रमाणे राजवस्त्रं उतरवून दरबारातून बाहेर

पडले. हे पाच भाऊ तेरा वर्षांनी परत आले, त्या वेळी दुर्योधनानं त्यांना त्यांचं राज्य परत देण्यास नकार दिला. हे महाभारतातल्या महायुद्धाचं मूळ होतं. या भीषण महायुद्धात १०० कौरवांचा बळी गेला आणि सारं उद्ध्वस्त झालं.

म्हणजे साऱ्याच्या प्रारंभी एक स्त्री होती. तीच मुख्य कारण होती. तिच्या पायात हजारो पुरुषांनी एकमेकांना ठार केलं आणि कशासाठी? खरंतर तिला द्यूतात एखाद्या म्हाताऱ्या घोड्याप्रमाणे पणाला लावणारे पांडव किंवा ती आपली व्हावी असं वाटणारे कौरव, यांच्यापैकी कुणीच तिच्याविषयी जराही आदर दाखवला नाही. हा सगळा खेळ मुख्यत्वे होता तो सत्तेसाठी! चार हजार वर्षांनंतरही पुरुष जराही बदललेले नाहीत. ते जुलमी आहेत. त्यांना प्रत्येक गोष्टीवर ताबा ठेवायचा असतो; आपल्या वर्चस्वाचा कायदा लढायचा असतो. मग ते स्वत: कमकुवत आणि दुर्गुणांचे आगार का असेनात! ते जुगारापायी त्यांचा पगार पणाला लावतात, मद्यप्राशन करतात, नशिल्या द्रव्यांच्या अमलाखाली त्यांच्या बायकांना मारझोड करतात. याहूनही वाईट गोष्ट म्हणजे त्यांच्यापैकी बरेच जण कामाच्या शोधार्थ शहरात जातात आणि आपल्या उद्दिष्टपूर्तीसाठी महिनोन्‌महिने घरापासून दूर राहतात. या दरम्यान ते एकटेपण दूर करण्यासाठी दारू पितात, वेश्यांसोबत झोपतात आणि अखेर घरी जातात ते आजार सोबत घेऊन. अशा प्रकारे खेडोपाडी एड्‌सचा प्रसार होऊ लागला.

मी सर्व प्रकारच्या व्यसनांविरुद्ध आहे. मी दारू पीत नाही. गांजा किंवा बिड्या ओढत नाही. मात्र मला पान-सुपारी चघळायला आवडतं, हे खरं आहे. ते दातांसाठी वाईट असतं, पण त्यात तंबाखू घातली नाही, तर कर्करोगाची भीती नसते. मी त्यात तंबाखू घालत नाही. माझ्या दृष्टीनं कुठल्याही परिस्थितीत मनावर ताबा ठेवणं अतिशय महत्त्वाचं आहे. माझ्या लेखी ते उत्तम नैतिक सामर्थ्याचं प्रतीक आहे. पुरुषाला त्याच्या इच्छांवर ताबा ठेवता येत नाही. तो त्याला वाटेल तेव्हा बायकोबरोबर झोपेल; तिला हवं आहे की नाही याची पर्वा न करता किंवा गरोदरपणाच्या धोक्याची चिंता न करता! याची परिणती घरात पाच-सहा किंवा सात-सात मुलं जन्माला येण्यात होते. आधीच विपन्नावस्थेत जगणाऱ्या आईबापांच्या घरात खाणारी तोंडं आणखी वाढतात.

मी संतापानं भडकते हे मला माहीत आहे. मी रागाच्या भरात असताना मला जगातला सर्वोत्तम सल्ला दिला, तरी मी ऐकणार नाही. मी आडमुठेपणा करते. पण त्यानंतर मी त्याचा विचार करते आणि मग मनावर ताबा मिळवते. मी माझ्या रागावर ताबा मिळवायला शिकले नसते आणि व्यवहारी सूज्ञतेनं वागायला शिकले नसते, तर मी माझ्या नवऱ्याला कधीच सोडलं असतं. आमचं लग्न झालं

त्या दरम्यान तो गांजा ओढत असे. त्यानंतर आम्ही बदौसाला आलो तेव्हा त्याच्याकडं काही काम नव्हतं. त्या दरम्यान तो दिवसभर चिलीम फुंकत असायचा. घराच्या अंगणात बधिरल्यासारखा काहीही न करता बसून असायचा. मी त्याला हे बंद करायला लावलं. त्याची तब्येत ढासळत होती. मला त्याचे निस्तेज डोळे आणि सतत उदासीन वृत्ती पाहणं सहन होत नव्हतं. तसा तो उत्साहानं सळसळता वगैरे कधीच नव्हता, पण त्या वेळी तर अवस्था अगदीच वाईट होती. त्यानं काम करावं, कष्ट करावेत म्हणून मी नेहमीच प्रयत्न करायची. त्याची कष्टांची तयारी नाही, या कारणावरून आमचे सतत वाद व्हायचे. त्या दरम्यान आमच्या घरात मी एकटी कमावणारी, शिवाय नातेवाइकांना सांभाळायचं, मुलांची काळजी घ्यायची, स्वैपाकपाणी- घर सांभाळायचं हेही माझ्याकडंच होतं. त्याच्या लोकांशी संबंध ठेवायचे, त्यांना आमच्याकडं बोलावणं किंवा त्यांना भेटायला जाणं, हेही मीच करत होते. तरीही मुन्नीलालनं घरातला कर्ता पुरुष म्हणून मिरवण्याची एकही संधी कधी सोडली नाही.

हा या पुरुषप्रधान समाजातला विरोधाभास आहे. तो बायकांच्या दृष्टीनं अतिशय अपमानास्पद आहे. बायकांना तुच्छ समजलं जातं, त्यांना खालचा दर्जा दिला जातो आणि तरीही घरात त्यांचाच वरचष्मा असतो. त्या प्रत्येक गोष्ट बघतात. स्वैपाक, मुलाबाळांचं, घरकाम, धुणंभांडी, घरातले हिशेब. मी लहान होते त्या वेळी माझ्या आजीचं-दाईचं घरात राज्य होतं. रौलीमध्ये माझ्या सासूच्या आदेशाविरुद्ध कुणी चकार शब्ददेखील काढत नसे, अगदी माझे सासरेसुद्धा! त्या होयबानं मला माझ्या मुलींची लग्नं करायला लावली, पण त्यांनी कधी स्वत:च्या बायकोविरुद्ध आवाज काढायचं धाडस केलं नाही. पुरुषाचं शौर्य म्हणजे नुसता देखावा असतो. प्रत्यक्षात ते भ्याड असतात. त्यांच्यापैकी बरेच जण स्वार्थी असतात. ते फक्त स्वत:च्या फायद्याचं बघून त्यानुसार वागतात. ते कधीही कुठला सिद्धान्त मानणं किंवा कुठल्या उद्देशाशी बांधीलकी मानणं असल्या भानगडीत पडत नाहीत. माझ्या नवऱ्याचंच उदाहरण घ्या : त्याची माझ्या कामाला मान्यता आहे. तो मला नैतिक पाठिंबा देतो, पण त्यापेक्षा जास्त काहीही करायची त्याची तयारी नाहीय. त्याचं म्हणणं असतं की, मी आपला साधासुधा माणूस आहे. मला स्वत: पुढं होऊन काही करता येत नाही. तुम्ही त्याचं बोलणं ऐकलंत, तर तुम्हाला वाटेल की, त्याला फक्त मी अमुक करा म्हणून सांगायचा अवकाश आहे! किती खोटारडेपणा! त्याला मी माझ्याबरोबर माझ्या गावाला येणार का म्हणून विचारलं, तर तो कायम न येण्याची काहीतरी सबब शोधतोच. खरं सांगायचं, तर त्याला माझ्या कामात खरा रस नाहीये. मी जे करते ते त्याच्या आवाक्यापलीकडचं आहे.

जयप्रकाश वेगळे आहेत. आमची भेट झाली तेव्हा ते धूम्रपान वा मद्यपान करत नाहीत, असं माझ्या लक्षात आलं. त्यांच्यामध्ये मला सामाजिक न्यायविषयक उदात्त कल्पना असलेला अतिशय सभ्य, सुसंस्कृत माणूस दिसला. त्यांच्याबाबतीत अडचण अशी आहे की, त्यांना स्वत:ला त्या कल्पना प्रत्यक्षात उतरवता येत नाहीत. ते खाणीतल्या ओबडधोबड हिऱ्यासारखे आहेत. त्यांना पैलू पाडून लखलखीत करण्याची गरज आहे. त्यांचं मोल फक्त रत्नपारखीच जाणू शकेल. माझ्यासारखे - दिवसभर एका पुरुषासोबत काम करून धाडसानं समाजमान्यता मिळवणाऱ्या बायका - रत्नपारखी सहसा नसतात. जयप्रकाशना माझी साथ लाभणं हे त्यांचं भाग्य आहे आणि माझंही भाग्य आहे. आम्ही 'सोलमेट्स' आहोत. आमची जोडी अंध आणि अपंगांच्या जोडीसारखी आहे. आम्हाला दोघांनाही एकमेकांची गरज आहे. ते माझी दृष्टी बनले आहेत, तर मी त्यांचा आवाज! ते विचार करतात; मी कृती करते. त्यांना शिक्षण घेता येण्याचं भाग्य लाभलंय. आम्हाला एखाद्या बाईसोबत पोलीसठाण्यात जावं लागतं, तेव्हा बाबूजी तक्रार लिहिण्याचं काम करतात. कधीकधी आम्ही सरकारकडं विनंती-अर्ज सादर करतो, तेव्हा तो अर्ज लिहिण्याचं कामही बाबूजीच करतात. ते आमच्या गँगचा सगळा कागदोपत्री व्यवहार सांभाळतात. नव्या सदस्यांकडून मिळालेल्या शुल्काचा हिशेब ठेवतात, मला आलेली पत्रं वाचून दाखवतात. माझी दृष्टी इतकी अधू झालीय की, मी आता वाचता येण्याची वगैरे आशाच सोडून दिली आहे. कधीकधी बाबूजींची तक्रार असते की, माझा त्यांच्यावर विश्वास नाही, कारण काय, तर ते जेव्हा मला एखाद्या कागदपत्रावर सही करायला सांगतात तेव्हा त्यात काय लिहिलंय याची मी एखाद्या त्रयस्थ व्यक्तीकडून नेहमी खात्री करून घेते. पण हा विश्वास-अविश्वासाचा प्रश्न नाहीय. हा तत्त्वाचा प्रश्न आहे.

मी अशिक्षित बायकांना नेहमी सांगत असते,

''आधी कुणाकडून तरी वाचून घेतल्याशिवाय कुठल्याही कागदावर कधीही अंगठा उठवू नका. तुम्हाला लिहिता-वाचता येत नाही, या गोष्टीचं समर्थन होऊ शकत नाही.''

आवश्यक असेल तेव्हा बाबूजीसुद्धा माझ्या रक्षणासाठी सोबत येतात. विशेषत: गुलाबी साडीवाल्या जेव्हा प्रथमच एखाद्या गावात जाऊन तिथं मोहीम उघडणार असतात तेव्हा किंवा एखाद्या खास करून तणावग्रस्त भागात आम्हाला जावं लागतं अशा वेळी!

माझा नवरा मला नेहमी सांगतो की, तू बाबूजींसोबत असतेस, तेव्हा मी निर्धास्त असतो.

''ते तुझ्याबरोबर आहेत हे माहीत असतं तेव्हा मला हायसं वाटतं. तू इतक्या

लोकांशी संघर्ष केल्यामुळं तुला शत्रू निर्माण होणारच आहेत. निदान बाबूजी तुला कुठलाही मूर्खपणा करण्यापासून अडवतील.''

मी त्याच्या या बोलण्याकडं लक्ष देत नाही. बाबूजींचा माझ्यावर प्रभाव आहे, असं त्याला समजायचं असलं तर समजू दे. पण मला कुणीही कुठलीही गोष्ट करण्यापासून अडवू शकत नाही, हे माझं मला माहीत आहे.

माझ्या गँगमधल्या बायकांना कुणी पुरुष सोबत असले, तर धीर येतो ही गोष्ट खरी आहे. भव्य मेळाव्यांना एक-दोन जण नेहमी आमच्यासोबत असतात. अतार्रामधल्या ऑफिसमध्ये कायम दोन-तीन जण असतातच. बरेचदा गँगच्या सदस्यांचे नवरे किंवा माझ्या कार्याचं मोल वाटणारे शेजारी हे काम करतात. आमचे घरमालक किंवा आमच्या शेजारीच राहणारा माझा जावई आमच्यासोबत असतात. आम्हाला त्यांची गरज असते. त्यांच्या तिथं असण्यानं आम्हाला सुरक्षितता लाभते, एवढंच कारण नाहीय, तर गुलाबी गँगचं अस्तित्व असणाऱ्या सर्व गावांत मला विश्वासू मदतनीसांची गरज असते. गुलाबी गँगचं अस्तित्व असणाऱ्या सर्व गावांत मला लिहिता-वाचता येणाऱ्या, हिशेब ठेवता येणाऱ्या स्थानिक सदस्यांची नोंदवही ठेवता येणं, साड्यांची ऑर्डर घेणं अशासारखी कामं करता येणारे विश्वासू मदतनीस हवे आहेत आणि माझ्या पिढीत फक्त पुरुषच शाळेत गेले आहेत.

पण मी त्यांना माझ्या संघटनेचं सदस्यत्व द्यायला तयार नाहीय. कारण पहिली गोष्ट म्हणजे आमच्या धाडी आणि निदर्शनांदरम्यान ते पोलिसांचं सहज 'लक्ष्य' बनू शकतात्स; पण त्याहूनही महत्त्वाचं म्हणजे माझा त्यांच्यावर विश्वास नाही. त्यांना शिक्षित करण्यासाठी मला खूप वर्षं प्रयत्न करावे लागतील. अगदी जयप्रकाश यांच्याबद्दल सांगायचं, तरी ते इतर कुठल्याही पुरुषापेक्षा अधिक सरळमार्गी आणि सामाजिक बांधीलकीची अधिक जाणीव असणारे असूनही ते आज जसे आहेत तसे आपोआप घडलेले नाहीत. त्यासाठी मी खूप परिश्रम घेतले आहेत. त्यांना सुधारण्यासाठी मी कित्येक वर्षं संयमानं कष्ट घेतले आहेत आणि तरीसुद्धा अजून प्रयत्न करण्याची आवश्यकता आहेच. होय, त्यांच्यामध्ये सुधारणा झाली आहे. त्यांच्यात शहाणपण नव्हतं असं नाही, पण त्यांच्यात आत्मविश्वासाचा अभाव असल्यामुळं ते या गोष्टी प्रत्यक्ष कृतीत आणण्यास असमर्थ होते. ते एखाद्या गोष्टीवर कृती करण्यापेक्षा सल्ला देऊन मोकळे होतात. पण मी त्यांचं ज्ञान टिपून घेऊन त्यानुसार पुढं वाटचाल करायचा प्रयत्न करते, ज्यायोगे मी व्यवस्थित माहितीप्राप्त व्यक्तीप्रमाणे कृती करू शकेन.

माझ्यासोबत एका छताखाली राहणाऱ्या, पण अजून त्याबद्दल माझ्यासारखा खुलेपणा नसणाऱ्या माणसाकडं मी काय दृष्टीनं पाहावं? अलीकडं त्यांनी बदौसामध्ये माझ्या नवऱ्याकडून आदरातिथ्य स्वीकारायला सुरुवात केलीय. त्यांचं माझ्या घरी

स्वागत होतं. माझा नवरा आणि मुलं त्यांना मान देतात. त्यांना बाबूजी म्हणतात, त्यांना खाऊ घालतात. पण हे सगळं घडतं ते मी त्यांना खरंखुरं औपचारिक स्थान द्यायचं धाडस केल्यामुळं! पण त्यांनी मात्र कधी त्यांच्या बायकोची आणि चार मुलांची माझ्याशी ओळखसुद्धा करून दिली नाही किंवा फतेपूरला त्यांच्या घरी कधीही बोलावलं नाही. मग मी त्यांना शूर माणूस कसं म्हणू? कारण गुलाबी साडी नेसायला शौर्य लागतं, सामाजिक संकेत झुगारायला आणि आपल्या श्रद्धांप्रति ठाम राहायला शौर्य लागतं. पुरुष अजून त्यासाठी तयार नाहीत.

पण म्हणून मी थांबलेली नाही. मी बायकांची जितक्या आक्रमकपणे बाजू घेते तितकीच त्यांचीही घेते. आज बरेच पुरुष आमच्या गँगची सेवा घेतात - जमीन गमावलेल्या शेतकऱ्यांपासून ते खंडणीचा बळी ठरलेल्या दुकानदारांपर्यंत! वेगळं टाकलं जाण्याचा त्रास सोसणाऱ्या दलित अधिकाऱ्यांपर्यंत बरेच जण आमच्याकडं येतात. तेही अस्वीकारार्ह अन्यायाची शिकार ठरलेले असतात. एकदा एक पुरुष आणि तीन बायका माझ्या ऑफिसमध्ये आले. ते बरेच घाबरलेले दिसत होते. मी त्यांना बसायला सांगितलं तेव्हा त्यातल्या सर्वांत वयस्क बाईनं त्या पुरुषाला पुढं ढकललं आणि त्याला कुठं बसायचं ते सांगितलं.

“तर मग तुम्ही इकडं कसे काय आलात?”

“माझ्या नवऱ्याबद्दल सांगायचं होतं.”

“म्हणजे हे तुमच्याबरोबर आलेत तेच ना?”

“होय.”

“आणि या दोघी तरुणी कोण?”

“आमच्या मुली. आम्हाला आणखी तीन मुली आहेत, पण त्या येऊ शकल्या नाहीत.”

पुरुष मला भेटायला बायकांना सोबत घेतल्याखेरीज कधीही येत नाहीत. हा माणूस साधारण पन्नाशीचा दिसत होता, पण तरीही त्यानं आधार म्हणून मुलींना सोबत आणलं होतं. त्या माणसाला माझ्या मदतीची गरज होती, पण तो तोंड उघडायला तयार नव्हता. अर्थात याचं मला मुळीच आश्चर्य वाटलं नाही. या बाबतीत नेहमी असंच दिसतं. नवरा बायकोकडं सगळी सूत्रं सोपवतो. हा माणूसही खालमानेनंच होता. उकाड्यानं वैतागून तो सारखं कपाळ पुसत होता आणि चेहऱ्यावर अतिशय कंटाळल्याचे भाव धारण करून अवतीभवती बघत होता. त्यानं सगळं बायकोवर सोपवलेलं दिसत होतं. मग तिनंच त्याची समस्या सांगायला सुरुवात केली.

“हे महात्मा गांधी विद्यालयाचे प्रमुख आहेत. या शाळेला सरकारी निधी मिळतो. वर्षभरापूर्वी ह्यांची दृष्टी कमजोर होऊ लागली आणि त्यांना काचबिंदू झाल्याचं निदान झालं. त्यासाठी त्यांना बऱ्याच वैद्यकीय तपासण्या करून घ्याव्या

लागणार असल्यामुळं ह्यांनी त्यांच्या वरिष्ठांना याबाबत कल्पना दिली. त्यानंतर काही दिवसांनी शाळेच्या व्यवस्थापन-समितीनं ह्यांना कळवलं की, त्यांच्या मते ह्यांची ज्या कामासाठी नेमणूक केली आहे ते काम व्यवस्थित पार पाडण्यास हे आता समर्थ राहिले नसल्यामुळं त्यांनी राजीनामा द्यावा. माझ्या नवऱ्याला आपल्याबद्दल असं मत का बनलंय तेच समजेना. त्यांची दृष्टी अधू होत चालली होती हे खरं होतं, पण त्यामुळं त्यांनी त्यांचं काम थांबवलं नव्हतं. शिवाय आम्ही शस्त्रक्रिया करून घेण्याच्या दृष्टीनं मद्रासमध्ये तपासणी करून घेतलीय. त्याच्या रिपोर्टस्ची वाट पाहतोय. ह्यांना या गोष्टीचा फार धक्का बसला. मग ते शिक्षण-विभागाच्या जिल्हा प्रमुखांना भेटले. त्यांनीही समितीच्या निर्णयावरच शिक्कामोर्तब केलं. त्यांनी ह्यांना सांगितलं की, तुमच्या जागी दुसऱ्या माणसाला नेमण्याचे मला फार वरून, राजकीय स्तरावरून आदेश आले आहेत. ह्यांनी राजीनामा द्यायला नकार दिला आणि काहीच घडलं नसल्याप्रमाणे शाळेत जात राहिले. मग ह्यांनी राजीनामा द्यावा यासाठी त्यांनी ह्यांचा पगार बंद केला. त्यांना कितीतरी महिन्यांचा पगार मिळालेला नाही. आमची सगळी जमा पुंजी खर्च झालीय. आता आम्ही निराश झालो आहोत. मी नोकरी करत नाही आणि पदरात पाच मुली आहेत. तुम्हीच सांगा, आम्ही काय करायचं?''

''कामावर जात राहायचं. दुसरं काहीही करायचं नाही. त्यांना असं काढून टाकण्यास कसलंही ठोस कारण नाहीय. त्यांचा काचबिंदू हे कारण वेडगळपणाचं आहे. केवळ बायको आजारी पडली या कारणावरून कुणी तिला घटस्फोट देत नाही. हे हास्यास्पद आहे! ते शाळेत कामावर जात राहू देत. त्यांनी त्यांच्यावर टीका होईल असं काही वागू नये. मात्र त्यांनी काहीही करायचा प्रयत्न केला, तरी ते लोक त्यांना रोखण्यासाठी दुसरं काहीतरी निमित्त लवकरच शोधतील. पण तुम्हाला करता येण्याजोगी एक गोष्ट आहे.''

''तुम्ही आधी गुलाबी गँगमध्ये सहभागी होऊ शकता. तुम्ही एकदा आमच्यात आलात की, मी तुम्हाला शब्द देते, आम्ही साऱ्या जणी मिळून शिक्षणप्रमुखांच्या कार्यालयाबाहेर निदर्शनं करू आणि बघू या, गुलाबी साड्यांचा दबाव राजकीय दबावापेक्षा जास्त ताकदवान ठरतोय की नाही!''

''ठीक आहे. माझा तुमच्यावर विश्वास आहे.''

त्यानंतर ते कुटुंब निघून गेलं. आमच्या अर्ध्या तासाच्या संभाषणात त्या माणसानं फक्त एकदाच तोंड उघडलं होतं. तेसुद्धा त्याच्या काचबिंदूबद्दल सांगायला. मी सगळ्या गोष्टी थेट त्याच्या बायकोशीच ठरवल्या होत्या. अर्थात, बायकांना एकमेकींशी बोलणं जास्त सोपं जातं, हे कारण यामागं आहेच. कदाचित कधीतरी

मी माझ्या गँगमध्ये पुरुषांची भरती करीन, मात्र त्यांची आधी परीक्षा घेतल्याखेरीज नाही. त्यासाठी त्यांनी मद्यपान, धूम्रपान अशा वाईट सवयी सोडल्याचं त्यांना सिद्ध करावं लागेल. त्यांच्या मनात कार्याची प्रेरणा आणि बांधीलकी असल्याचं त्यांना मला पटवून द्यावं लागेल. कदाचित मला त्यांना वैयक्तिक शिक्षण द्यावं लागेल. अजून याला अवकाश आहे, पण मी त्याचा विचार करतीय. कुणी सांगावं? कदाचित माझा मुलगाच गुलाबी साडीवाल्या गँगचा पहिला पुरुष असेल! मला त्याचा खूप अभिमान आहे. तुम्ही त्याचा तो लष्करी सेवेत असतानाचा गणवेशातला फोटो पाहायला हवा. तो देखणा तर आहेच, शिवाय हुशारही आहे. वयाच्या १५व्या वर्षापासून कामताला झाशीच्या बोर्डिंग स्कूलमध्ये ठेवलं होतं; आमच्यापासून २०० किलोमीटरवर. बदौसामधली माध्यमिक शाळा तितकी चांगली नव्हती आणि मला तर त्याच्यासाठी सर्वोत्तम शिक्षण हवं होतं. सध्या तो झाशीला बुंदेलखंड विद्यापीठात दुसऱ्या वर्षाला आहे. त्यानं 'ॲग्रॉनॉमी' हा विषय घेतलाय. त्याच्या दृष्टीनं पदवी मिळवणं फार महत्त्वाचं आहे. मी त्याला फक्त एकच सल्ला देते, तो म्हणजे 'सरकारी खात्यात कधीही काम करू नकोस. ते सगळे भ्रष्टाचारी असतात. त्यांच्याकडून काहीही चांगलं घेता येण्याजोगं नसतं.' माझ्या धाकट्या निशाप्रमाणेच कामतानंही मला माझ्या कार्यासाठी कायम प्रोत्साहन दिलं आहे. मी महिलांसोबत ज्या मोहिमा आखते, त्यामध्ये त्याला अतिशय रस असतो. त्यानं जर कधी माझ्या संघटनेच्या कामात मदतीचा हात पुढं केला, तर मला अतिशय आनंद होईल. मी शेतकऱ्यांसमवेत बरंच कार्य करते. त्याच्या शेतीविषयक ज्ञानाचा मला खूप उपयोग होईल. उदाहरणादाखल सांगायचं, तर त्यानं शेतकऱ्यांना पर्यावरणपूरक तंत्रं - ज्यामध्ये कीटकनाशकं अथवा रासायनिक खतांचा वापर केला जात नाही - शिकवावीत, असं मला वाटतं.

पण या साऱ्याची काहीच घाई नाहीय. सध्या तो फक्त २४ वर्षांचा आहे. त्यानं आधी अभ्यास पूर्ण करावा असं मला वाटतं आणि माझ्या मनात सून आणण्याचंही स्वप्न आहे! मला त्याच्यासाठी मुली बघाव्यात असं वाटतं. अर्थात, त्यानं एखादीच्या प्रेमात पडून तिच्याशी लग्न करायचं ठरवलं, तर मी त्याला संमती देईन. पण मी माझ्या कामताला ओळखते : तो त्याच्यासाठी सर्वोत्तम मुलगी निवडायचं काम माझ्यावरच सोपवणार. समजा त्याला माझी पसंती आवडली नाही, तर तो नकार देऊ शकतो. मी त्याला सारखं विचारत असते की, आता तुला लग्न करावंसं वाटतंय का? त्यावर त्याचं उत्तरही ठरलेलं आहे,

"अम्माजी, आधी अभ्यास! बाकी सगळं नंतर."

मी त्याला दर वर्षी हाच प्रश्न विचारणार आहे. कधी ना कधी त्याचा होकार येणारच आहे.

युद्धगान – ३

माझा नवरा शाळेत इंग्रजी शिकलाय. मी मात्र हिंदीसुद्धा बोलू शकत नाही. देवा, माझं आयुष्य किती खडतर आहे, हे तुला कळलं असतं तर!

एके दिवशी त्यानं मला 'वॉटर' मागितलं, तेव्हा मी त्याला दोन टोमॅटो आणून दिले. म्हणून त्यानं मला चाबकानं फोडलं आणि म्हणाला, "तू फक्त कुरूपच नाहीस, तर बिनडोकही आहेस."

देवा, माझं आयुष्य किती खडतर आहे हे तुला कळलं असतं तर!

एके दिवशी मी त्याला भरपूर मसाले-बिसाले घालून मस्तपैकी चहा करून दिला,

त्यावर तो म्हणाला, "स्वीट!"
मला वाटलं चहा गोड झाला नाहीय,
म्हणून मी त्यात आणखी दोन चमचे साखर घातली.
पण त्याला म्हणायचं होतं, "इट्स स्वीट इनफ."
...मग तो संतापानं ताडताड निघून गेला.
देवा, माझं आयुष्य किती खडतर आहे.
हे तुला कळलं असतं तर!

माझ्या आईवडिलांनी मला शाळेत घातलं असतं तर
आज मला माझ्या नवऱ्याच्या घरात इतकं सोसावं लागलं नसतं.
देवा, माझं आयुष्य किती खडतर आहे,
हे तुला कळलं असतं तर!

माझ्या मुलीला शाळेत जायचंय,

पण माझा नवरा त्याची थट्टा करतोय.
पण मी मात्र ठाम राहणार आहे,
तिला शिक्षण मिळालंच पाहिजे.
देवा, तिचं आयुष्य सुकर कर.

वाईट शिक्षण

मला माझा धाकटा भाऊ - शिवनरेश फार आवडतो. तोही माझ्यावर तितकंच प्रेम करतो. तो सभ्य, बुद्धिमान आहे. त्याला उत्तम शिक्षण घेण्याचं भाग्य लाभलंय. आम्हा भावंडांमध्ये शाळेत गेलेला हा एकटाच! अर्थातच धाकटा. त्याला विलक्षण ईश्वरदत्त देणगी होती. त्यानं निरनिराळ्या विषयांचा अभ्यास केला आहे. त्यानं आधी फारमॅकॉलॉजीचा अभ्यास केला. त्यानंतर लॉचा. शिवाय त्यानं इंग्रजीत मास्टर्स केलंय. तो वकील होऊ शकला असता, पण त्याऐवजी सिव्हिल इंजिनिअरिंग हे क्षेत्र निवडून उत्तर प्रदेशाच्या उत्तर टोकाच्या हमीरपूर जिल्ह्यात तो रस्तेबांधणीसारखी मोठमोठी सरकारी कामं सांभाळतो आहे. तो उच्चशिक्षित असला, तरी तो पुरुष आहे. त्याच्या पुरुषी प्रतिक्षिप्त क्रिया मला सुन्न करतात. याची सर्वाधिक झळ कुणाला बसली असेल, तर ती त्याच्या बायकोला - सीताला. त्यांचं लग्न झालं तेव्हा ते दोघंही लहान होते. ती जेमतेम १३ वर्षांची आणि तो १७ वर्षांचा. माझ्या वडलांनी लग्नाची तारीख पक्की केली तेव्हा त्याची भयंकर कुरकुर सुरू होती. तो त्या वेळी अलाहाबादच्या हायस्कूलमध्ये होता. तिथं तो वसतिगृहात राहत असे. त्या वेळी त्याच्या डोक्यात फक्त अभ्यासाचे विचार होते. आपल्या परिचयाच्या नसलेल्या मुलीशी लग्न करण्याची त्याची अजिबात इच्छा नव्हती. लग्नसमारंभात तो एकटा एका कोपऱ्यात गप्प बसला होता. नवरीकडं सरळ दुर्लक्ष करत होता. त्यांच्या लग्नानंतर तीन दिवसांनी प्रथेप्रमाणं ती तिच्या माहेरी गेली. संसार करण्याच्या दृष्टीनं ते दोघंही अजून बरेच लहान होते. त्यानंतर दोन वर्षं उलटली, तरी सीतानं त्याच्यासोबत राहायला यावं या गोष्टीचं तो नाव काढेना. मग माझे वडील त्याला न विचारताच तिच्या माहेरी गेले आणि तिला हनुमानधराला घेऊन आले. शिवनरेशनं तिला पाहिल्यानंतर तिच्याशी बोलायचीसुद्धा तसदी घेतली नाही. खरंतर त्यानं मनाशी कधीच ठरवलं होतं : ही मुलगी कधी शाळेची पायरीसुद्धा चढलेली नाही. आपल्या दृष्टीनं ही भलतीच मागासलेली आहे. माझ्या आईवडलांनी त्याला समजावण्याचा प्रयत्न

केला, पण व्यर्थ! तो त्याच्या मताला ठाम चिकटून होता. त्याचं म्हणणं होतं की, सीताला तिच्या आईवडलांकडं परत पाठवून द्या. ती बिचारी अपमानित झाली होती. मग ताबडतोब माझ्या आईनं रडतच मला फोन केला.

"तुझ्या भावानं बायकोला परत पाठवून दिलंय. आपल्या घराण्याला किती लाज आणणारी गोष्ट आहे! आपलं काय होणार आहे? संपत, तू त्याच्याशी बोल!"

मला माझ्या भावाचा संताप आला होता. मला त्याची ही वृत्ती घृणास्पद वाटत होती. मी त्या वेळी नुकतीच बदौसाला आले होते. आमचं दोघींचं बोलणं झाल्याझाल्या मी शिवनरेशला फोन केला. तो अलाहाबादला परत गेला होता.

"शिवनरेश, मी संपत बोलतीय. तू काय केलं आहेस, हे आत्ताच अम्माजीनं मला सांगितलं."

"तू काहीच बोलणार नाहीयेस?"

"यात बोलण्यासारखं काहीही नाहीय. मला त्या बाईबरोबर राहायचं नाहीय. यात बोलण्यासारखं एवढंच आहे."

"बोलण्यासारखं एवढंच आहे म्हणजे? काय म्हणायचंय तुला?"

"आमच्याजवळ एकमेकांशी बोलण्यासारखं काहीही नाही! आम्ही निरनिराळ्या विश्वात जगतो!"

"तू कुठल्या विश्वात जगतोस?"

"मला काय म्हणायचंय, ते तुला माहीत आहे. ती अशिक्षित आहे. तिला कशातलं ओ की ठो कळत नाही."

"तुझी अपेक्षा काय आहे?"

"मला शाळेत गेलेल्या, शिक्षण घेतलेल्या मुलीशी लग्न करायचं होतं. जिला लिहिता-वाचता येत असेल, जिच्याशी मला सगळ्या गोष्टींबद्दल बोलता येईल."

"तू सांगतोयस त्या प्रकारची मुलगी आपल्या समाजात अस्तित्वात नाही, हे तुला कळतंय का?"

.....

"उत्तर दे!"

"तुला काय सांगावं तेच मला समजत नाहीय."

"अगदी बरोबर. तुझ्या बोलण्याला आधारच नाहीय. ती अशिक्षित आहे, एवढा एक मुद्दा तू धरून बसला आहेस. पण ती चांगली धष्टपुष्ट, मजबूत आहे; कामाला चांगली आहे, ही गोष्ट तू लक्षातच घेतलेली नाहीस. ती तुझं घर चांगलं सांभाळेल. तुला गोंडस अपत्य देईल. या गोष्टी महत्त्वाच्या नाहीत का?"

"महत्त्वाच्या आहेत, पण तेवढं पुरेसं नसतं."

"ठीक आहे. पण अशिक्षितपणा हे घटस्फोटाचं सबळ कारण आहे, ही गोष्ट मला कधीही पटणार नाही. माझा नवरा अशिक्षित आहे म्हणून मी त्याला सोडायचं ठरवलं, तर तू काय म्हणशील?"

"बरोबर आहे तुझं! मी या गोष्टीचा या बाजूनं कधी विचारच केला नाही."

किती विचित्र आहे ना! आम्हा बायकांच्याही पुरुषांसारख्याच इच्छा-आकांक्षा असू शकतात, हे माझ्या भावाच्या कधी मनातसुद्धा आलं नव्हतं! खरंच सगळे पुरुष सारखेच! त्याच्या स्वरातून नापसंती कळत होती, तरी माझा बाण बरोबर लागलाय, हे मला माहीत होतं. मग मी माझा मुद्दा सर्वशक्तीनिशी पुढं रेटला.

"तू आणि सीता आमच्याकडं या. मग आपल्याला सगळ्यांना एकत्र बसून शांतपणे बोलता येईल."

"हं... कुणास ठाऊक..."

"हे बघ, त्यामुळं तुला काही चावणार नाहीय."

"ठीक आहे. तू जिंकलीस. मी येईन."

"वा! मी सीताला बोलावते."

त्यानंतर सीता आणि शिवनरेश बदौसाला आले. शिवनरेश अगदी आनंदात वगैरे नव्हता, पण त्याचं आतल्याआत धुमसणं बंद झालं होतं. आम्ही सगळ्या गोष्टींवर बोललो; वैवाहिक आयुष्याच्या मागण्यांपासून ते हनुमानधरासारख्या दूरवरच्या खेड्यातल्या खडतर आयुष्यापर्यंत सगळ्या गोष्टींवर चर्चा केली. त्या वेळी पहिल्यांदाच शिवनरेश बायकोशी प्रेमळपणे बोलला. मला वाटतं, अखेर त्याला कळून चुकलं असावं की, सुशिक्षित बायको इतक्या दूरवरच्या ठिकाणी राहायला कदापि कबूल होणार नाही आणि सीतामध्ये इतरही गुण आहेत. चर्चेअंती शिवनरेशनं तिच्यासोबत राहायचं मान्य केलं. बिचारी सीता! नवऱ्यानंतर आता आपली सासू आपलं जीवन कष्टी करणार आहे, याची तिला तेव्हा कल्पना नव्हती.

सुरुवातीला माझ्या आईला सीता खरोखर आवडायची. सीतानं मृत बाळाला जन्म दिला, तेव्हा माझ्या आईनं तिला पोटच्या मुलीसारखं सावरलं-सांभाळलं. पुढच्या खेपेला सगळं काही ठीक होईल, अशी तिला खात्री होती. दुर्दैवानं सीताचे गर्भपात होत गेले, तेसुद्धा सगळे गरोदरपणाच्या पुढच्या टप्प्यांवर! प्रत्येक खेपेला आईचे साश्रू नयनांनी फोन येत असत.

"फक्त माझ्याच मुलाच्या संसारात अजून पाळणा हलत नाहीय. अरे देवा, मला कशाची शिक्षा देतोयस ही? ती बिचारी सीता! ती मला नातवंडं देऊ शकत नाहीय."

माझी आई सीताबद्दल तक्रार सुरू करायची तेव्हा मी तिला मध्येच अडवायची, कारण सीता तर तिच्याहीपेक्षा दुःखात चूर असणार होती.

"अम्माजी, यात तिचा काही दोष नाहीय. हे सगळं तिच्या दृष्टीनंही भयंकर आहे. तू तिच्या पाठीशी उभं राहिलं पाहिजेस."

"संपत, मला तर काय करावं काहीच सुचत नाहीय. सीता शिवनरेशला कधीही मूल देऊ शकणार नाही. आपण त्याला दुसरी बायको आणायला हवी, असं नाही वाटत तुला?"

मी हतबुद्धच झाले. मी आजवर बायकांना यथोचित सन्मान मिळावा यासाठी लढत आले होते. आपल्या पत्नीला अथवा सुनेला मूल होत नाही म्हणून तिला घराबाहेर काढणाऱ्या पती अथवा सासूच्या वृत्तीचा जाहीर धिक्कर करत आले होते आणि आज माझ्याच कुटुंबातले लोक यापेक्षा वेगळे नाहीत हे पाहून माझा संतापानं तिळपापड झाला.

"तू असं बोलू तरी कसं शकतेस? तू मृत बाळांना जन्म दिला असतास आणि तुला तुझ्या नवऱ्यानं घराबाहेर काढलं असतं, तर तुला कसं वाटलं असतं?"

"मला कळतंय संपत, पण माझ्या मुलाला बाळ नसणं हे किती भयंकर आहे!"

"काळजी करू नकोस. तुला इतकी नातवंडं होतील की, तू आम्हाला आता पुरे म्हणून सांगशील. सीताही तुला नातवंडं देईल. तू फक्त धीर धर."

"तू म्हणत असशील तर..."

शिवनरेशनं याबाबत हुशारीनं प्रतिक्रिया दिली. त्यानं अखेर तिला डॉक्टरकडं न्यायचं ठरवलं. डॉक्टर काय म्हणाले किंवा त्यांनी तिच्यावर काही उपचार करायला सांगितले का, ते मला माहीत नाही. काहीही असो, पण सीताचं पाचवं गरोदरपण व्यवस्थित पार पडलं आणि तिनं अतिशय देखण्या बाळाला जन्म दिला. त्यानंतर तिला आणखी तीन मुलं झाली. आज माझा भाऊ कामाच्या निमित्तानं सतत इकडंतिकडं जात असतो. त्यामुळं सीता एकटीनं मुलांना वाढवतीय. तिला माझ्या काका-काकूंची मदत असते. ती चांगली खंबीर आहे. माझ्या भावालाही याचं कौतुक असेल, याची मला खात्री आहे.

मात्र त्यांचं लग्न झालं तेव्हा त्यानं बायकोविषयी किती तुच्छता दाखवली होती, हे मी कधीही विसरलेले नाही आणि त्यानं एका परदेशी पत्रकारापुढं माझं 'अशिक्षित' असं वर्णन केलं होतं, तो दिवसही नाही! त्याचे शब्द टोकदार खंजिरासारखे माझ्या काळजात घुसले होते.

त्या वृत्तप्रतिनिधीनं त्याला विचारलं होतं, "संपतजींच्या महिलांसंबंधीच्या कार्याबद्दल तुम्हाला काय वाटतं?

त्यावर शिवनरेश उत्स्फूर्तपणे उत्तरला होता,

"ती तिच्या स्वत:च्याच विश्वातल्या बायकांशी ज्या सहजतेनं संवाद साधते, तीच तिची मोठी ताकद आहे. ती अशिक्षित असल्यामुळं तिला नेमके शब्द मिळतात. ती त्या बायकांशी त्यांच्याच भाषेत बोलते, त्यामुळं ती त्यांना तिचं म्हणणं पटवून देऊ शकते; त्यांची अवस्था तिला नेमकी समजते."

यामध्ये त्याचा कुठला वाईट उद्देश नव्हता, हे मला माहीत आहे. एवढंच नव्हे, तर 'आपण स्तुतीपर बोलतोय' असंच त्याला वाटत असणार, याचीही मला खात्री आहे, पण ते शब्द मात्र माझ्या कधी नव्हे इतके जिव्हारी लागले. शिक्षण नसलेल्या व्यक्तीला अशा प्रकारे हीन लेखलं जाण्यानं माझ्या काळजातली जुनी जखम पुन्हा ताजी झाली. मीसुद्धा शाळेत जाण्याचं स्वप्न पाहिलं होतं. बालपणीची ती शिक्षणाची दोन वर्षं मी कधीही विसरलेले नाही. माझ्यात शिकण्याची, अभ्यास करण्याची कुवत होती; अगदी आजही ज्ञानसंपादनाची ती विफल आकांक्षा मला जाणवत असते. मुख्य म्हणजे माझी असल्या बोचऱ्या विशेषणानं संभावना करणं मला फार अन्याय्य वाटलं. मला त्या पत्रकाराला अडवून त्यात बोलावंसं वाटत होतं, पण तो पुढच्या प्रश्नाकडं वळला होता. मला माझ्या भावाला समजून घ्यावंच लागलं.

"मी शाळेत गेले नाही म्हणून लोक मला हसतात; पण संपूर्ण जगभरातले पत्रकार मला भेटायला भारतात येतात. मी अशिक्षित असेन, पण मी इतर लोकांसाठी खूप काही करते. त्याच वेळी काही उच्चशिक्षित लोक त्यांच्या सहकाऱ्यांना कधी काडीची मदत करत नाहीत. माणूस म्हणून तुम्ही अधिक चांगले घडणार नसाल, तर अशा शिक्षणाचा काय उपयोग?"

तुम्हाला माझ्या मनावर कायमची खूण ठेवणारा एक प्रसंग सांगते. काही महिन्यांपूर्वी मला अतार्रा विद्यापीठात 'बुंदेलखंड प्रदेशातील राजकीय प्रक्रियेची मानवी बाजू' या विषयावरच्या परिषदेत सहभागी होण्याचं आमंत्रण होतं. मी तिथं खास तयार होऊन वगैरे गेले नव्हते. माझ्या अंगावर नेहमीची साडी आणि मी खांद्यावर नेहमी पांढरं वस्त्रं लपेटते, ते होतं. मी तिथल्या सभागृहात गेले, तेव्हा सर्व प्राध्यापक स्थानापन्न झालेले होते. मी तिथं बायकांच्या रांगांत जागा शोधत होते, पण सगळं टोकापर्यंत गच्च भरलेलं होतं. तिथं आलेल्या सुरेख, सुसंस्कृत बायकांपैकी एकीनंही जरासं सरकून मला जागा करून दिली नाही. माझी अवस्था पाहून व्यासपीठावरचा एक माणून माईकजवळ जात म्हणाला,

"बंधू-भगिनींनो, या संपत पाल, गुलाबी गँगच्या लीडर! कृपा करून त्यांना जागा करून द्या."

माझं नाव ऐकताच अनेक माना औत्सुक्यानं माझ्याकडं वळल्या. तिथं पोलीसठाण्यातल्या काही उच्चपदस्थ अधिकाऱ्यांनाही मी ओळखलं. मला तिथं पाहून त्यांनाही मोठं आश्चर्य वाटलेलं दिसत होतं. त्यांच्यातले काही जण सचिंत नजरेनं माझ्याकडं पाहत होते. मी काहीतरी गुप्त योजना आखलेली असणार आणि आता काहीतरी प्रेक्षणीय कृती पाहायला मिळणार, याचं त्यांना भय वाटत असावं. इकडं बायका मला मी कुणी घाणेरडी वस्तू असावी तशा नजरेनं न्याहाळत होत्या. त्यांच्या चेहऱ्यावरचे तुच्छ भाव पाहून माझ्याच पोटात ढवळून आलं.

"बरं, तुम्ही आता सरळ बोलायलाच यावं, हे बरं. कृपया इथं व्यासपीठावर या."

विद्यापीठाचे उपाध्यक्ष पहिल्या रांगेत बसले होते. ते उठले आणि मला व्यासपीठावर घेऊन गेले. मी माईकजवळ उभी असताना त्यांनी माझा हार घालून आणि शाल देऊन सन्मान केला. आत्ता मला ज्या बायकांच्या चेहऱ्यावर तुच्छता दिसली होती, त्याच बायका डोळे फाडून, स्तिमित होऊन पाहत होत्या. माझा एवढा सन्मान करण्यासारखं मी काय केलंय, हे त्यांना उमगलं नव्हतं.

मग उपाध्यक्षांनी मला बोलण्याची खूण केली आणि ते जागेवर जाऊन बसले. मी दिसत होते अगदी शांत, पण माझ्या आतमध्ये संताप खदखदत होता! सगळे जण चिडीचूप होते. अकस्मात मला बळ आलं. माझ्या हातात माईक होता. 'आपली फार लायकी आहे' अशा डौलात असणाऱ्या त्या व्याख्यात्यांच्या उद्धटपणानं माझ्यात जबरदस्त चैतन्य संचारलं.

"नमस्ते! ज्या ठिकाणी मला कधी पाऊलही ठेवता आलं नाही, अशा ज्ञानाच्या या प्रतिष्ठित संस्थेत तुमच्यासमवेत इथं उपस्थित राहण्याची संधी मिळणं, हा माझा सन्मान आहे. मला शिक्षण घेता आलं नाही, त्यामुळं समाजाच्या प्रगतीसाठी शिक्षणाचं महत्त्व किती आहे ते मी जाणते. मात्र बहुतेकसे सुशिक्षित लोक स्वत:चं उदाहरण घालून देण्यासाठी काहीही प्रयत्न करत नाहीत, ही खेदाची बाब आहे. जे शिक्षक स्वत:च दुसऱ्या मनुष्यप्राण्याचा आदर करू शकत नाहीत, ते इतरांना कसलं शिक्षण देणार? एखाद्यानं झकपक पोशाख केलेला नाही म्हणून त्याला तुच्छ लेखण्याची शिकवण भावी पिढ्यांना दिली, तर त्यांच्यापाशी काय संचित उरणार? मी तुम्हाला माझं घोषवाक्य सांगते,

'सर्वप्रथम आपण सर्वांनी स्वत:ला सुधारायला हवं
तरच आपण इतरांना सुधारण्याचा विचार करू शकतो.
नाहीतर अखेर, आपण आपला देश उद्ध्वस्त करू.'

माझं ते छोटेखानी भाषण फारसं स्नेहपूर्ण नव्हतं. माझ्या बोलण्यातून काय

ध्वनित होतंय, ते तिथं उपस्थित असलेल्या सगळ्यांना कळत होतं. माझं भाषण झाल्यानंतर विद्यापीठाच्या उपाध्यक्षांनी हात वर केला. त्यांना मला प्रश्न विचारायचा होता.

"तुम्ही कधी शाळेत गेलाय?"

"सांगायला खेद वाटतो, फक्त दोन वर्षं! पण शिक्षण म्हणजेच सर्वस्व नाही. १५ व्या आणि १६ व्या शतकातल्या महान कवींचं उदाहरण घ्या : कबीर, व्यवसायानं विणकर होते, पण शिखांच्या पवित्र ग्रंथात त्यांच्या काव्याचा समावेश आहे. स्वत:चे स्वत: धडे गिरवणाऱ्या तुलसीदासांनी रामायणाचं हिंदी रूपांतर केलं. जन्मजात अंधत्व असलेल्या सूरदासांनी एक लाख कवितांचा संग्रह लिहिला आहे. या देवभक्त गायकाला पुस्तकांनी नव्हे, तर त्याच्या श्रद्धेनं स्फूर्ती दिली. यांच्यापैकी कुणीही शिक्षण घेतलं नव्हतं. तरीही या सर्वांनी सुसंस्कृत जगतावर त्यांची छाप पाडलेली आहे. शिक्षणानं समाजसुधारणा घडवली पाहिजे. सरकार मुलींना शाळाप्रवेशाची संधी मिळावी यासाठी लाखो रुपये खर्च करतं. पण शाळा केवळ ज्ञानादानापुरत्या राहू नयेत. तिथं मूल्यांनाही महत्त्व असलं पाहिजे. आपल्याला जर समाजात नीट कसं वागावं हेही समजत नसेल, तर अशा शैक्षणिक पात्रतेचा काय उपयोग? आज तथाकथित उच्चशिक्षित महिलांची जडणघडण इतक्या वाईट पद्धतीनं होतेय, हे पाहून मला वाईट वाटतं. वाईट शिक्षण हे अशिक्षितपणाइतकंच क्लेशकारक आहे; विशेषत: ज्या लोकांनी शिक्षकी पेशा स्वीकारलाय त्यांचं! या लोकांनी केवळ स्वत:च्या सुखासाठी शिक्षण घेतलं आहे. ज्यांना शिक्षण लाभलेलं नाही त्यांना आपलं ज्ञान देण्याची त्यांची अजिबात इच्छा नाही, असा निष्कर्ष मी काढायचा का?"

शेवटी, मी श्रोत्यांनी अवधान देऊन माझं बोलणं ऐकल्याबद्दल त्यांचे आभार मानले आणि व्यासपीठावरून खाली उतरले. रांगांतल्या कडेच्या बायकांनी सरकून माझ्यासाठी जराशी जागा केली. मी त्यांच्याकडं पाहिलंसुद्धा नाही. त्यानंतर इतर लोकांना व्यासपीठावर पाचारण करण्यात आलं. मी त्यांचं बोलणं एकाग्र चित्तानं ऐकलं. त्या परिषदेच्या समारोपानंतर बऱ्याच बायकांनी मला भेटून दिलगिरी व्यक्त केली. मीही त्यांच्याशी खुशीनं बोलले. काहीही असलं, तरी मलाही चांगलंच उदाहरण घालून द्यायचं होतं ना! काही जणींनी माझा टेलिफोन नंबर मागितला. आज या व्याख्यात्या माझी ख्यालीखुशाली विचारण्यासाठी आणि मला त्यांच्या बैठकांचं आमंत्रण देण्यासाठी नियमित फोन करतात. त्यातल्या काही जणींनी तर माझं आणि माझ्या गँगचं साहाय्यसुद्धा घेतलं आहे. त्यांच्यापैकी एकीला तिचा वरिष्ठ त्रास देत होता, एकीला नवरा मारहाण करत होता. शैक्षणिक पात्रता अन्यायापासून सुटका देऊ शकत नाही! अगदी पुरुषसुद्धा याचे बळी ठरू शकतात.

मला भेटायला आलेले काचबिंदूग्रस्त उच्चशिक्षित मुख्याध्यापकसुद्धा याचे बळी ठरू शकतील, असं कधी मनात तरी येतं का?

बिचारा शिवनरेश! विद्यापीठात माझ्या 'पराक्रमाचा' इतिवृत्तान्त ऐकल्यावर सुरुवातीला तो माझ्या दांडगाईमुळं काहीसा अस्वस्थ झाला होता, पण त्यानंतर तो बराच काळ विचारमग्न होता. मी त्याचं मत ऐकण्याची संयमी प्रतीक्षा करत होते.

"तुला काय म्हणायचंय ते आत्ता मला कळतंय. मी तुझं मन दुखावलं, त्याबद्दल मला माफ कर. मला 'अशिक्षित' शब्द बोचरा वाटला नाही, पण त्यामागच्या तुझ्या भावना मला कळतायत. पुढच्या वेळी मी अधिक विचारपूर्वक बोलेन."

त्याच्या दिलगिरीनं माझ्या मनावर जराशी फुंकर घातली गेली. त्याचा मला दुखावण्याचा उद्देश नव्हता, हे मला माहीत आहे. हे मी इतकं लावून घ्यायला नको होतं, हेही मला कळतंय... पण तरां घडलं खरं! शिक्षण ही माझ्यासाठी फार संवेदनशील बाब आहे. हा माझ्यातला सर्वांत मोठा गंड आहे, असंही म्हणा हवं तर! पण माझं शिक्षण झालेलं नाही, या गोष्टीचं मला जेव्हा जेव्हा स्मरण दिलं जातं तेव्हा तेव्हा मी भडकून उठते. हातातून निसटलेल्या काळाची भरपाई करण्याच्या दृष्टीनं आता खूपच उशीर झाला आहे. म्हणूनच माझी सगळी आशा माझ्या मुलांवर, विशेषत: कामता आणि निशा या दोघा धाकट्यांवर एकवटलेली आहे. निशालासुद्धा कामताप्रमाणेच अभ्यासाचं खूप महत्त्व आहे. ती फक्त १७ वर्षांची आहे. तिनं डॉक्टर व्हायचं ठरवलेलं आहे. मी तिच्या लग्नाचा विषय काढताच तिनंही माझी गोड शब्दांत बोळवण केली आहे.

"माझी काळजी करू नकोस. माझ्या निर्णयांना स्वत:ला जबाबदार समजू नकोस. मी शिक्षण पूर्ण झाल्यावर लग्नाचा विचार करीन, तोपर्यंत नाही. मी माझ्या बहिणींसारखी आयुष्याची वाट लावून घेणार नाही."

तिच्या मोठ्या बहिणींच्या बाबतीत माझ्यापुढं कुठला पर्यायच नव्हता. त्या वेळी माझ्या सासऱ्यांची आमच्या कुटुंबावर अतिशय हुकूमत होती. पण मी निशाच्या बाबतीत तीच चूक करत नाहीय. तिच्या शिक्षणाला प्रथम प्राधान्य द्यायचं असं मी स्वत:शी ठाम ठरवलंय. ती खूपशी माझ्यासारखीच आहे. फरक फक्त इतकाच की, ती माझ्यापेक्षा खूप हुशार आहे. ती माझ्यासारखीच स्वतंत्र आणि निश्चयी आहे. आपल्या ध्येयप्राप्तीसाठी ती सर्वशक्तीनिशी प्रयत्न करेल. तिनं आजारी लोकांवर उपचार करण्याचं क्षेत्र निवडल्याचा मला अतिशय अभिमान आहे. तिनं इतरांना साहाय्यकारी ठरण्याचं व्यवसायक्षेत्र निवडलं आहे. यातून किमान एक गोष्ट सिद्ध होतीय, ती म्हणजे मी तिचं संगोपन व्यवस्थित केलं आहे. तीसुद्धा पुढं माझ्यासोबत काम करेल, याची मला खात्री आहे.

'रिअलपोलिटिक' ते गुलाबी राजकारण

२००७ सालच्या प्रारंभी काँग्रेस पक्षाच्या अध्यक्षा सोनिया गांधी यांच्या राष्ट्रीय स्तरावरच्या निकटच्या लोकांनी माझ्याशी संपर्क साधला. मे महिन्यात होणाऱ्या निवडणुकीत त्यांनी मला त्यांचा उमेदवार म्हणून उभं राहायला सांगितलं. मी नरैनी मतदारसंघातून - त्यात अतार्रा येतं - उभं राहावं असं त्यांना वाटत होतं. काही काळापासून माझ्या मनातही राजकारणात उतरण्याचे विचार घोळत होते. माझ्या कार्यविस्ताराला चालना देण्याचा तो एक चांगला मार्ग ठरेल, असं मला वाटत होतं. आणि मी खासदार झाले असते, तर मला खरोखर परिवर्तन घडवण्याचे मार्ग उपलब्ध होणार होते. त्यामुळं मला ती कल्पना फार भावली. निवडणूक काँग्रेस पक्षाच्या रंगात होणार, या गोष्टीचं मला विशेष काही वाटलं नाही. पक्षाचा आधार मिळणार, हीच माझ्यालेखी महत्त्वाची गोष्ट होती. मात्र पक्षात वरिष्ठ स्तरावर माझ्या उमेदवारीच्या निर्णयाला सर्वसहमती नव्हती. सलमान खुर्शीद या ऑक्सफर्डमध्ये शिकलेल्या मुस्लीम महोदयांना पुरुषी प्राबल्य असलेल्या मतदारसंघात एखादी महिला विजयी होणार नाही असं वाटलं. सलमान खुर्शीद भारताच्या माजी राष्ट्रपतींचे सुपुत्र आणि उत्तर प्रदेशातल्या काँग्रेस कमिटीचे अध्यक्ष होते. ते सोनिया गांधींचे अत्यंत निकटवर्तीय असल्यामुळं माझी लोकांमध्ये लाट निर्माण करून निवडून येण्याची झेप नाही, हे त्यांनी सोनिया गांधींना अगदी सहज पटवून दिलं. पण म्हणून मी हार मानली नाही. नरैनी मतदारसंघासाठी माझ्याकडं आणखी एक पत्ता होता. तो पुरुष-प्राबल्याचा मतदारसंघ असला, तरी तिथं मोठ्या प्रमाणात दलित समाज होता. मला चमार, गडरिया आणि कोल यांचा पाठिंबा मिळवता येणार होता. त्यामुळं मी अपक्ष म्हणून निवडणुकीला उभी राहिले. त्या निवडणुकीत तिकीट नसलेली, अपक्ष उमेदवार मी एकटीच नव्हते. बांद्याजवळ ढोकिया पटेल नावाचा डाकू होता. एके ४७ नं सुसज्ज असलेल्या जबरदस्त टोळीचा प्रमुख! तो पोलिसांना ठार करण्याबद्दल कुप्रसिद्ध होता. पोलिसांबरोबर झालेल्या चकमकीत तो ठार झाला आहे, पण त्या वेळी त्याची त्या भागात दहशत होती. शिवाय त्याला

बराच पाठिंबाही होता; विशेषत: पटेल लोकांचा. तो या श्रीमंत शेतकरी-वर्गातला होता. या जातीचं अल्प राजकीय प्रतिनिधित्व होतं. त्यामुळं त्यानं २००७ साली त्याच्या आईला निवडणुकीला उभं केलं. तिला निवडून येता आलं नाही. आम्ही दोघीही मतांच्या एकाच विभागासाठी आवाहन करत होतो, पण तिनं इतरांनाही सोपं होणार नाही इतपत कामगिरी केली. मी त्या निवडणुकीत ६००० मतं मिळवून हरले, पण काँग्रेसचे उमेदवार शोएब आलम यांना मात मिळण्याच्या तुलनेत हे काहीच नव्हतं. त्यांना जेमतेम २७०० मतं मिळाली! त्या निवडणुकीत अन्य ठिकाणांप्रमाणेच नरैनीमध्येही बसपाचा विजय झाला. उत्तर प्रदेशात सोनिया गांधींच्या पक्षाची अवस्था इतकी वाईट झाली की, सलमान खुर्शीदना राजीनामा देणं भाग पडलं. त्यांच्या जागी रीटा बहुगुणा-जोशी या महिलेनं उत्तर प्रदेश काँग्रेस कमिटीच्या अध्यक्षपदाची सूत्रं स्वीकारली. काही महिन्यांपूर्वीच त्या एका खेड्यातल्या माझ्या माहितीपर मेळाव्याला आल्या होत्या. तेव्हा त्यांनी माझ्या कार्याबद्दल माझं अभिनंदन केलं होतं. अशा प्रोत्साहनपर कौतुकाचा तसा काही उपयोग नसतो हे मला माहीत होतं, पण तरी मी सुखावले होते. त्यांनी त्यांच्या पक्षातल्या उच्च पदस्थांना माझ्याबद्दल काही सांगितलं होतं की काय कोण जाणे, पण मागच्या जून महिन्यात मला काँग्रेस पक्षाच्या सर्वांत प्रभावशाली सदस्यांपैकी एक जगदंबिका पाल यांच्या कुणा निकटच्या व्यक्तीचा फोन आला. त्यांनीही यापूर्वी उत्तर प्रदेश क्षेत्राच्या अध्यक्षपदाची सूत्रं सांभाळली होती. त्यांच्या मदतनीसानं मला फोनवर सांगितलं की, राहुल गांधींनी - काँग्रेस पक्षाचे सध्याचे सेक्रेटरी जनरल आणि सोनिया गांधींचे सुपुत्र - मला नवी दिल्लीत भेटायला बोलावलं आहे.

"त्यांना मला कशासाठी भेटायचं आहे?"

"तुम्ही एकत्र मिळून उत्तर प्रदेशात काय करू शकता, याविषयी बोलण्यासाठी!"

"त्यांना माझ्याशी बोलायचं असेल, तर त्यांना मला भेटायला येऊ देत."

"नीट विचार करा! राहुल गांधी आंतरराष्ट्रीय नेते आहेत. ते तुम्हाला भेटायला येतील, असा विचारही करू नका."

"मला भेटायची त्यांची इच्छा आहे. मला त्यांची गरज नाहीय. त्यांना माझ्याशी बोलायचं असेल, तर ते इकडं येऊ शकतात. त्यांचा वेळ माझ्या वेळेपेक्षा जास्त मोलाचा नाही."

बघा! हे राजकारणी स्वत:ला समजतात तरी कोण? ते कसलीही कृती न करता मोठमोठे सिद्धान्त मांडत असतात आणि वर माझ्या कामात अडथळा आणायला बघतायत!

आणि खरं सांगायचं, तर मी दिल्लीला जाऊन करणार तरी काय होते?

राहुल गांधी त्यांच्या गोडबोल्या खुशमस्कऱ्यांच्या वेढ्यात असणार! धन्यवाद, नकोच ते! मला करण्याजोग्या यापेक्षा उपयुक्त गोष्टी आहेत.

माझ्या प्रतिक्रियेनं हतबुद्ध झालेल्या जगदंबिका पाल यांनी तो विषय सहजी सोडला नाही.

"ही काय संधी आहे, हे तुम्हाला समजत नाहीय का?"

"कसली संधी? मागच्या वेळी मला सोनिया गांधींनी उमेदवारी देऊ केली आणि त्यांच्याच काही लोकांनी मार्गात पाय घालण्याचं काम केलं."

"तेव्हापेक्षा आता गोष्टी बदलल्या आहेत. आता असा प्रकार घडणार नाही आणि हे काही सर्वसाधारण निवडणुकीबद्दल नाहीय. तुम्ही काँग्रेस पक्ष प्रवेशानं आरंभ करू शकता. आम्ही आमच्या कल्पनांचा प्रसार करण्यासाठी तुमच्यासारख्या लोकांच्या शोधात आहोत. तुम्हाला त्याच वेळी तुमच्याही कल्पनांचा प्रसार करता येईल. काळाच्या ओघात तुमच्यावर अधिकाधिक जबाबदाऱ्या सोपवल्या जातील. तुम्ही प्रगती करत करत कुणी सांगावं?... तुम्ही उत्तर प्रदेशात पक्षाच्या अध्यक्षही व्हाल."

"आणि त्याचा मला काय फायदा?"

"तुम्हाला खूप मान मिळेल."

"वा!"

"शिवाय त्या वेळी ज्या महिला निवडणुकीसाठी उभ्या राहण्यायोग्य असतील त्यांना उमेदवारी देऊ करण्याची सत्ताही तुम्हाला असेल."

"समजा, मी असं पद मिळवलं, तर त्या वेळी माझ्याभोवती आपल्यालाच उमेदवारी द्यावी असा आग्रह धरणाऱ्यांचा घोळकाही असेल."

"तुम्ही त्यांना कटवू शकता!"

"मी जर पक्षातल्या लोकांशी सहमती दर्शवली नाही, तर पक्ष मला ताबडतोब पदावरून काढून टाकेल आणि मी जर माझ्याकडून सगळ्या प्रकारचा कृपाप्रसाद मिळवण्याचा प्रयत्न करणाऱ्या त्या सगळ्या भ्रष्ट खुशमस्कऱ्यांचं ऐकलं, तर मी जीवनभर ज्या लोकांसाठी संघर्ष केला त्या गरीब लोकांचा विश्वासघात केल्यासारखं होईल. नको, मला पक्षाच्या जबाबदाऱ्या घेण्यात रस नाही. राहुल गांधींना जर अतार्राला किंवा लखनौला यायला वेळ नसेल, तर ते मला थेट मतदारसंघ देऊ शकतात. मला रस आहे तो फक्त खासदार होण्यात!"

"दुर्दैव! तुम्ही आमच्यासोबत आलात, तर बरीच मजल मारू शकाल."

अखेर त्यांनी हार मानून फोन ठेवला. त्यांना अशा प्रकारे नकार देण्याचा मला क्षणभरही कधी पश्चात्ताप झालेला नाही. मी कधीही कुठल्या विशिष्ट पक्षाशी संबंध जोडले नाहीत. त्यांचे जाहीरनामे, प्रचारादरम्यान त्यांनी दिलेली वचनं आणि एकदा

का तो राजकारणी निवडून आला की, प्रत्यक्षात जे काही घडतं त्यामध्ये अतिशय तफावत असते.

आपण राजकारणावर कसा विश्वास ठेवायचा? भारत गेल्या साठ वर्षांपासून मुक्त, स्वतंत्र देश आहे, पण अजूनही इथल्या गरीब लोकांना स्वतंत्र देशात राहणं म्हणजे काय हे ठाऊक नाहीय. इथले कायदे आधुनिक आहेत, पण अधिकारीवर्ग भ्रष्टाचारानं पोखरलेला असल्यामुळं या कायद्यांची अंमलबजावणी झालेली नाही. गेल्या साठ वर्षांत त्यांनी ना सामाजिक न्याय आणलाय, ना अत्यंत विपन्नावस्थेत जगणाऱ्या लोकांच्या जीवनमानात काही सुधारणा घडवलीय. त्यांच्या दैनंदिन जीवनात कणभरही फरक पडलेला नाही. मीसुद्धा अशा 'मंत्रमुग्ध करणाऱ्या नेत्यां'पासून सावधच असते. त्यांच्या तेजापुढं हजारो अनामिक कार्यकर्त्यांचं योगदान झाकोळलं जातं. असे कार्यकर्ते फारसे प्रसिद्ध नसतात, पण बहुधा तेच जास्त प्रभावी असतात.

डॉ. आंबेडकरांचं उदाहरण घ्या. ते आता हयात नाहीत. पण आजही सर्व जण त्यांना दलितांचे संत म्हणून मान देतात. ते स्वतः अस्पृश्य मानल्या जाणाऱ्या जातीतले होते. त्यांना मुंबईत आणि पुढं अमेरिकेत शिकण्याची संधी मिळाली. भारतात परत आल्यानंतर त्यांनी राजकारणात प्रवेश केला आणि दलितांना विहिरीचं पाणी पिण्यासाठी मिळवून देणं किंवा मंदिरात प्रवेश मिळवून देणं अशासारख्या नागरी चळवळींचा पाया घातला. १९५० साली नेहरूंनी त्यांना पहिली भारतीय राज्यघटना तयार करायला सांगितलं. या घटनेनं अस्पृश्यांना शिक्षणाचा हक्क दिला.

राजकारणातली प्रतिमा फसवी आणि ढासळती असते. माझी ठाम श्रद्धा आहे की, खरंखुरं कार्य प्रत्यक्ष स्थळावर केलं जातं; ऑफिसमध्ये बसून नाही. म्हणूनच मी राजकारणापासून सावध असते. मला आजही असं मनापासून वाटतं की, बायकांना जबाबदारीची पदं मिळणं ही चांगलीच गोष्ट आहे, पण या सत्तेमुळं त्या भ्रष्ट होता कामा नयेत. आज बऱ्याच स्त्रियांनी पुरुषांच्या जगात सर्वोच्च स्थानापर्यंत मजल मारली आहे. भारताच्या पंतप्रधानपदी दीर्घकाळ विराजमान असणाऱ्यांपैकी एक - इंदिरा गांधी; त्यांच्या स्नुषा कॉंग्रेस अध्यक्षा - सोनिया गांधी - त्या पंतप्रधान झाल्यातच जमा होत्या. उत्तर प्रदेश कॉंग्रेसच्या पक्षाध्यक्षा रीटा बहुगुणा-जोशी, उत्तर प्रदेशच्या सध्याच्या मुख्यमंत्री मायावती.

पण म्हणून देशातल्या स्त्रियांचं स्थान बदललंय का? अजिबात नाही! सरकारनं राज्याच्या अंदाजपत्रकात स्त्रियांसाठी २३ राखीव जागांची तरतूद केली आहे. पण

प्रत्यक्ष व्यवहारात काहीही बदललेलं नाही. सत्तेमध्ये असलेल्या स्त्रिया त्यांची इच्छा असेल, तर बरंच काही करू शकतात. पण दुर्दैवानं त्या दर वर्षी ८ मार्चला आंतरराष्ट्रीय महिला दिन साजरा करण्यापुरत्या असतात.

कुमारी मायावतींनी जशी भूमिका बदलली, तसं कुणी केलेलं पाहिलं की, मला भयंकर चीड येते. तुम्हाला वाटेल की, आज त्या ज्या स्थानावर आहेत तिथं पोहोचण्यासाठी त्यांनी जे भोगलंय ते सगळं त्या विसरल्या आहेत. डॉ. आंबेडकरांप्रमाणेच त्यांचा जन्मसुद्धा अस्पृश्य मानल्या जाणाऱ्या जातीतल्या कुटुंबात झाला आहे. नेमकं सांगायचं, तर चमार कुटुंबात. शालेय जीवनात त्या अत्यंत मेहनती होत्या. त्यांचं जिल्हा मॅजिस्ट्रेट होण्याचं स्वप्न होतं. मोठेपणी त्यांची भेट बहुजन समाज पक्षाचे (BSP) अध्यक्ष कांशीराम यांच्याशी झाली. त्यांनी मायावतींना त्यांच्या छत्राखाली घेतलं. त्यांनी मायावतींना पटवून दिलं की, तुम्ही स्वत: मॅजिस्ट्रेट बनण्यापेक्षा अशा कित्येक जिल्हा मॅजिस्ट्रेटस्‌चं नशीब घडवू शकता. १९९५ साली त्या उत्तर प्रदेशच्या मुख्यमंत्री बनल्या आणि त्यांचं स्वप्न साकार झालं. वयाच्या ३९व्या वर्षी मुख्यमंत्री होणाऱ्या त्या पहिल्या तरुण आणि दलित राजकारणी ठरल्या. अस्पृश्यांसाठी त्या खरोखर 'आयकॉन' ठरल्या आहेत. शतकानुशतकं उच्च जातींकडून जुलूम सोसलेल्या वर्गाचा मान आणि त्यांच्या राजकीय इच्छा-आकांक्षांचं प्रतीक बनल्या आहेत.

त्या काळात त्यांनी खरोखर फार जोरदार घोषणा दिल्या होत्या :

तिलक, तराजू और तलवार, इनको मारो चार!

तृतीय नेत्र दर्शवणारा कपाळावरचा पिवळा अथवा लाल टिळा म्हणजेच 'तिलक' ही ब्राह्मणांची खूण, तराजू ही वैश्य या व्यापारी जातीची आणि तलवार ही लढवय्या क्षत्रिय जातीची खूण! म्हणजेच तिन्ही उच्च वर्गीय मानल्या जाणाऱ्या जाती. या घोषवाक्याचा मथितार्थ असा होता की, तुम्हाला तिलक, तराजू किंवा तलवारीची झलक दिसली, तर त्या माणसाला चार जोडे हाणा!

मला या बाई आवडल्या होत्या. त्यांचे विचार त्यांनी बोलून दाखवले आणि त्यांच्यात धाडस होतं. २००२ साली मी त्यांना भेटले, तेव्हा त्या उत्तर प्रदेशच्या मुख्यमंत्रिपदी नुकत्याच पुन्हा विराजमान झाल्या होत्या. त्या मला काहीतरी मदत करतील, याची मला खात्री होती.

तेव्हापासून बसपाचे अध्यक्ष कांशीराम यांनी पक्षाची सूत्रं त्यांच्या हातात दिली आहेत आणि त्या 'स्टार' बनल्या आहेत. या वाटचालीदरम्यान त्या त्यांचे आदर्श विसरल्या आहेत. दडपलेल्या खालच्या जातीच्या मतांच्या जोरावर सत्ता प्राप्त केल्यानंतर त्या उच्च जातीच्या लोकांची आर्जवं करून आपलं पद टिकवत आहेत.

सर्वसाधारण निवडणुकीत त्यांची घोषवाक्यं पूर्वीसारखी नसतात.

पूर्वी त्या गर्दीसमोर घोषणा देत असत,

हाथी नहीं, गणेश है ।

हाथी म्हणजे हत्ती. बसपाचं चिन्ह. बसपाच्या या घोषणेतून असा अर्थ व्यक्त होत असायचा की, नाही, हा कुठला वृद्ध हत्ती नाही, हा आहे गणेश! श्रीगणेश हे गरिबांचं पारंपरिक पूज्य दैवत आहे. या दैवताचा आपल्या पक्षाशी संबंध जोडून त्या आपल्याला अत्यंत विपन्नावस्थेतल्या आणि सर्वांत तिरस्कृत लोकांची सेवा करायची आहे, असं सूचित करायच्या.

२००७ साली हीच घोषणा अशी झाली-

"हाथी नहीं, गणेश है; ब्रह्मा, विष्णू, महेश है"

म्हणजेच – नाही, हा कुठला वृद्ध हत्ती नाही. हा आहे गणेश. शिवाय तो ब्रह्मा, विष्णू आणि महेशही आहे.

गरिबांच्या दैवताबरोबर बहुसंख्य पारंपरिक हिंदूंच्या पूज्य त्रिमूर्तींचाही समावेश करून त्या त्यांच्या यात्रेत उच्चवर्गीय जातींनाही आमंत्रित करत होत्या. त्यांनी तर ब्राह्मण आणि दलित भाऊभाऊ असल्याचंही सांगायला सुरुवात केली होती. कसला दांभिकपणा! मी जातिव्यवस्थेविरुद्ध आहे, पण एक गोष्ट नक्की आहे : ज्या दिवशी ब्राह्मण दलितांशी विवाहबंधन जोडायला तयार होतील त्या दिवशी ब्राह्मण दलितांचे भाऊ असतील. माझ्या दृष्टीनं मायावतींनी ज्या उद्दिष्टावर त्यांची श्रद्धा होती, त्याचाच विश्वासघात केलाय आणि त्यांनी ज्या लोकांचं रक्षण करीन असं सांगितलं होतं, त्यांना फसवलंय. आज इतर सर्वांसारखंच त्यांचंही नाव भ्रष्टाचाराच्या अनेक खटल्यांत गुंतलं आहे. सर्वांत महत्त्वाचं म्हणजे त्यांनी स्त्रियांच्या बाजूनं उभं राहून त्यांना स्वत:ला व्यक्त करण्यासाठी प्रोत्साहन द्यायला हवं होतं. ते त्यांनी कधीही केलं नाही. अशा तळमळीच्या कार्यकर्तीकडून केवढी घोर निराशा आहे ही!

मी अगदी खरं सांगते, मला आजच्या राजकारण्यांपैकी कुणीच स्फूर्तिदायी वाटत नाही. माझे आदर्श ऐतिहासिक व्यक्ती आहेत. भारतामध्ये सामर्थ्यशाली स्त्रिया आणि लढवय्या राण्यांची दीर्घ परंपरा आहे.

मी एक फार छान दंतकथा ऐकली होती :

एक १३ वर्षांची मुलगी होती. तिचे वडील राज्याचे सेनापती होते. एकदा त्या राज्यावर शेजारच्या राज्याच्या राजानं स्वारी केली. सेनापतीचं सैन्य हा हल्ला परतवून लावू शकलं नाही. शत्रूच्या फौजा राजवाड्याच्या प्रवेशद्वाराशी पोहोचल्या. राजा-राणी जीव वाचवून केव्हाच सुरक्षित स्थानी आश्रयाला गेले होते आणि सैनिकही प्राणाच्या भीतीनं पळून गेले. आता तिथं फक्त एकच माणूस उरला होता,

तो म्हणजे सेनापती.

त्याची मुलगी त्याला म्हणाली,

"तुम्ही हवं तर पर्वतराजीत जाऊन लपा. मी इथंच राहणार आहे."

"कशासाठी? तू हकनाक प्राणाला मुकशील!"

"मला त्याची पर्वा नाही. मी शरणागती पत्करणार नाही."

शत्रूचं सैन्य किल्ल्याच्या पटांगणात घुसलं, तेव्हा त्यांना तिथं एक मुलगी सोडून कुणीच दिसलं नाही. ती शुभ्र संगमरवरावर ताठ मानेनं उभी होती.

एका सैनिकानं तिला जोराचा तडाखा देऊन हाणून पाडलं.

"इथं तुझ्याशिवाय कुणीच दिसत नाहीय. तुमचा राजा कुठाय? त्याचं सैन्य कुठं लपलंय?"

"मी तुम्हाला काहीही सांगणार नाही."

"सांग, नाहीतर तुला त्रास होईल."

.....

"ठीक आहे. तूच ओढवून घेतीयस."

असं म्हणून त्या हलकट माणसांनी तिचा अनन्वित छळ केला. त्यांनी तिच्या एका हाताची सगळी बोटं छाटली. मग तिचे दोन्ही वक्ष कापले. तिनं वेदनांचा कल्लोळ उसळला असूनही तोंडातून चकार शब्द काढला नाही. तिच्या सहनशक्तीचा अंत झाला होता. अखेर तिनं त्या कसायांकडून सुरा हिसकावून घेतला आणि स्वत:ची जीभ कापली. आता तिच्या तोंडून कशाचा उच्चार होणं शक्यच नव्हतं. तिच्या शरीरातलं सारं रक्त वाहून गेलं आणि काही वेळातच ती मरण पावली. तिचा छळ करणाऱ्या त्या निर्दयी माणसांनी 'आता हे स्थान आमचं आहे' हे सर्वांना दाखवून देण्यासाठी किल्ल्याच्या तटावर तिचा मृतदेह टांगला. जवळपास लपून बसलेल्या सैनिकांनी आणि दरबारातल्या माणसांनी तिचा छिन्नविछिन्न मृतदेह पाहिला तेव्हा त्यांना स्वत:च्या भ्याड वर्तनाची लाज वाटली. किल्ला सर करणाऱ्यांच्या अत्यंत निर्दयीपणाचा त्यांना भयंकर संताप आला. सेनापतीच्या हुतात्मा ठरलेल्या मुलीच्या मृत्यूचा सूड घेण्यासाठी ते सर्व जण एकत्र जमले आणि त्या सैन्याच्या पुढं उभे ठाकले. त्यानंतर प्रचंड रणकंदन झालं, पण हे सैन्य जिंकलं आणि स्वारी करणाऱ्या राजाला राज्यातून हाकलून लावण्यात आलं.

ही कथा कुठल्या भागात किंवा कुठल्या कालखंडात घडली, ते मला आठवत नाही, पण आपल्या लोकांच्या सन्मानाच्या रक्षणार्थ असं शौर्य दाखवणाऱ्या त्या वीरांगनेचं माझ्या मनात खास स्थान आहे.

दुसरी वीरांगना म्हणजे झाशीची राणी लक्ष्मीबाई. त्या न घाबरता ब्रिटिशांपुढं

उभ्या ठाकल्या होत्या. त्यांचा जन्म ब्राह्मण कुटुंबात झाला होता. वयाच्या १३व्या वर्षी त्यांचा विवाह झाशीचे महाराज गंगाधरराव यांच्याशी झाला. १८५३ साली गंगाधरराव गंभीर आजारी पडले. लक्ष्मीबाईंना मूलबाळ नव्हतं. त्यांना मुलगा झाला होता, पण अवघ्या चारच महिन्यांत त्याचं निधन झालं होतं. त्यामुळं मृत्युशय्येवरच्या महाराजांना वारस नव्हता. महाराजांच्या निधनानंतर ब्रिटिश त्यांच्या राज्याचा ताबा घेतील, या भयानं त्यांनी अंतिम समयी त्यांच्या दूरच्या नातातल्या मुलाला - दामोदरराव याला दत्तक घेतलं. त्याला कायदेशीररीत्या दत्तक घेतल्याच्या दुसऱ्याच दिवशी गंगाधरराव जग सोडून गेले. दत्तकविधान कायदा ब्रिटिश अधिकाऱ्यांनीच संमत केला असला, तरी तत्कालीन गव्हर्नर जनरल लॉर्ड डलहौसी यांनी लहानग्या दामोदरच्या हक्कांच्या कायदेशीर वैधतेबाबत वाद निर्माण केला. त्यांनी त्याला झाशीच्या गादीचा अधिकृत वारस मानण्यास नकार देऊन झाशी राज्याचा ताबा घ्यायचं ठरवलं. त्या वेळी लक्ष्मीबाईंनी यापूर्वी कुठल्याच भारतीय राज्यकर्त्यानं कधी उचललं नव्हतं, असं पाऊल उचललं. त्यांनी लंडनच्या न्यायालयात गव्हर्नरच्या या निर्णयाविरुद्ध दाद मागितली. दुर्दैवानं बऱ्याच अपिलांनंतर अखेर त्यांचा खटला काढून टाकण्यात आला. इकडं भारतात ब्रिटिश अधिकाऱ्यांना लक्ष्मीबाईंच्या या औद्धत्याबद्दल त्यांना शिक्षा द्यायची होती. त्यांनी लक्ष्मीबाईंचे दागदागिने जप्त केले आणि त्यांच्या वार्षिक तनख्यातून त्यांच्या मयत पतीची कर्जं वजा करून घेतली. त्यानंतर त्यांनी लक्ष्मीबाईंना झाशीचा किल्ला ताबडतोब सोडून गावातल्या एखाद्या साध्या घरी जाऊन राहायला सांगितलं. त्या वेळी महाराणींच्या तोंडून हे आता सुप्रसिद्ध झालेले शब्द उमटले,

"मेरी झाशी नहीं दूंगी!"

मग लक्ष्मीबाईंनी स्थानिक जनतेतून स्वयंस्फूर्तीनं पुढं आलेल्यांचं सैन्य उभारलं. त्यांनी स्त्री-पुरुष दोघांनाही या फौजेत भरती करून घेतलं. लक्ष्मीबाईंच्या सेनापतींनी त्यांना लष्करी प्रशिक्षण दिलं. १८५७ साली ब्रिटिश सत्तेविरुद्धच्या बंडादरम्यान झाशीलगतच्या दोन राजांनी झाशीवर आक्रमण केलं. या राजांनी ब्रिटिशांशी हातमिळवणी केली होती. लक्ष्मीबाईंनी त्यांच्या सैन्याच्या बळावर हे आक्रमण परतवून लावलं. त्यानंतर वर्षभरानं ब्रिटिशांनी झाशीला वेढा दिला. महाराणी पंधरा दिवस तग धरून राहिल्या आणि त्यानंतर त्या पुत्र दामोदरला पाठीवर बांधून, वेश बदलून - पुरुषाच्या वेशात - त्या वेढ्यातून निसटल्या. त्यानंतर काही महिन्यांतच त्या ग्वाल्हेरच्या युद्धात धारातीर्थी पडल्या. त्यांच्या अंगावर योद्ध्याची वस्त्रे होती. त्यांनी किल्ल्याच्या रक्षणार्थ स्वत: लढाईत भाग घेतला होता. ब्रिटिश सैनिकांनीसुद्धा त्या सर्व बंडखोरांत शूर असल्याचं मान्य केलं होतं.

मला राणी लक्ष्मीबाई नेहमीच स्फूर्तिदायी, आदर्श वाटतात. फरक इतकाच

आहे की, त्यांच्या आदेशानं समरांगणात अनेक सैनिकांचे प्राण गेले. मी मात्र कधी रक्ताचा थेंबही सांडू दिलेला नाही. एक स्त्री स्वत:च्या बळावर खूप गोष्टी करू शकते. तिनं फक्त कृती घडवण्यासाठी धैर्य एकवटायला हवं. अन्यायाविरुद्ध लढण्यासाठी कुठल्या पक्षाच्या झेंड्याखाली उभं राहण्याची गरज नाही. खरंतर मी यापूर्वीच राजकारणात आलेली आहे. मी स्वत:ला काहीशी पद नसलेली पंतप्रधानच समजते. खऱ्या पंतप्रधानांचा दिवस फाईल्सच्या ढिगात, सल्लागारांशी चर्चा करण्यात जातो, पण ते कधी ऑफिस सोडून रस्त्यावरच्या लोकांपुढं येत नाहीत. याबाबतीत मी त्यांच्या तोडीची आहे. मी स्वत: लोकांना जाऊन भेटते. पंतप्रधान ज्याचे केवळ आदेश देतात ती तत्त्वं मी प्रत्यक्षात आणते. अधिकृत पदांना काहीच अर्थ नसतो. मला विश्वास आहे की, माझ्या स्वत:च्या कनिष्ठ स्तरावर मी लोकांच्या नित्य जीवनात पंतप्रधानांपेक्षा अधिक न्याय आणि सुख आणते आणि ते कधीकधी खुर्चीतून न हलताच संसदेच्या माध्यमातून कायदे आणतात आणि आपल्या खुशामत्यांची काळजी घेण्यात, आपल्या कुटुंबीयांना प्रतिष्ठेची कामं मिळवून देण्यात आणि आपले संपर्क किफायतशीर गुंतवणुकीसाठी वापरण्यात बराचसा वेळ खर्ची घालतात. माझं काम गावच्या पंतप्रधानांपेक्षा प्रधानासारखं असतं, असं आपण म्हणू. मी एखाद्या गावात वाद मिटवण्यासाठी जाते, तेव्हा तुम्ही तिथल्या प्रधानांची तोंडं बघायला हवीत. पण ते जर त्यांचं काम करण्यास असमर्थ असतील, तर मी तरी काय करणार?

मी जर कधी राजकारणात गेले, तर ते पक्षांच्या आदेशानुसार नसेल, तर मी ज्या लोकांच्या बाजूनं उभी राहते त्यांच्या आग्रहावरून असेल. मला माझ्या मागं ताकद असण्याची गरज आहे. मी पुरुषांचा पाठिंबा मिळवण्याचा प्रयत्न करण्याचं हेही कारण आहे. स्त्रियांना पुरुषांची गरज असते. आम्हाला आमचं ऐकून घेतलं जाण्यासाठी त्यांच्या आवाजाची आणि त्यांच्या मतांची गरज आहे. मला प्रचंड पाठिंबा असल्याखेरीज संपूर्णत: भ्रष्ट लोकांसोबत काम करत राहण्यात काय अर्थ आहे? त्यापेक्षा बाहेरून दबाव टाकत वृत्तीत बदल घडवत राहणं अधिक चांगलं! मला गटाच्या नेत्याच्या सामर्थ्यापेक्षा गटाच्या आंतरिक सामर्थ्याबद्दल जास्त विश्वास वाटतो. मला वाटतं, मी चाणक्यनीतीनं राजकारण करू शकेन. सुमारे २००० वर्षांपूर्वी चाणक्य सम्राट चंद्रगुप्ताचा सल्लागार होता. चाणक्याविषयीच्या आख्यायिका त्याच्या जन्मापासून सुरू होतात. तो जन्माला आला तेव्हा त्याच्या तोंडात सगळे दात होते असं म्हणतात. ही तो राजा बनणार असल्याची खूण होती. पण तो तर ब्राह्मण होता आणि ब्राह्मण ऐहिक सामर्थ्यापेक्षा आध्यात्मिक सामर्थ्याचं मूर्तिमंत रूप! त्यांनी राज्य करणं हे विधिलिखित नव्हतं. नशिबातलं हे टाळण्यासाठी त्याच्या घरच्यांनी त्याचे दात पाडले. मग असं भाकित करण्यात आलं की, तो

राज्य करेल, पण दुसऱ्या कुणाच्यातरी माध्यमातून!

मोठेपणी चाणक्य नंद राजाच्या सेवेत रुजू झाला, पण राजानं या तरुण ब्राह्मणाच्या सल्ल्याचा फारसा विचार केला नाही आणि अखेर त्याला काढून टाकलं. त्यानंतर लवकरच चाणक्याची तरुण चंद्रगुप्ताशी ओळख झाली. चंद्रगुप्ताला तो अगदी तारुण्याच्या उंबरठ्यावर असल्यापासूनच सर्व जण नेता मानत असत. चाणक्याला आधार गवसला. त्याला नंद राजाचा सूड घेण्याचा मार्ग गवसला. पण निराश करणारी गोष्ट म्हणजे चंद्रगुप्ताचे शत्रूला संपवण्याचे प्रयत्न अपयशी ठरले होते. एकदा चाणक्यानं एक आई तिच्या मुलाला रागवत असल्याचं दृश्य पाहिलं आणि त्याला त्याच्या डावपेचामधली चूक उमगली.

ती आई मुलाला म्हणत होती,

''बघ! घेतलीस ना जीभ भाजून! तुला सांगत होते, भात कडेकडेनं खा. भात मध्यात नेहमी जास्त गरम असतो, मूर्ख कुठला!''

चाणक्यानं चंद्रगुप्ताला नंद राज्याच्या मध्यवर्ती भागावर हल्ला करण्यासाठी उद्युक्त केलं होतं. त्यानं ताबडतोब त्याची व्यूहरचना बदलून सीमाक्षेत्रावर हल्ला करण्याचा सल्ला दिला. त्याच्या शिष्यानं त्याचा सल्ला मानला आणि नंद राज्य हळूहळू खाल्लं. पूर्ण संपेपर्यंत म्हणजेच पूर्ण ताबा मिळेपर्यंत! चंद्रगुप्त राजाला मेजवान्या आवडत असत. राजावर विषप्रयोग होईल या भीतीनं चाणक्य दररोज राजाच्या भोजनात जरासं विष मिसळत असे. त्यायोगे राजामध्ये हळूहळू विषप्रतिकारक शक्ती निर्माण होणार होती. एके दिवशी राणीनं काहीही विचार न करता राजासाठी बनवलेला एक पदार्थ चाखला. त्या वेळी ती नऊ महिन्यांची गरोदर होती. तिच्या देहाला विषाची सवय नसल्यामुळं ती मृत्युमुखी पडली. तिच्या पोटात वाढत असलेला राज्याचा वारस वाचवण्यासाठी चाणक्यानं ताबडतोब तिच्या पोटातलं बाळ बाहेर काढलं. हे बाळ म्हणजेच बिंदूसारा. विषाच्या थेंबावरून म्हणजेच बिंदूवरून त्याचं नाव ठेवलं. तो पुढं महान मौर्य सम्राट बनला.

पश्चिमेकडं चाणक्याला भारतीय 'मॅशियावेल्ली' म्हणून ओळखतात. काही जण त्याला 'रिअलपोलिटिक'चा जनक मानतात. मी मात्र त्यांचा व्यावहारीक उपयुक्ततावाद आणि पडद्यामागं राहून सूत्रं हलवण्याची क्षमता या दोन्ही गोष्टी मानते. मला जर कधी संसदेत स्थान दिलं गेलं, तर मी सत्तेच्या मोहाच्या आधीन न होण्याची दक्षता घेईन. मी समाजहितापेक्षा स्वहित कधीही महत्त्वाचं मानणार नाही आणि इतरांसाठी आत्ताच्याच तळमळीनं लढत राहीन. मी शब्द देते.

आवश्यक कामं

सकाळचे सात वाजलेत. एवढ्यातच प्रचंड गरम होऊ लागलंय. पावसाळ्याच्या आगमनाबरोबर काही सरी कोसळल्या आहेत, पण त्यांनी वातावरणात ताजा गारवा भरलेला नाही. माझ्या खोलीत गुदमरवणारा दमटपणा भरून राहिलाय. मला उठवतही नाहीय. पण उठायला तर पाहिजेच. मला तीन तासांत इथून साठ किलोमीटरवरच्या माणिकपूरला पोहोचायचं आहे. खेड्यातल्या रस्त्यांची भयंकर अवस्था लक्षात घेता, तिथं पोहोचायला दोन तास लागणार, हे धरूनच चालावं लागणार होतं. एरवी मी रेल्वे धरली असती, यापेक्षाही लवकर उठले असते; पण आज माझं नशीब जोरावर होतं : एक फ्रेंच पत्रकार माझी मुलाखत घेण्यासाठी आलीय. ती मला तिच्या गाडीतून तिथं नेणार आहे. निघण्यापूर्वी मला अजून बरीच कामं उरकायची आहेत. जयप्रकाश रस्त्याच्या टोकाला असलेल्या हॉटेलमधून दोन कप चहा आणायला गेले आहेत. मी तयार होतीय. मी गडबडीनं केस विंचरून अंबाडा वळलाय, नेहमीप्रमाणेच. त्यानंतर गुलाबी साडी नेसलीय. आज गुलाबी गँग बाहेर चाललीय, त्यामुळं गणवेश आवश्यक आहे. मी दोन मोठ्या काळ्या प्लॅस्टिकच्या पिशव्यांत चाळीसएक गुलाबी साड्या घेतल्या आहेत. मी माझ्या खोलीतल्या मोठ्या कपाटात कायम या साड्या ठेवते. माणिकपूरमध्ये मला शंभरभर बायका भेटणार आहेत. त्यांपैकी बऱ्याच जणी माझ्या गँगच्या सदस्य नाहीत. पण त्यांना त्या भरात सदस्य व्हायचं असणार; त्या थेट माझ्याकडूनच गुलाबी साडी विकत घेणार.

तितक्यात पत्रकारबाई आल्याच. त्यांच्या गाडीशेजारी उभं राहून मी एका हातात पिशव्या, दुसऱ्या हातात चहाचा कप अशा अवस्थेत घाई-गडबडीनं जिभेला चटके देणारा चहा भुरकला. त्याच वेळी सगळ्या गोष्टी व्यवस्थित घेतल्या आहेत ना, याची खातरजमाही करून घेतली.

''बाबूजी, पेन आणि कागदाचं लक्षात आहे ना?''

''आत्ता आणतो.''

"आणि सदस्यत्व शुल्क नोंदवही आणा."

"हो."

"आणि हो. माझी काठी आणता?"

"हं."

झालं. आम्ही तयार झालो. जयप्रकाश आणि मी गाडीत बसलो. वाटेत मी वर्टीला फोन करून तयारीचा आढावा घेतला. माणिकपूरची लीला वर्टी माझ्या गँगमध्ये आहे. लीला आणि आमच्याबद्दल आस्था असणारे कोमल पटेल नावाचे एक जण याबाबत माहिती पोहोचवून शक्य तितक्या महिलांना गोळा करण्याचं काम करत होते. आम्ही तिथं पोहोचलो तेव्हा दहा वाजत आले होते. आम्ही खेड्यातल्या रेल्वे-स्टेशनवर जमलो होतो, आमच्या नेहमीच्या ठिकाणी. गुलाबी साड्या नेसलेल्या बायकांचे छोटे छोटे गट रुळांच्या आजूबाजूला दिसत होते. काही जणींनी स्टेशनच्या छताखाली सावलीत जागा शोधली होती. कुणी झाडाखाली बसल्या होत्या. कुणी भरावांवर तर कुणी रस्त्यावर!

मी गाडीतून उतरताच एका सुरात घोषणा दणाणली,

"गुलाबी गँग! गुलाबी गँग!"

या जोशानं नेहमीच माझ्यात संचारतं. आता मी चांगली टक्क जागी झाले होते. मी खबरबात जाणून घेण्यासाठी लीलाकडं गेले. तिनं सांगितलं की, अजून सगळ्या जणी यायच्या आहेत. दरम्यान जयप्रकाश वही घेऊन कोमलसोबत गेले होते. त्या दोघांपुढं पन्नासची नोट पुढं केलेल्या गँगच्या सदस्यांचा घोळका जमला होता. या बायकांनी काही दिवसांपूर्वी कोमलकडं गुलाबी साडीसाठी नावनोंदणी केली होती. आता त्या बायका त्यांचा तो गणवेश घेण्यासाठी आल्या होत्या. कोमल एकेकीचे पैसे घेऊन यादीत त्या बाईच्या नावाची खात्री करून घेत होती, त्यानंतर जयप्रकाश त्यांच्या वहीत पैसे दिल्याची नोंद करत होते. जयप्रकाश साड्या देत होते. मी नेहमीप्रमाणेच उशिरा येणाऱ्यांच्या प्रतीक्षेत लाठी चालवण्याचा छोटासा धडा देत होते. ताण हलका करण्यासाठी काठीच्या सपासप फटकाऱ्यांइतकं छान काही नसेल, शिवाय ते प्रत्यक्ष मोहिमेआधी 'वॉर्म अप' म्हणूनही उपयोगी पडतं.

अखेर साऱ्या जणी जमल्या : वृद्ध, तरुण, चिरतरुण, खडतर आयुष्याच्या खुणा चेहऱ्यावर वागवणाऱ्या बायका! त्यातल्या बऱ्याच बायकांची साडी आमच्या गुलाबी गणवेशाशी मिळतीजुळतीसुद्धा नव्हती. काही जणींची अवस्था इतकी वाईट होती की, चालताना त्या खूप वाकल्या होत्या. काही जणी मुलांना बरोबर घेऊन आल्या होत्या. त्या मळकट कपड्यानं त्यांचा माथा झाकायचा प्रयत्न करत होत्या. काही जणी आकसलेली छत्री उघडण्यासाठी झगडत होत्या. तापमान ४५ अंशांच्याही

वर होतं, पण कुणाची जराही तक्रार नव्हती. उलट त्या सगळ्या जणी मोहिमेवर निघायला आतुर होत्या. अखेर आम्ही निघालो.

मी हातात काठी घेऊन मोर्चाच्या अग्रभागी होते.

"गुलाबी गँग! गुलाबी गँग! बघा, आम्ही आलोय!"

आमचा आवाज दूरूनही ऐकू येत होता. आम्ही काही अंतर पार केलं, तितक्यात आजुबाजूच्या गल्ल्यांतून औत्सुक्यपूर्ण चेहरे प्रकटले. आम्ही माणिकपूरच्या मुख्य रस्त्यावरून निघालो, तेव्हा प्रेक्षकांची संख्या प्रचंड वाढली होती. या गावात गुलाबी गँग फारशी माहीत नव्हती, त्यामुळं आमचं आगमन, आमच्या घोषणा हा त्यांच्यासाठी कुतूहलाचा विषय होता. ते सर्व जण अंतर राखून होते, पण आम्ही कुठं निघालो आहोत याचं त्यांना औत्सुक्य होतं. खरंतर आम्हाला जिथं जायचं होतं ते ठिकाण अगदी जवळ होतं, गावाच्या एका टोकाला; पण आमचा उद्देश होता माणिकपूरच्या 'ब्लॉक डेव्हलपमेंट ऑफिसर'च्या (BDO) हातात विनंती-अर्ज देणं. आम्ही त्यांच्या कार्यालयाशी पोहोचलो. तिथं प्रशस्त, सावलीचं आवार होतं. मी सगळ्या जणींना तिथं मधोमध असलेल्या वटवृक्षाखाली बसायला सांगितलं. त्या जवळपास शंभर बायका होत्या आणि भोवती तीसएक पुरुष होते. आज आम्ही ज्या उद्देशानं इथं आलो होतो, त्या प्रश्नाची झळ त्यांनाही बसत होतीच.

"नमस्ते. तुमच्यापैकी ज्या अजून मला ओळखत नाहीत, त्यांच्यासाठी सांगते, माझं नाव संपत पाल. मी गुलाबी गँगचं नेतृत्व करते. आज आपण इथं जमण्याचं कारण तुम्हा सर्वांना माहीतच आहे : राष्ट्रीय ग्रामीण रोजगार हमी योजना पोखरणाऱ्या भ्रष्टाचाराविरुद्ध तक्रार देण्यासाठी आपण इथं जमलो आहोत. राज्य सरकारनं तुम्हाला काम देण्याचं कबूल केलं आहे, पण तुमच्यापैकी बऱ्याच जणी अजून त्याची प्रतीक्षाच करत आहेत. त्यामुळं आपण डेव्हलपमेंट ऑफिसरकडं विनंती-अर्ज देऊन त्यांनी या प्रकरणी चौकशी करावी, अशी मागणी करणार आहोत. पण तो मजकूर तयार करण्याआधी मला तुमच्याकडून सद्य:स्थिती जाणून घ्यायची आहे. म्हणून तुम्ही जिथं राहता तिथं काय घडतंय हे जाणून घेऊन मी तुमच्या खेड्यांची नावं लिहून घेणार आहे."

पीडित स्त्रियांचं रक्षण, जमिनीचं पुनर्वाटप या विषयांनंतर आता राष्ट्रीय ग्रामीण रोजगार हमी योजना (NREGS) हा माझ्या आस्थेचा नवा विषय बनला होता. २००५ साली संमत झालेल्या आणि भारतातल्या अत्यंत ग्रामीण राज्यांमधल्या २०० जिल्ह्यांमध्ये २००६ सालच्या प्रारंभी अमलात आलेल्या या कायद्यान्वये

सरकारनं दारिद्र्यरेषेखाली जगणाऱ्या लोकांना वर्षाकाठी १०० दिवस काम पुरवण्याची जबाबदारी घेतली होती. ग्रामीण भागातली क्रयशक्ती वाढवणं आणि खेड्यापाड्यांत श्रीमंत आणि गरीब यादरम्यानचा प्रचंड असमतोल दूर करण्याचं माध्यम म्हणून हा कायदा झाला. सरकारनं या रोजगार हमीतली एक तृतीयांश कामं महिलांसाठी राखीव ठेवण्याची तरतूदही केली.

उत्तर प्रदेशातल्या २२ जिल्ह्यांत याची प्रायोगिक तत्त्वांवर अंमलबजावणी करण्याचं ठरवून डेव्हलपमेंट ऑफिसेसमध्ये प्रचंड रकमा पाठवण्यात आल्या. ज्या प्रधानांनी यासाठी अर्ज केला होता त्यांना निधी देण्याचं काम यांच्याकडं होतं. या रोजगारासाठी पात्र असणाऱ्या अत्यंत विपन्नावस्थेतल्या कुटुंबांनी त्यांच्या व्यक्तिगत माहितीची कागदपत्रं ग्रामपंचायतीकडं सोपवायची असतात. त्यांच्या उत्पन्नाची वगैरे शहानिशा करून घेऊन ग्रामपंचायत एम्प्लॉयमेंट कार्ड देते. त्यावर त्या कार्डधारकाचं नाव, वय आणि छायाचित्र असतं. हे कार्ड मिळाल्यानंतर त्या व्यक्तीनं पंचायतीकडं किंवा त्या जिल्ह्यात हा कार्यक्रम राबवण्याची जबाबदारी ज्याच्याकडं असते, अशा अधिकाऱ्याकडं लेखी अर्ज करायचा असतो. त्यानंतर जास्तीत जास्त १५ दिवसांत त्यांना प्रतिसाद देऊन त्यांच्यावर कुठल्या प्रकारचं काम सोपवण्यात येणार आहे, हे सांगणं अपेक्षित असतं.

ही योजना कागदावर मोठी आकर्षक होती. मात्र अजूनही लोकांना त्याबद्दल समजायचं आहे. भारतात नेहमी असंच दिसतं : राज्यं सामाजिक कार्यक्रमांची विस्तृत मालिका आखतात, त्यासाठी भरपूर पैसा ओततात; पण अधिकारीवर्ग त्याची प्रत्यक्षात अंमलबजावणी करतात की नाही ते बघायची तसदी घेत नाहीत. रोजगार हमी योजनेच्या बाबतीत गावातल्या प्रमुखाची भूमिका अतिशय महत्त्वाची ठरते. हाती घेता येऊ शकतील अशी कामं, बांधकामं वगैरे त्यानं ठरवली पाहिजेत. तसंच त्यानं डेव्हलपमेंट ऑफिसरकडं पगारासाठी निधीची मागणी करणारा अधिकृत अर्ज पाठवला पाहिजे. यासाठी अर्थातच त्याला बरंच जादा काम करावं लागणार आहे.

फेब्रुवारी २००६ मध्ये मी या कायद्याच्या प्रसारासाठी वेळ देऊ लागले आणि प्रयत्न करू लागले. मी उत्तर प्रदेशातल्या या २२ जिल्ह्यांची यादी पाहिल्यानंतर माझ्या लक्षात आलं की, माझ्या बुंदेलखंडातले बहुतांश जिल्हे या यादीत समाविष्ट आहेत. मग मी खेडोपाडी जाऊन अत्यंत गरीब रहिवाशांना याबद्दल सांगायचं ठरवलं. माझी पहिली माहितीपर सभा जय रामबारीमध्ये आयोजित करण्यात आली होती. त्या वेळी या नव्या कायद्याबद्दल कुणालाच माहीत नव्हतं. एवढंच नव्हे, तर त्यांचा सांगण्यावर विश्वासही बसत नव्हता.

"म्हणजे आम्हाला वर्षाकाठी १०० दिवस कामाची हमी मिळणार आहे, असं म्हणताय?"

"हो बरोबर! आता गावोगावी काम शोधायची गरज नाही. सरकार आता तुम्हाला तुमच्याच गावात, पाच किलोमीटरच्या परिसरात काम पुरवणार आहे आणि समजा त्यांना ते शक्य झालं नाही, तरी तुम्हाला १०० दिवसांच्या रोजंदारीइतका पग़ार मिळेल."

"इतका पगार?"

"होय. दिवसाला साधारण शंभर रुपये."

"पण काम काय करायचं?"

"ज्यासाठी कुठलंही विशेष कौशल्य लागत नाही असं काम. आता सूचना मांडणं तुमच्यावर अवलंबून आहे. तुमच्या गावात काहीही करण्याची आवश्यकता नाहीय असं सांगू नका. विहिरी खोदायच्या नाहीयेत? रस्ते करायचे नाहीयेत? कुठल्या गरजांची आधी पूर्तता करायची याबद्दल तुम्हाला आधी तुमच्या प्रधानाशी बोलावं लागेल."

"आणि हा लाभ मिळण्यासाठी आम्हाला कुणाचे हात ओले करावे लागतील?"

"कुणाचेही नाही. तुम्हाला फक्त औपचारिक अर्ज करावा लागेल."

माझ्या माहिती-प्रसाराच्या कार्याला नुकतीच कुठं सुरुवात होत होती. लवकरच माझ्या लक्षात आलं की, एकाही प्रधानानं खेडुतांना ही माहिती दिलेली नाही. म्हणून मी सगळ्या खेड्यांमध्ये अधिकाधिक सभा घेऊ लागले. माझी भाषणं विनामूल्य असत. शिवाय एखाद्या माणसाला एम्प्लॉयमेंट कार्ड मिळवायचं असेल, तर मी त्यांना १० रुपये शुल्क आकारून, कामांचे प्रकार सुचवून, आवश्यक ते पत्र जयप्रकाशकडून लिहून देत होते. मी जिथं सभा घेतल्या होत्या, अशा काही खेड्यांतले कित्येक लोक कामाची मागणी करण्यासाठी रातोरात प्रधानांना जाऊन भेटले होते.

या अर्जांना काही प्रतिसाद मिळाला आहे का हे पाहायला मी दोन महिन्यांनी पुन्हा तिथं गेले, पण दुर्दैवानं त्यातून काहीही निष्पन्न झालेलं नव्हतं. प्रधानांचं म्हणणं होतं की, त्यांच्याकडं कामांसाठी निधीच नाहीय. हे खरं आहे का, हे पडताळून पाहण्यासाठी मी बांद्याच्या ब्लॉक डेव्हलपमेंट ऑफिसमध्ये गेले. तिथं या योजनेबद्दलची सर्व माहिती लोकांसाठी उपलब्ध होती. तिथं मला समजलं की, सरकारनं एकट्या बांदा जिल्ह्यासाठी जवळपास एक अब्ज रुपये दिलेले आहेत. म्हणजे पैसे नुसते पडून होते, पण रोजगार हमी योजनेच्या अंमलबजावणीसाठी आवश्यक असणारं जादा काम सुरू करायची या प्रधान लोकांची इच्छा नव्हती. स्थानिक उद्योजकही त्यांच्या माथी मारल्या जाणाऱ्या कामगारवर्गाची भरती करून घ्यायला फारसे उत्सुक नव्हते आणि तरीही डेव्हलपमेंट ऑफिसमधल्या नोंदवह्यांवर

विश्वास ठेवायचा म्हटलं, तर विशिष्ट खेड्यांना निधी देण्यात आला होता. मग तो पैसा गेला कुठं? मग मी जिथं-जिथं शक्य होतं, त्या खेड्यांत खोदून चौकशी केली आणि अखेर यातल्या घोटाळ्याचा पर्दाफाश केला. एम्प्लॉयमेंट कार्ड्स देण्यात आली होती, पण कुणाला, तर ज्यांना त्याची गरज नाही अशा लोकांना! खेड्याच्या प्रमुखांचे जवळचे मित्र, नातेवाईक किंवा त्यांचे हात ओले करणारी मातब्बर माणसं! जे विहिरी खोदणं किंवा रस्ते बांधणं अशी कामं मुळीच करणार नव्हते. अशा प्रकारे कार्डधारकांना दर महा काल्पनिक कामाचे पैसे चुकते केले जात होते.

मी हा घोटाळा जगासमोर आणू शकले असते. पण मी विचार केला की, प्रधानांवर दुसऱ्या मार्गानं दबाव आणणं जास्त परिणामकारक ठरेल. मी त्या कार्डासाठी अर्ज करण्याचा अधिकृत फॉर्म मिळवला आणि त्याच्या हजारो झेरॉक्स प्रती काढल्या. मग मी माझ्या गँगमधल्या महिलांना ते फॉर्म्स खेड्यातल्या अत्यंत गरीब लोकांमध्ये वाटायला आणि त्यांना तो फॉर्म भरायला मदत करायला सांगितलं. हे बरंच मोठं आणि कंटाळवाणं काम होतं. हे काम खरंतर खेड्यांच्या प्रमुखांनीच करायला हवं होतं. यासाठी आम्हाला येणारा खर्च निघावा म्हणून मी प्रत्येक फॉर्मला दहा रुपये शुल्क आकारत होते. माझा या कामातला पुढाकार सगळ्यांनाच आवडला नव्हता. काही आठवड्यांतच माझ्या कानावर आलं की, एका NGOचे प्रतिनिधी अशी अफवा पसरवत आहेत की, गुलाबी गँग भ्रष्ट आहे! ती गरिबांकडून पैसे उकळतीय. एके दिवशी मी बांद्याजवळच्या एका छोट्या खेड्यात गेले होते. तिथं मी फॉर्म भरत असताना एक बाई चार लोकांत माझ्या अंगावर आली,

"हे फॉर्म फुकट मिळतात! तुम्ही या गरीब लोकांकडून त्यासाठी पैसे कसे काय घेता?"

"तुम्ही कोण?"

"मी वारांगनांच्या संघटनेसाठी काम करते. तुम्ही जे काम करताय, तेच काम आम्हीही करतो, पण आम्ही ते फुकट करतो."

"तुम्ही जे काम करता त्याचे तुम्हाला पैसे मिळतात?"

"हो मिळतात. म्हणून काय झालं?"

"म्हणून तुमची उपजीविका होते. तुमच्या संघटनेला अनुदानं मिळतात, त्यामुळं तुम्हाला लोकांना विनामूल्य साहाय्य करणं परवडू शकतं. मला एक पैही मिळत नाही. माझ्या गँगमधल्या बायकांनाही मिळत नाही. या गरीब लोकांना फॉर्म भरण्यात मदत करण्यासाठी वेळ खर्च होतो; झेरॉक्स काढणं, प्रवास यासाठी पैसे लागतात. आम्हाला या खर्चाची हातमिळवणी करायची असते, त्यामुळं फक्त एवढाच मार्ग उरतो."

"पण या गरीब लोकांना हेच एक रुपयाही खर्च न करता मिळू शकतं!"

"आम्ही कुणावरही सक्ती केलेली नाही. मी ज्या माहितीपर सभा घेते, त्या विनामूल्य असतात. आम्ही ज्या लोकांना साहाय्य करतो त्यांना आम्ही सर्वप्रथम 'प्रधानाला जाऊन भेटा' असाच सल्ला नेहमी देतो. लोकांनी या अर्जासंदर्भात माझ्याकडं मदत मागितली, तरच मी त्यांच्याकडून शुल्क घेते आणि यासाठी जे काम करावं लागतं, त्यासाठी १० रुपये ही रक्कम अगदी वाजवी आहे!"

"हे योग्य नाही."

"प्रधान लोक त्यांचं काम करत नाहीत, हे अयोग्य आहे. त्यामुळं आम्हाला हे करणं भाग पडतंय."

मग NGOमधली ती बाई इतर बायकांकडं वळून म्हणाली,

"ही फसवणूक आहे, हे तुम्हाला कळत नाहीय?"

"आम्हाला एवढंच कळतंय की, प्रधानानं आम्हाला कार्डासाठी अर्ज करण्याचे फॉर्म द्यायला नकार दिला, पण संपतजींनी आमच्यासाठी फॉर्म आणले आहेत. त्या आम्हाला मदत करणाऱ्या एकमात्र व्यक्ती आहेत. त्या जे काही करतायत त्यासाठी अर्थातच आम्ही त्यांना पैसे दिले पाहिजेत."

त्यावर ती बाई खांदे उडवून निघून गेली. माझ्याविरुद्ध अफवांचं पीक पसरतच राहिलं. मी जिथं जायचे तिथं बायका मला येऊन सांगायच्या की, अमक्या प्रधानानं अथवा सामाजिक कार्यकर्त्यानं मी चोर असल्याचं चित्र उभं केलं होतं. पण मला पर्वा नव्हती.

यामध्ये खेड्यांच्या प्रमुखांचं नाव गोवलं गेलं, तशी परिस्थिती फारच तणावपूर्ण बनली. त्यांनी जे काम करायला हवं, ते काम करून मी त्यांची अकार्यक्षमता ठळकपणे उघड केली होती. एके दिवशी मला ब्लॉक डेव्हलपमेंट ऑफिसरचा फोन आला. त्यांनी मला ताबडतोब भेटायला बोलावलं होतं. मी दुसऱ्याच दिवशी त्यांच्या ऑफिसमध्ये गेले. मी भरलेले ५००० फॉर्म्स सोबत घेतले होतेच.

"नमस्ते. मी संपत पाल. तुम्ही मला भेटायला बोलावलं आहे."

"नमस्ते, बसा. तुम्ही जे काही करताय त्याबद्दल तक्रार करण्यासाठी बऱ्याच प्रधानांचा फोन आला होता. तुम्ही एम्प्लॉयमेंट कार्डाच्या अर्जाचे फॉर्म्स स्वत:च भरताय वाटतं! तुम्ही हे कशासाठी करताय?"

"कारण या लोकांना काम करायचंय."

"मी त्याबद्दल विचारत नाहीय. हे तुम्ही कशासाठी करताय? हे तुमचं काम नाहीय."

"कारण इतर कुणीच ते करत नाहीय."

"हे प्रधान आणि ग्रामपंचायतींचं काम आहे."

"अगदी बरोबर! पण अडचण अशी आहे की, ते काहीच करत नाहीयेत. अशा

वेळी जर मी हे केलं नाही, तर कोण करणार?"

.....

"मी हे ५००० फॉर्म्स भरून आणले आहेत. हे बघा."

"मी हे घेऊ शकत नाही. तुम्ही रीतीप्रमाणे वागलं पाहिजे."

"हे बघा, हे फॉर्म बिनचूक भरलेले आहेत. तुम्ही जर हे घेतले नाहीत, तर मी जिल्हा डेव्हलपमेंट ऑफिसरकडं जाईन. त्यांनीही माझी दाद घेतली नाही, तर मी सरळ जिल्हा मॅजिस्ट्रेटकडं जाईन. त्यांनीही मला हाकलून दिलं, तर मी सरळ तुमच्या बापाला जाऊन भेटेन. होय, तुमच्या बापाला! हा कायदा संमत झालेला आहे. ही कार्डं कुठल्या ना कुठल्या मार्गानं वितरित करायचीच आहेत. मी कुणालाही फसवत नाहीय. मी फक्त लोकांमध्ये जागरूकता निर्माण करून त्यांना त्यांचे हक्क काय आहेत, हे सांगायचा प्रयत्न करतीय. यात काय चुकीचं आहे?"

"ठीक आहे. मी हे अर्ज बघेन. पण त्या बदल्यात तुम्ही कबूल करायचं की, तुम्ही यापुढं असे फॉर्म्स भरणार नाही. तुम्ही आमचं काम करत राहिलात, तर आमच्या नोकऱ्या जातील."

"तुम्ही तुमचं काम केलंत, तर मला त्यात पडायचं काही कारणच नाही."

मी समाधानानं त्यांच्या ऑफिसमधून बाहेर पडले. मी ५००० अर्ज त्यांच्या हातात दिल्यामुळं 'फॉर्म गायब झाले' असं कुणाला म्हणता येणार नव्हतं! सर्व अर्जदारांना उत्तम प्रतिसाद मिळाला होता. त्यांच्या घरी एम्प्लॉयमेंट कार्ड यायला सुरुवात झाली होती. खेड्यांमध्ये सर्वत्र कामं सुरू होत होती. जंगलतोडग्रस्त प्रदेशात वृक्षांची लागवड, रस्ते आणि पूलबांधणी, पाणी अडवण्यासाठी बंधारे आणि छोटी धरणं बांधणं, जलसिंचन कालवे, विहिरी आणि तलाव खणणं अशांसारखी कामं सुरू होत होती. या योजनेची योग्य दिशेनं अंमलबजावणी होतीय असं दिसत होतं. मात्र दुर्दैवानं या योजनेच्या लाभार्थींच्या मार्गे अजूनही त्रास होतेच. एके दिवशी एक जण मला त्याचं एम्प्लॉयमेंट कार्ड दाखवायला आला. त्यावर त्याला दर महा मिळालेल्या पगाराची नोंद आणि शिक्का होता.

"संपतजी, या कार्डावर काय लिहिलंय मला सांगाल का?"

"यावर असं लिहिलंय की, तू तुझ्या खेड्यात बंधाऱ्याच्या बांधकामावर १० दिवस काम केलं आहेस आणि तुला त्याचे ८०० रुपये मिळाले आहेत."

"मला वाटलंच होतं! पण प्रत्यक्षात मला ८०० रुपये मिळालेले नाहीत. मला फक्त ४०० रुपयेच मिळाले आहेत."

"मग तू उरलेले ४०० रुपये का मागितले नाहीस?"

"प्रधानानं मला सांगितलं की, ४०० रुपये हाच ठरवून दिलेला दर आहे."

"मला तुझ्या शेजारपाजाऱ्यांकडं घेऊन चल. मला त्यांची कार्ड पाहायची आहेत."

तिथंही मला तोच प्रकार पाहायला मिळाला. सर्वांना कार्डावर नोंदवलेल्या रकमेच्या निम्मी रक्कम मिळाली होती. मग मी माझ्या गँगमधल्या बायकांसोबत इतर खेड्यांमध्ये चौकशी केली, तर हा प्रकार अगदी सर्रास सुरू असल्याचं आढळलं. प्रधानांनी रहिवाशांच्या पगारातून आपला हिस्सा कापून घेणं हा प्रकार चोरांपेक्षा काही वेगळा नव्हता. मग मी प्रधानांची तक्रार घेऊन पुन्हा त्या ब्लॉक डेव्हलपमेंट ऑफिसरकडं गेले. या वेळी स्वत:हून! अधिकाऱ्यांनी अजिबात दिरंगाई केली नाही. अपराधी व्यक्तींवर ताबडतोब कारवाई करण्यात आली.

आम्ही फक्त असे काहीच भ्रष्ट प्रधान पकडले होते, पण अजून असे किती जण रोजगार हमी योजनेतून पैसे शोषत असतील! हे शोधून काढण्याचा एकमात्र मार्ग म्हणजे माहितीच्या अधिकाराचा कायदा अस्तित्वात असणे. पारदर्शी कारभाराची हमी देण्यासाठी २००५ साली संमत झालेल्या माहितीच्या अधिकार कायद्यान्वये कुठल्याही भारतीय नागरिकाला सार्वजनिक सेवेशी निगडित कुठल्याही विषयावरची कुठलीही कागदपत्रं वा माहिती मागण्याचा अधिकार प्राप्त झाला आहे. यासाठी तुम्हाला दहा रुपये शुल्क भरून तुमच्या जिल्ह्याच्या सार्वजनिक माहिती अधिकाऱ्याकडं औपचारिक विनंती-अर्ज करावा लागतो. या अधिकाऱ्यानं तुमच्या अर्जाला ३० दिवसांत उत्तर द्यायचं असतं.

मी माझ्या विनंती-अर्जामध्ये बांदा जिल्ह्यासाठी राज्यानं दिलेला एकूण निधी, प्रत्येक खेड्याला त्यातून देण्यात आलेली रक्कम, तसंच हाती घेण्यात आलेली कामं, कामावर नेमलेल्या लोकांची संख्या, आजवर त्यांना दिलेल्या पगाराची रक्कम याबद्दलचे तपशील मागितले. या गोष्टीला पंधरा दिवस झाले आहेत. मला जेव्हा उत्तर मिळेल तेव्हा मी प्रत्यक्ष त्या-त्या ठिकाणी जाऊन खरंच ती-ती कामं सुरू झाली आहेत का आणि ज्यांनी ती कामं केली आहेत त्यांना त्याचा योग्य मोबदला मिळाला आहे का, याची खात्री करून घेईन.

या कामात आता माझा सगळा वेळ खर्च होतोय. हा विषय फार महत्त्वाचा बनला आहे. कारण यंदा उत्तर प्रदेशच्या दक्षिणी भागाला भयानक दुष्काळाचा सामना करावा लागला आहे. शेतकऱ्यांना शेतीला पुरेसं पाणी मिळालेलं नाही. ते कामाच्या शोधात गावोगावी जात आहेत. यातली सगळ्यात वाईट गोष्ट म्हणजे त्यांनी त्यांच्या खेड्यात काम मागावं ही गोष्ट त्यांना पटवून देणं मलाच मुश्कील जातं. माझ्या सासरी - रौलीमध्ये मला नुकत्याच निवडून आलेल्या प्रधानाशी - तो ब्राह्मण आहे, त्याला मी कधीच आवडले नव्हते – आणि माझ्याच जमातीतल्या

लोकांशी - असं दोघांशीही लढावं लागतं. मी तिथं गेले की, प्रत्येक वेळी रोजगार हमीचा विषय काढतेच.

काही दिवसांपूर्वीची गोष्ट आहे. मला काही गडरियांनी दोघा भावांमधलं भांडण मिटवण्यासाठी बोलवलं होतं. त्यांच्यात एका बकरीवरून वाद सुरू होता. गावाच्या मुख्य चौकातल्या मोठ्या वटवृक्षाखाली अख्खं खेडं जमलं होतं. मला प्रधानाच्या समोर एका बाजल्यावर बसायला जागा दिली होती. मला दिल्या गेलेल्या सन्मानामुळं प्रधानाला नेहमीप्रमाणेच संताप लपवता येत नव्हता. बकरीचा विषय जवळपास सुटल्याबरोबर मी प्रधानाला माझ्या इंटरेस्टच्या विषयाबद्दल विचारण्याची संधी टिपली.

"तुम्ही गावात काही कामं सुरू करण्याबद्दल विचार केला आहे?"

"हं. चालू आहे."

"म्हणजे अजून काहीच ठरलेलं नाहीय! पावसाळा सुरू होतोय आणि अजून तुम्ही काहीही केलेलं नाहीय? तुम्ही कसली वाट बघताय? काय करता येईल या संदर्भातल्या कल्पनांची काही वानवा नाहीय. या गावात पाणी अडवलंच पाहिजे. नाहीतर इथून पुढं इथं काहीच उगवणार नाही. तुम्ही पाणी अडवण्यासाठी बंधारे बांधले पाहिजेत. तुमच्या शेतीला पाणीपुरवठा करण्यासाठी तलाव बांधले पाहिजेत. सरकार तुमच्या मदतीला येईल याची वाट बघू नका. तुम्ही स्वतःच सगळं ठरवलं पाहिजे. तुमच्या पिकाचं भविष्य पणाला लागलंय."

"सरकार सहकार्य करत नाही, हा माझा दोष नाही."

"सरकार सहकार्य करत नाही म्हणजे काय म्हणायचंय तुम्हाला? तुमची काम सुरू करायची इच्छा असेल, तर सरकार निधी देईल, हे तुम्हाला चांगलं ठाऊक आहे."

"पण गावातल्या कुणालाच सरकारची रोजगार हमी नकोय."

"म्हणजे?"

"तलाव खोदण्यासाठी जमिनीचा एवढासासुद्धा तुकडा द्यायची कुणाची तयारी नाहीय."

तो हे खरं सांगतोय, हे मला माहीत होतं. तलाव आणि धरणं खेडुतांच्या जमिनीवरच बांधावी लागतात. अशा उद्देशांसाठी घेतलेल्या जमिनी त्यांच्याच मालकीच्या राहतील, याची सरकार दक्षता घेत असलं, तरी रहिवासी साशंक असतात. सरकार या योजनेचा लाभ उठवून त्यांच्या जमिनी काढून घ्यायचा प्रयत्न करतंय, अशी त्यांची खात्री असते. या पायी ते स्वतःचं हितही विसरतात. या तलावातल्या पाण्याचा लाभ सर्वप्रथम त्यांच्याच शेतांना होणार आहे, ही गोष्ट ते

लक्षात घेत नाहीत. शिवाय त्यांना या कामाचे पैसे मिळणार असतात.

"बरं, तसं असेल तर मी तलाव खोदण्यासाठी तुम्हाला माझी जमीन देते."

"ठीक आहे. पण तुम्ही मला तुमची कागदपत्रं द्या."

"मी पुढच्या वेळी येईन तेव्हा घेऊन येईन. दरम्यानच्या काळात तुम्ही सगळी माहिती गोळा करायचं काम सुरू करा."

त्या दिवशी माझा नवरा बरोबर आला होता. मी त्याच्या गावात जायचे तेव्हा तो नेहमी बरोबर असायचा. आत्ता मी प्रधानाला जी जमीन देऊ केली होती, ती खरंतर माझ्या सासऱ्यांची होती. मी नवऱ्याशी आधीच त्याबद्दल सविस्तर बोलले होते आणि तो या बेताला कबूलही झाला होता. नाहीतरी ही जमीन कुणाच्याच काही उपयोगाची नव्हती. लागवडीखालीही नव्हती. या जमिनीचा समाजाला उपयोग तरी झाला असता.

सुदैवाची गोष्ट म्हणजे गरीब लोकांना त्यांनी काम मागावं म्हणून त्यांना तयार करण्यासाठी प्रत्येक वेळी फार कष्ट पडत नाहीत. आज माणिकपूरमधले लोक माझं बोलणं लक्षपूर्वक ऐकत होते. ते बंधारे आणि तलावांची कामं सुरू होईपर्यंत धीर धरू शकत नाहीयेत. त्यांच्यापैकी बरेच जण अतिशय निराश अवस्थेत आहेत. या प्रदेशाला दुष्काळाची इतकी प्रचंड झळ बसली आहे की, कित्येक खेड्यांत पिण्याचं पाणीसुद्धा मिळत नाहीय. आगामी पावसाळ्यात त्यांना तात्पुरता दिलासा मिळेल; पण तेवढा पाणीसाठा शेतीला पुरेसा होणार नाहीय. त्यानंतर पुन्हा कोरडा मोसम सुरू होईल. तेव्हा शेतकरी पिकांना पाणी देऊ शकणार नाही. भीषण दुष्काळाची भीती या सर्वांच्या चेहऱ्यावर दिसतीय. टळटळीत दुपार झालीय. उकाडा असह्य झाला होता. आम्ही सगळेच जण शीणलोय. पण ही सभा परिणामकारक ठरलीय. जयप्रकाशनी तयार केलेल्या विनंती-अर्जावर मी जवळजवळ शंभर स्वाक्षऱ्या मिळवल्या आहेत. आमच्यापासून काही अंतरावर, इमारतीच्या आतमध्ये बसलेला डेव्हलपमेंट ऑफिसर किमान तासभर तरी खिडकीतून आमच्याकडं पाहत होता. अखेर मी तो अर्ज देण्यासाठी आत गेले. कुरकुरणाऱ्या पंख्याखाली बसून तो ज्या छोट्याशा जागेत निष्क्रियपणे बसलेला असतो तिथं त्यानं माझं स्वागत केलं आणि मला 'बसा' म्हणण्यासाठी स्वत:च्या जागेवरून उठण्याची तसदीही घेतली.

"काय आहे हे?"

जसं काय त्याला ठाऊकच नव्हतं!

"रोजगार हमी योजना. या भागातल्या खेड्यांत अजून ही योजना लागू झालेली नाही. प्रधान लोक स्थानिक रहिवाशांना काम द्यायला नकार देतायत. ही संबंधित खेड्यांची यादी आहे आणि ज्या लोकांना एम्प्लॉयमेंट कार्डसाठी नकार मिळाला

आहे अशा सर्व लोकांच्या सह्या आहेत.''

''मी काय करावं अशी तुमची अपेक्षा आहे?''

''या प्रश्नासंदर्भात चौकशी करा आणि तो सोडवा.''

''ठीक आहे. मी बघतो काय करता येतंय.''

झालं! सध्यातरी मी फक्त आमच्या प्रयत्नांना यश येतंय का याची फक्त वाट पाहू शकते. मी जमलेल्या सर्वांचा भावपूर्ण निरोप घेतला. नेहमीप्रमाणेच पुरुष मागं राहिले, पण सगळ्या बायकांनी मात्र मला आदरानं चरणस्पर्श केला. त्या सगळ्या जणी माझ्याभोवती जमून मी त्यांची तारणहार असल्यासारख्या नजरेनं माझ्याकडं पाहत होत्या. मी त्यातल्या प्रत्येकीशी चार शब्द बोलले. मला या बायकांना इतकंच सांगायचं असतं की, मी तनामनानं तुमच्यासोबत आहे आणि तुमच्या मदतीसाठी मी आकाशपाताळ एक करीन.

साधू

एका वर्षात माझे आई-वडील दोघंही निवर्तले. ते काही अगदी वृद्ध नव्हते किंवा त्यांच्या तब्येतीच्या काही तक्रारीही नव्हत्या. अम्माजी आजारी पडली तेव्हा ती बरी होईल असं मला वाटलं होतं. पण दु:खाची गोष्ट म्हणजे डॉक्टर काहीही करू शकले नाहीत. तिला पंधरा दिवस ताप येत होता; आणि ती गेलीच. त्या वेळी ब्रिटिश दूरदर्शनचा एक पत्रकार माझ्यावर कार्यक्रम करण्यासाठी आला होता. तो इतक्या दुरून मला भेटायला आला होता. त्याच वेळी माझी आई गेली. तिचे प्राण काही पुन्हा परत येणार नव्हते. त्यामुळं मी त्या पत्रकारासमवेत अतार्रामध्येच थांबले आणि तो गेल्यानंतर कैरीला अंत्यविधीसाठी गेले. माझ्या काळजात दु:खाचा कल्लोळ उसळला होता, पण नशिबापुढं काय करणार? मला हे स्वीकारावंच लागलं.

त्यानंतर मागच्या मार्चमध्ये माझे वडीलही गेले. ते तर कधीही आजारी पडले नाहीत. त्यांना कधी सर्दीबिर्दी इतकं किरकोळसुद्धा काही झालं नव्हतं. पण अवघ्या दोन दिवसांत खेळ खलास झाला. तेव्हापासून माझ्या मनात दररोज त्यांचे विचार येतात. मला त्यांच्याविषयी बोलायला सांगितलं की, शब्द माझ्या घशातच अडकतात आणि भरून येतं. मी तशी आयुष्यात फारशी रडले नव्हते. आत्तापर्यंत मला माहीत असलेली खरीखुरी वेदना म्हणजे मला माझ्या नवऱ्याच्या गावातून - रौलीतून हाकलून दिलं तो प्रसंग! त्या प्रसंगानं मला आणखी कणखर बनवलं. मला हाकलून दिल्याबद्दल मी माझ्या सासूसासऱ्यांचे आभारच मानते. त्यांच्याविना मी आज जी स्त्री आहे तशी कधीच बनू शकले नसते.

तरी अजूनही जेव्हा आपले आईवडील आपल्याला कायमचे सोडून गेलेत हे लक्षात येतं तेव्हा अश्रुधारा कितीतरी वेळ कोसळतच राहतात आणि मनात त्यांच्या सगळ्या आठवणींचा महापूर उसळतो. त्यांचं जीवन माझ्यापेक्षा किती निराळं होतं! अखेरपर्यंत ते खेडवळ जीवन जगत राहिले. जमीन आणि गुरंढोरं सोडून त्यांनी कधी कशाचा विचारच केला नाही, विशेषत: माझ्या वडिलांनी! माझा भाऊ शिवनरेश आणि मी, आम्ही दोघंच त्यातून सुटका करून घेऊन सामान्य जीवन जगतोय.

तरीही मी माझ्या आईवडलांची खूप ऋणी आहे. त्यांनी मी लहान असताना माझ्यावरचं प्रेम कधीही दाखवलं नसलं तरी ते निराळ्या मार्गानं माझ्यावर प्रेम करतायत हे मला जाणवायचं. ते ममताळू नसले तरी अतिशय उदार होते. मी सांगितलं का तुम्हाला? ... त्यांनी केवळ सहृदयतेपोटी चार मुलं दत्तक घेतली होती. त्यापैकी एक होता मिसरीलाल नावाचा मुलगा. माझ्या वडलांच्या एका ब्राह्मण मित्राचा मुलगा.

एकदा या मित्राच्या बायकोला माहेरी जायचं होतं. ती बरेच दिवसांत तिच्या आईवडलांना भेटली नव्हती. पण हा मित्र तिला जाऊ देत नव्हता. अखेर त्यानं तिला माहेरी जाऊ दिलं, पण सोबत या मुलाला घेऊन जाऊ दिलं नाही. त्या वेळी हा मुलगा अगदी तान्हा होता. ती माहेरी जाऊन परत आली तेव्हा तिच्यासाठी घराचे दरवाजे बंद झाले होते. "आता तू माझी बायको नाहीस, तू परत जा आणि तुझ्या आईवडिलांकडंच राहा" असं तिला ऐकवण्यात आलं. त्या दुर्दैवी स्त्रीला मुलाचं तोंडसुद्धा पाहता आलं नाही.

त्यानंतर लवकरच या ब्राह्मणाला कळून चुकलं की, आपल्याला या लहान मुलाला एकट्यानं वाढवणं जमणार नाही. म्हणून तो या बाळाला आमच्या घरी घेऊन आला आणि माझ्या आईवडलांनी त्याला त्यांच्या घरी ठेवून घेतलं. त्या दरम्यान माझी आई माझ्या बहिणीला अंगावर पाजत होतीच. तिनं या दोन्ही बाळांना दूध पाजलं. मिसरीलाल बारा वर्षं त्यांच्यासोबत राहिला. त्यानंतर त्याचे वडील बायकोला परत आणून नांदवायला तयार झाल्यानंतर तो त्याच्या घरी परत गेला. आता मिसरीलाल वकील झाला आहे. तो अतार्रामध्ये राहतो. मात्र माझ्या आईनं सगळं ठरवल्यानंतरच त्यानं लग्न केलं. तो कायमच माझ्या आईला त्याची दुसरी आई मानतो.

माझ्या आईवडिलांनी तीन अनाथ मुलीही सांभाळल्या. या मुली अगदी लहान होत्या. तेव्हा त्यांची आई वारली आणि नंतर त्यांचे वडील गंभीर आजारी पडले. आपलं मरण ओळखलेल्या त्या माणसानं माझ्या वडलांना बोलावून घेतलं आणि आपल्या तीन मुलींना सांभाळायला सांगितलं. या मुली त्या वेळी १२ ते १५ या दरम्यानच्या होत्या. त्या माझ्यापेक्षा बऱ्याच मोठ्या होत्या. त्या आमच्या घरी दोन-तीन वर्षंच राहिल्या. मग माझ्या आईवडलांनी त्यांच्यासाठी स्थळं पाहिली. त्यांची लग्नं, लग्नाचा खर्च सगळं काही माझ्या आईवडलांनी आपल्या पोटच्या मुलींसारखं मानूनच केलं. आज या तिघीही माझ्या गँगमध्ये आहेत. माझे काका-काकू अजूनही हनुमानधरालाच राहतात. त्या तिथं त्यांना भेटायला जातात तेव्हा त्यांचं घरच्या माणसांसारखंच स्वागत होतं. माझ्या बदौसातल्या घरीसुद्धा त्यांना घरच्यासारखंच वाटतं.

माझे आईवडील सुशिक्षित नसतील, पण त्यांच्यातली माणुसकीची गुणवैशिष्ट्यं आजही मला स्फूर्ती देतात. मला त्यांच्याविषयी नितांत आदर वाटतो. अम्माजी खूप प्रेमळ होती आणि बाप्पाजी शूर होते. तीन वर्षांपूर्वी मी जयप्रकाशना धमकवणाऱ्या पोलिसाच्या कानफटात लावली, हे माझ्या भावानं सांगितल्यानंतर त्यांना इतका धक्का बसला की, त्यांनी माझ्या भावाचा सेलफोन घेऊन तत्क्षणी मला फोन लावला.

"संपतजी, बाप्पा बोलतोय. तू पोलिसाच्या कानफटात लावलीस असं ऐकलं. असं का केलंस तू?"

"पोलीस जनतेचा सेवक असतो. तो राज्यासाठी आणि पर्यायानं लोकांसाठी काम करतो. तो त्याचं काम नीट करत नसेल, तर त्याला धडा शिकवला पाहिजे. नक्कीच!"

"हं. होय, बरोबर आहे तुझं! खरंतर हे फार छान उत्तर आहे! पण तरीही, तू जरा जास्तच केलंस. मला आश्चर्य वाटतं, तुझ्यात हा करारीपणा कुठून आला?"

"बाप्पाजी, अर्थातच तुमच्याकडून! दुसऱ्या कुणाकडून येणार?"

"माझ्याकडून? म्हणजे?"

"आपल्या शेतातल्या एका हेक्टरवर मसूर लावणारा तो शेजारी आठवतोय तुम्हाला?"

"हो, आठवतोय! त्याचं काय?"

"तुम्ही त्याला अद्दल घडवण्यासाठी त्याच्या मालकीच्या पाच हेक्टरवर मसूर लावला होता! मी यापेक्षा वेगळी कशी असणार? मला कुणी एक लगावली, तर मीही तुमच्यासारखीच त्याला दोन लगावते. आपल्या अंगात एकच रक्त वाहतंय!"

"पण संपत, तू खूप धोके पत्करतीयस."

"तुमच्यापेक्षा जास्त नाहीत बाप्पाजी. तुम्ही शेजाऱ्याच्या जमिनीत पीक घेतलं होतं तेव्हा त्याला काय म्हणाला होता आठवतंय? तुझे मसूर माझ्या घरात भरून ठेवले आहेत. तुला हवे असतील, तर येऊन घेऊन जा. त्यावर तो शेजारी इतका घाबरला होता की, तो स्वत:चेच मसूर न्यायला कधीही आला नाही. मी ज्या पोलिसाला कानफटात लावली त्याच्या बाबतीतही असंच झालं. माझ्या कृतीनं तो इतका सुन्न झाला की, त्यानं मला उलटून मारण्याचं धाडस केलं नाही. मी किती पुढं जाऊ शकते हे त्याला माहीत नव्हतं आणि कदाचित त्याला माझ्यावर मात करण्याऐवजी आपल्यालाच आणखी चार मिळतील असं वाटलं असेल."

माझं बरोबर असल्याचं माझ्या वडलांनी मान्य केलं. खरंतर माझ्या तापटपणानं त्यांची करमणूक होत असे. मी लहान असताना काही संतप्त आईवडील माझी

तक्रार घेऊन आमच्या घरी येत असत. त्या वेळी माझे काका मला धडा शिकवण्याचं कबूल करत असत, पण माझे वडील खांदे उडवून हसून म्हणत असत,

"माझी मुलगी अन्यायाविरुद्ध लढा देतीय, त्यात मी काय करू? तिचा स्वभाव पाहता ती माझं ऐकेल असं वाटतं तुम्हाला?"

अर्थात म्हणून ते काही माझ्याबद्दल गांभीर्यानं विचार करत नव्हते असं नाही, मात्र त्यांना माझं जीवन खऱ्या अर्थानं समजलं नाही. माझ्या आईच्या मृत्यूनंतर आणखी एक परदेशी पत्रकार - या खेपेला अमेरिकी - मला भेटायला अतार्राला आला. त्यानं माझ्या वडलांना भेटायची इच्छा व्यक्त केली. आम्ही मोठ्या ४ × ४ गाडीतून हनुमानधराला आलो. तेव्हा माझ्या वडिलांनी चक्क मला ओळखलंच नाही. ते त्यांच्या काठीच्या एका टोकावर दोन्ही हात टेकवून आमच्याकडं कुतूहलानं पाहत राहिले. जणू आम्ही कुठल्या परग्रहावरून आलो होतो. त्यानंतर मी त्यांना नमस्कार करायला गेले तेव्हा त्यांनी मला ओळखलं.

"नमस्ते बाप्पाजी!"

"नमस्ते संपतजी!"

"यांना तुम्हाला भेटायचंय म्हणून घेऊन आलेय."

"मला भेटायचंय? का? माझ्याकडं त्यांचं काय काम आहे?"

बाप्पाजी धास्तावलेले दिसत होते. सुदैवानं माझा भाऊ त्यांना धीर द्यायला तिथं होता.

"बाप्पा, काळजी करू नका. हे पत्रकार आहेत. हे संपतवर लेख लिहिण्यासाठी खूप दुरून आले आहेत. त्यांना तुम्हाला काही प्रश्न विचारायचे आहेत."

"आता काय केलंय तिनं?"

"काही नाही. त्यांना तिच्या महिलाविषयक कार्यात, तिच्या अन्यायाविरुद्धच्या लढ्यात रस आहे. आता आपली संपत खूप प्रसिद्ध झालीय."

"होय!"

बस्स. बाप्पा फक्त इतकंच म्हणाले. ते अतिशय देखणे होते. त्यांच्या बुद्धिमान डोळ्यांतली चमक आणि त्यांची उभं राहण्याची पद्धत यामुळं ते एकदम भारदस्त वाटत असत. ते फारसं बोलत नसत, पण जेव्हा बोलत असत तेव्हा आत्मविश्वासपूर्ण बोलत असत. ते सुशिक्षित नाहीत, अशी कुणाला शंकासुद्धा आली नसती. पण या वेळी मात्र पहिल्यांदाच त्यांचा चेहरा पडला होता. माझ्या भावानं सांगितलेल्या गोष्टी ऐकून ते खरोखर अस्वस्थ झालेले दिसत होते. हे सगळं त्यांच्या दृष्टीनं फार नवं होतं. मी त्यांना माझ्या उद्योगांविषयी नियमित सांगत असायची. मी खेड्यात सभा-मेळावे घेतल्याचं, मी ब्राह्मणांसमोर उभी ठाकल्याचं, पोलीसठाण्यांच्या बाहेर ठिय्या आंदोलनं केल्याचं त्यांना माहीत होतं. पण या

गोष्टींचा परिणाम खऱ्या अर्थानं त्यांना कधीच समजला नव्हता. हे सगळं त्यांच्या स्वत:च्या आयुष्यापेक्षा खूप वेगळं होतं. माझ्या कार्यामुळं मला कसली ओळख लाभेल याची कल्पना करणं तर त्यांच्यासाठी आणखीनच मुश्कील होतं आणि इथं मी एक परदेशी गोरा माणूस घेऊन आले होते, जो फक्त त्यांच्या मुलीला भेटण्यासाठी इतक्या दूरवरून आला होता. ते माझ्याकडं आधी कधी मला पाहिलं नसावं अशा नजरेनं पाहत होते. मग त्यांनी त्या पत्रकाराकडं निरखून पाहिलं. हे सारं खरं आहे, याची जणू ते खात्री करून घेत होते. अचानक त्यांना रडू कोसळलं. तो पत्रकार अत्यंत शरमला आणि मी गांगरून गेले.

"बाप्पाजी, तुम्ही का रडताय?"

"संपत, मला माफ कर."

"माफ? पण कशाबद्दल?"

"मी हवं तसं तुझं शिक्षण सुरू ठेवू दिलं असतं, मी तुला चांगलं शिक्षण दिलं असतं तर तू फार मोठी व्यक्ती झाली असतीस. तू अतिशय चांगल्या गोष्टी केल्या असत्यास. माझ्या आता हे लक्षात येतंय."

त्यांना खरंच खूप वाईट वाटलेलं दिसत होतं, पण त्याहूनही महत्त्वाचं म्हणजे ते शरमले होते. माझ्या पोटात तुटलं. मला खूप भरून आलं होतं, पण मी त्या पत्रकारापुढं काहीही दाखवू न देण्याचा प्रयत्न केला. त्या पत्रकाराचे प्रश्न विचारून झाल्यानंतर तो गेला तेव्हा बाप्पाजी मला बाजूला घेऊन म्हणाले,

"तू पुढची सभा घेशील तेव्हा मला सांग. मला तुला बघायला यायचंय."

ते माझ्या कामात रस घेतायत याचा मला अतिशय आनंद झाला. दोन आठवड्यांनी मी त्यांना माझ्या भावाकरवी निरोप पाठवला - हनुमानधरामध्ये त्यांच्याकडं फोन नव्हता- की, मी एका मोठ्या सभेसाठी येणार आहे. ते ठिकाण त्यांच्या घरापासून फारसं लांब नव्हतं. तिथं आल्यावर मला ऐकण्यासाठी उपस्थित गर्दी पाहून ते स्तिमित झाले. मी नियोजित रस्त्याच्या बांधकामासाठी चळवळ उभी करण्यासाठी सर्व खेडुतांना एकत्र केलं होतं. बाप्पाजी माईकसमोर न बसता एका बाजूला बसले. त्यांच्या शेजारीच माझा भाऊ बसला होता. माझ्या भाषणाबद्दल काहीही प्रतिक्रिया व्यक्त न करता ते अतिशय लक्षपूर्वक माझं भाषण ऐकत होते. माझं भाषण झाल्यानंतर ते माझं अभिनंदन करण्यासाठी व्यासपीठावर धावत आले. सामान्यत: ते असं कधी दाखवून देत नाहीत, पण त्या दिवशी त्यांचा आनंद लहान मुलासारखा होता.

"हे असं बोलायला कुठं शिकलीस? हे सगळं मी तुला शिकवलेलं नाही. मला तुझ्यासारखं कधीच बोलता येणार नाही!"

त्यांच्या नजरेत दिसणारा अभिमान पाहून माझं मन आनंदानं काठोकाठ भरलं.

त्यानंतर ते अनेकदा माझ्या भाषणाला आले. मला वाटतं, आतमध्ये कुठंतरी त्यांच्या मनातही जिज्ञासा चेतली होती.

माझ्या आईला मात्र माझ्या कामाचा अर्थ कधीही कळला नाही. प्रस्थापित पद्धतीविरुद्ध बंड करता येतं, याची तिला कधी कल्पनासुद्धा करता आली नसती, इतकी ती साधी होती. बिचारी अम्माजी! पोटच्या दोन मुलांनी वेगळ्या वाटा निवडल्या या धक्क्यातून ती कधीच वर आली नाही.

माझ्यापेक्षा दहा वर्षांनी लहान असलेला माझा रामलाल हा भाऊ घरातून पहिल्यांदा पळून गेला, तेव्हा तो फक्त आठ वर्षांचा होता. मी त्या वेळी रौलीत राहत होते. एकदा रात्री मला स्वप्न पडलं की, एक माणूस माझ्या भावाला दूर दूर घेऊन निघाला आहे. मला दचकून जाग आली; मी घामानं निथळत होते. मला कसलीतरी विचित्र भीती घेरून आली होती. त्यानंतर दोनच दिवसांनी मी हनुमानधराला माहेरी गेले आणि माझ्या आईला आणि आजीला या विचित्र स्वप्नाबद्दल सांगितलं. त्यावर त्या मला हसल्या.

''खरंच संपत, तू स्वप्नाबिप्नांवर कधीपासून विश्वास ठेवायला लागलीस?''

त्यानंतर काही दिवसांनी साधी भगवी लुंगी नेसलेला एक साधू खेड्यात आला. माझा भाऊ रामलाल टेकडीवर बकऱ्या राखत होता. तितक्यात एका शेजाऱ्यानं आम्हाला त्यानं पाहिलेला प्रसंग सांगितला. तो साधू रामलालकडं गेला. तो जमिनीवर मांडी घालून झाडाझुडपांकडं बघत बसला होता. त्याला हा नाद होता. तो प्रसंग पाहणाऱ्या माणसानं सांगितलं की, रामलालनं त्या साधूला काही धाटं कापून दिली आणि त्या बदल्यात त्या साधूनं त्याला अंगारा दिला. त्या दोघांच्यात काय बोलणं झालं ते फक्त देवालाच ठाऊक! आम्हाला फक्त इतकंच कळलं की, रामलाल उठला आणि बकऱ्या तिथंच सोडून त्या साधूच्या मागं गेला. त्या रात्री तो घरी परत आला नाही. त्यानंतरही काही दिवस तो घरी परत आला नाही. गावातले सगळे जण त्याला टेकडीवर सगळीकडं हुडकून आले. चित्रकूटपर्यंत सगळा भाग पालथा घालून आले. माझ्या आईच्या डोळ्यांचं पाणी खळत नव्हतं. रडूनरडून ती आजारी पडायला आली होती. ती अशक्त झाली होती. तिला उठणंसुद्धा मुश्कील झालं होतं. तिला अशा अवस्थेत पाहणं अतिशय दुःखद होतं. असा एक आठवडा उलटला; आणि एके दिवशी काही लोकांना रामलाल जंगलात सापडला. तो विचारात हरवलेल्या अवस्थेत आकाशाकडं नजर लावून जंगलात एका झाडाखाली बसला होता. ते लोक त्याला घरी घेऊन आले.

रामलालनं निघून गेल्यानंतर काय केलं हे आम्हाला कधीही सांगितलं नाही. खरंतर त्यानंतर तो आमच्याशी फारसं कधीच बोलला नाही. तो सतत ध्यानस्थ,

शांततेत बुडून असायचा. या अवस्थेतनं तो बाहेर यायचा, ते फक्त देवाचं नाव घेण्यापुरता! माझ्या आईवडलांनी त्याला डॉक्टरना दाखवायलासुद्धा नेलं. त्यांनी काहीतरी उपायही सांगितले, पण त्यानं काहीही फरक पडला नाही. तो पुन्हा कधी खऱ्या अर्थानं तिथं नव्हताच. तो खऱ्या अर्थानं आमच्यासोबत राहत नव्हताच! त्याचं मन कुठंतरी दुसरीकडंच भटकत होतं. त्यानंतर वयाच्या पंधराव्या वर्षी तो पुन्हा गायब झाला. या खेपेला माझे आईवडील त्याला शोधायला गेले नाहीत. नंतर आमच्या कानावर आलं की, तो म्हैसूरजवळच्या वृंदावन या खेड्यात गेला आहे. हे ठिकाण हनुमानधरापासून २००० किमी अंतरावर होतं. कृष्ण भगवान बालपणी वृंदावनमध्ये राहत होते असं म्हणतात. त्यामुळं दर वर्षी हजारो यात्रेकरू या ठिकाणी भेट देतात. रामलाल तिथं जाऊन साधू बनला. त्यानं पूर्वीच्या जीवनातल्या सगळ्या ऐहिक गोष्टींपासून बाजूला होऊन, सर्वसंगपरित्याग करून उग्र तपश्चर्येसाठी जीवन वाहून घेतलं. आज तो सुप्रसिद्ध गुरू बनला आहे. त्याचं आध्यात्मिक नाव आहे बालकदास रामलालजी.

माझी आई त्याच्या वियोगातून कधीच वर आली नाही. तो पहिल्यांदा गायब झाला होता तेव्हाच्या दुःखाचे तिच्यावर कायमचे मानसिक व्रण राहिले. आता मागं वळून विचार करताना मला वाटतं की, आपली दोन मुलं विलक्षण आयुष्य जगतायत हे वास्तव ती पचवूच शकली नाही. ती माझा उद्योग कधी समजूच शकली नाही, तसंच रामलालला जगापासून अलिप्त होताना पाहणं तिला सहन झालं नाही. दोन मुलांनी साधू बनणं तिच्या दृष्टीनं अति होतं. माझ्या दृष्टीनं मी स्वतःला साधूच मानते. म्हणजे हा शब्द ज्या धार्मिक अर्थानं वापरला जातो तसं नव्हे, पण मी जीवनातल्या ऐहिक सुखोपभोगांचा त्याग केला आहे या अर्थानं! मी स्वतःची काळजी घेत नाही. मी सतत बाहेर असते, त्यामुळं नीट खातपीत नाही. रस्त्याकडेला कुठं टपरी दिसली की, चार घास खाऊन भागवते. बाबूजी सतत मला भानावर आणत असतात आणि थोडंसं खाऊन घेण्यासाठी वाटेत थांबण्याची विनंती करत असतात. सकाळ झाली की, बायका माझ्या ऑफिसमध्ये येऊ लागतात. त्यामुळं मला अंघोळ करणं, तयार होणं या गोष्टींना जेमतेम वेळ मिळतो. मी नेहमी पटकन साडी गुंडाळते आणि वाफाळता चहा पीतच आलेल्यांना भेटते. मी गुलाबाच्या फुलांच्या नक्षीची हिरवी साडी कित्येक वर्षं नेसतीय. मी लिपस्टिक किंवा इतर कुठलंही सौंदर्यप्रसाधन किंवा दागदागिने वापरत नाही. माझ्या मुलांच्या भविष्यासाठी गुंतवणूक म्हणून मी रौलीत जमीन खरेदी करण्यासाठी माझे बरेचसे दागिने विकले आहेत. माझा एकमात्र नट्टापट्टा म्हणजे मी महिन्यातून एकदा केसांना काळा डाय करते. काही वर्षांपूर्वी माझे केस करडे झाले. त्या वेळी मी केस थोडे

कापायचंही ठरवलं.

मी कुठल्याही फालतू गोष्टी करत नाही. मी ज्या लोकांसोबत काम करते - म्हणजे स्वयंसहायता गटांचे सदस्य आणि माझ्या गँगमधल्या बायका सोडून मला कुणी खरे मित्रमैत्रिणीसुद्धा मिळाले नाहीत. खरंतर मलाही इतर कुठल्या मैत्रिबंधात रस नाहीय. कधीकधी रस्त्यात रीटा आणि रम्पा भेटतात; मी बदौसाला आले तेव्हा मला पहिल्यांदा भेटलेल्या मैत्रिणी. मग आम्ही मिळून खायला जातो, पण बोलणं होतं ते नेहमी कामाचंच! मी माझ्या मनातलं इतर कुणालाच कधी विश्वासानं सांगू शकत नाही. काहीही असलं तरी, माझ्या वैयक्तिक आयुष्याला अजिबात महत्त्व नाहीय. मी फक्त माझ्या कामाच्या ध्यासानं झपाटले आहे आणि माझी जराही तक्रार नाही! मला असं आयुष्य जगायची कुणीही सक्ती करत नाहीय. हे मी माझ्या आवडीनं करतीय. सक्रिय राहणं हाच माझा ऊर्जास्रोत आहे. ज्या वेळी मी घरी असते किंवा तीन दिवस कुणी भेटायला येत नाही, अशा वेळी मला कंटाळा येऊ लागतो. सर्वांत महत्त्वाचं म्हणजे, मी माझं आयुष्य मला हवं तसं जगते; वेळ-काळ ठरवून नव्हे. मला हवं तेव्हा झोपते, हवं तेव्हा उठते. फक्त ज्या वेळी माझ्या कुटुंबाला माझी गरज असते त्या वेळी मी माझं काम काही वेळ बाजूला ठेवते. मला त्यांना आणखी वेळ देता यावा असं खरंच वाटत असतं. मी इतर हजारो लोकांसाठी सदैव हजर असते, मात्र घरी धावत्या भेटी देत असते. यामुळं माझा नवरा-मुलं वैतागत असतील याची मला जाणीव आहे. मला अकरा नातवंडं आहेत, पण माझी त्यांच्याशी क्वचितच भेट होते. मात्र मी शक्य तितक्या वरचेवर बदौसाला जाण्याचा प्रयत्न करत असते. मी माझ्या मुलींना सेलफोन दिले आहेत. त्यांना जेव्हा गरज असते, तेव्हा मी ताबडतोब त्यांच्याकडं जाते.

आनंद म्हणजे काय? मला नाही माहीत किंवा मलाच तो माहीत आहे असं म्हणू या. जेव्हा 'आनंद' हा शब्द मनात येतो तेव्हा मला तो दलित माणूस आठवतो. त्याला मी त्याच्या खेड्यात स्वयंसहायता गट उभारण्यास प्रोत्साहित केलं होतं.

तो म्हणाला होता,

"कशासाठी?"

त्याचा समूहशक्तीवर विश्वास नव्हता. त्याला माझ्या गँगमध्येही काही अर्थ वाटत नव्हता. आमचं त्यावरून जोरात वाजलंही होतं. त्यानंतर एके दिवशी एका ब्राह्मणानं त्याला घराबाहेर काढून घराचा ताबा घेतला आणि त्यानं पुन्हा तिथं येण्याचा प्रयत्न करू नये यासाठी दाराला कुलूप घालण्याचीही दक्षता घेतली. मग तो दलित पोलिसांकडं गेला, पण त्यांनी त्याला उघड तिरस्कार दर्शवला. मग तो

जिल्हा मॅजिस्ट्रेटकडं गेला. त्यांनीही त्याची बोळवण केली. त्यानंतर तो दलित निराश मनानं मायावतींना भेटायला लखनौला गेला, पण त्या त्याला कधीच भेटल्या नाहीत. तो गरीब-बिचारा बाहेर झोपत होता. त्याला कुणाकडं जावं काहीच समजत नव्हतं. त्यानंतर गावातल्या आणखी एका दलितानं त्याला माझं नाव सुचवलं.

"तू संपत पालना का भेटत नाहीस?"

"मी नाही जाऊ शकत. त्या आधीच माझ्याशी बोलल्या आहेत. तेव्हा मी त्यांची मदत नाकारली होती. आता माझी त्यांच्याकडं पाहायची हिंमतच होणार नाही कधी."

"तू जा आणि त्यांना भेट."

मग एके दिवशी रात्री आठच्या सुमाराला तो आमच्याकडं आला. मी आणि बाबूजी नुकतेच जेवायला बसलो होतो, तितक्यात बाहेरून हाक आली. मी उठून कोण आहे हे पाहणार, इतक्यात बाबूजींनी मला थांबवलं,

"आधी जेवून घ्या. तो माणूस थांबेल."

पण मला बाहेर डोकावल्यावाचून राहवलं नाही. मी त्या दलित माणसाला ओळखलं. इकडं बाबूजी सुस्कारे सोडत होते, तरी मी ताबडतोब बाहेर गेले. तो दलित माणूस बायकोसोबत आला होता, म्हणजे काहीतरी महत्त्वाचं होतं.

"तर मग शेवटी तू माझ्याकडं आलासच! तुला तुझ्या घरातून लाथ घालून बाहेर काढलं असं समजलं मला. मी पैजेवर सांगते, तू स्वत:चे स्वत: प्रयत्न करून पाहण्यानं काहीच निष्पन्न होणार नाहीय!"

तो माणूस मान खाली घालून उभा होता. त्यानं एक शब्दही बोलण्याचं धाडस केलं नाही, पण मला त्याला टोमणे मारल्यावाचून राहवलं नाही. मी कबूल करते, मला अगदी विजयानंद झाला होता. मला हसताना पाहून तो लालबुंद झाला. त्याला रडू कोसळलं. त्याची बायकोही शरमेनं चूरचूर झाली होती. तीसुद्धा रडायच्या बेतात आली आहे, हे मला दिसत होतं. धरणी दुभंगून पोटात घेईल तर बरं, असं मला वाटत होतं. मला माझ्या वृत्तीची अतिशय लाज वाटली. तो माणूस नम्रपणे आला होता आणि मी त्याचा अपमान केला होता. त्यात कळस म्हणजे मी त्याला रडवलं होतं! माझा कंठ दाटून आला. मी धावतच आत जाऊन बाबूजींना म्हणाले,

"माझ्या ताटातलं संपवा. मला जेवायला वेळ नाहीय. मी त्या माणसासोबत त्याच्या गावाला जातीय."

"काय? आत्ता? किती अंधार पडलाय!"

"असू दे. मला जावं लागेल."

रात्री नऊच्या दरम्यान आम्ही त्याच्या खेडेगावातल्या अस्पृश्य वस्तीत गेलो आणि सगळ्या दरवाजांवर थाप देऊन शक्य तितक्या लोकांना गोळा केलं. मी त्यांना सांगितलं की, तुम्ही सर्वांनी उद्या ब्राह्मण माणसानं कब्जा केलेल्या घराबाहेर जमायचं आहे. दुसऱ्या दिवशी सकाळी ते सगळे जण तिथं जमून माझी वाट पाहत होते. ब्राह्मण माणसानं बाहेर यायला नकार दिला, पण मी त्याच्याशी बाहेरून बोलले.

"तू आहेस तिथंच थांब. त्यानं काहीही फरक पडत नाही. आम्ही गरज पडली, तर संपूर्ण दिवस इथंच थांबून राहणार आहोत. तू आहेस तिथंच दिवसभर दडून राहिलास, तर आम्ही उद्या पुन्हा येऊ. जे घर तुझ्या मालकीचं नाहीय, ते घर तू परत करेपर्यंत आम्ही रोज इथं येत राहू."

त्या ब्राह्मणानं पोलिसांना बोलावण्यासाठी कुणाला पाठवण्याचंसुद्धा धाडस केलं नाही. त्या दलित माणसाला त्याचं घर परत मिळालं.

त्या दिवशी मी आनंदात होते. माझ्या आयुष्यात असे आनंदाचे क्षण भरपूर येतात. मी एखाद्याला त्याचं घर किंवा जमीन परत मिळवून देण्यात साहाय्य करते किंवा त्यांची तक्रार नोंदवून देण्यात मला यश लाभतं. असे छोटे छोटे क्षण! प्रत्येक लहानशा बदलात मोठ्या बदलाची नांदी झालेलीच असते आणि मला तेच हवंय. मला फक्त जगात परिवर्तन घडायला हवंय, बाकी काही नाही. मी माझ्या अल्प कुवतीनुसार महात्मा गांधींच्या पाऊलखुणा गिरवतेय. तेसुद्धा त्या काळी फारशा महत्त्वाच्या न वाटणाऱ्या छोट्या छोट्या कृतींद्वारे लोकांसाठी लढले. फरक फक्त इतकाच आहे की, माझा चेहरा वीस रुपयाच्या नोटेवर कधी छापला जाणार नाही. हजारो अनामिक इवल्या मुंग्यांप्रमाणे मी माझ्या स्वतःच्या साध्या पातळीवर काम करायचा प्रयत्न करतीय. आपल्यापैकी प्रत्येक जण आपल्या स्वतःच्या परिघात बरंच काही करू शकतो आणि आपल्या सोबत्यांशी हात मिळवले, तर आणखीही बरंच काही करू शकतो.

माझं स्थान राजकारणात आहे की नाही मला माहीत नाही. लोकांना माझ्याबद्दल काय वाटतं याचा मी अजिबात विचार करत नाही. मी पैशासाठी किंवा कीर्तीसाठी काम करत नाहीय. या दोन्हीही गोष्टी मला आत्तापेक्षा परिणामकारकपणे काम करण्यासाठी साहाय्यभूत ठरतील, याची मला पूर्ण जाणीव आहे. मी जर चांगलं केलं, तर एक दिवस लोकांना ते कळेलच हे मला माहीत आहे. वर्षभरापूर्वीची गोष्ट आहे. एक शुभ्र केसांची वृद्धा मला भेटायला आली. ती अमेरिकेहून आली होती. तिथं तिनं तिथल्या राष्ट्रीय वृत्तपत्रात माझ्या गँगबद्दलचा लेख वाचला होता. त्यामुळं तिला कुतूहल निर्माण झालं होतं. त्यातूनच ती भारतभेटीवर आली असता, मला

भेटायला अतार्राला आली होती. तिला तो लेख प्रेरक वाटला असणार, म्हणून तर ती लखनौहून सहा तासांचा प्रवास करून मुद्दाम आली होती. आम्ही फारसं बोललो नाही, कारण तिला बनफरी किंवा हिंदीसुद्धा येत नव्हतं आणि माझं इंग्रजीचं ज्ञान १ ते १०० आकडे मोजण्यापुरतं! पण ती दिवसभर माझ्यासोबत होती. तिनं जे पाहिलं, ते तिला आवडलं असावं, कारण तिनं निरोप घेताना माझ्या हातात डॉलरनं भरलेलं एक पाकीट दिलं. त्या पैशांतून मी ४४ शिवणयंत्रं विकत घेतली आणि चित्रकूट जिल्ह्यात ४४ प्रशिक्षण केंद्रं उघडली. ही केंद्र चालवण्याची जबाबदारी मी प्रशिक्षित केलेल्या, शक्य तितक्या विविध जातीतल्या मुलींवर सोपवली आहे. ही केंद्रं मुख्यत्वे नवऱ्यानं टाकलेल्या आणि उपजीविकेचं साधन नसलेल्या बायकांसाठी आहेत. त्यांना स्कर्ट-ब्लाऊज शिवायला शिकवणं, हे माझं उद्दिष्ट आहे, ज्यायोगे त्या बायका हे कपडे बाजारात विकून कमाई करू शकतील. मला आणखी आर्थिक पाठबळ लाभलं, तर मी ही प्रशिक्षण केंद्रं अधिक व्यावसायिक करीन.

सध्यातरी मला देणग्या मिळाल्या आहेत त्या फक्त परदेशी पत्रकार आणि भेटीला येणाऱ्या पाहुण्यांकडून! २००७ सालापासून मला भेटायला लोक येऊ लागले : अमेरिकी, ब्रिटिश, फ्रेंच, कोरियन तसंच भारतीय, कोरीयन लोकही येऊन गेले आहेत. मात्र माझ्याच देशातल्या प्रेसनं माझ्यात फारसा रस घेतलेला नाही. भारतीयांना माझ्या कार्याची ओळख आंतरराष्ट्रीय माध्यमातून होईल, याची मला कल्पना आहे. जीवशास्त्रवेत्ता हरगोविंद खुराणा यांचंच उदाहरण घ्या : त्यांना १९६८ साली नोबेल पारितोषिक मिळालं होतं. ते अमेरिकेत स्थलांतरित झाले नसते, तर त्यांना हे पारितोषिक कधीच मिळालं नसतं आणि ते भारतात कधीच प्रसिद्ध झाले नसते. मी हे पुस्तक लिहायचं कबूल करण्यामागं हेही एक कारण आहे. तसंच जगभरातल्या सर्व पर्यटकांप्रमाणेच माझंही नव्या क्षितिजांना गवसणी घालत इतर देशांमध्ये भ्रमण करण्याचं स्वप्न आहे. माझ्या प्रकाशकांनी मला पॅरिसला नेण्याचं कबूल केलंय. मला धीर निघत नाहीय! मला फ्रेंच स्त्रियांशी बोलायला खूप आवडेल. मला त्यांना सांगायचंय की, आपल्यात भाषिक, सांस्कृतिक आणि आर्थिक तफावत असली, तरी कुठल्याही खंडामध्ये बायकांचे प्रश्न सारखेच असतात. मी असंही ऐकलंय की, पॅरिसमध्ये स्वातंत्र्यदेवतेची प्रतिकृती आहे. जर मला ती कधी पाहण्याचा योग आला, तर मी तिच्यापुढं साष्टांग दंडवत घालेन आणि पोलादापेक्षाही मजबूत अशा अदृश्य शृंखलांनी जखडून बंदीवासात असलेल्या भारतातल्या सर्व महिलांच्या मुक्ततेसाठी प्रार्थना करीन.

दहशतवादी

ते लोक इथं तासभर होते. आत्ता तुम्ही माझी खोली पाहिलीत, तर इथं सुनामी येऊन गेली की काय असं तुम्हाला वाटेल. गादी एका कोपऱ्यात उलटी पडलीय. कपाटात ठेवलेल्या वस्तू जमिनीवर विखरून पडल्या आहेत. सगळीकडं कागद पसरलेत. माझी भांडीकुंडीसुद्धा धुळीत पडली आहेत. तांदळाच्या पोत्याला मोठं भोक पडलंय.

एप्रिल महिन्यातल्या आजच्या सकाळी ती माणसं माझ्याकडं आली, तेव्हा मला वाटलं होतं की, हे लोक नेहमीसारखंच एखादं प्रकरण घेऊन माझी मदत मागायला आले आहेत. त्या तिघांच्याही अंगावर नेहमीचा साधा पोशाख होता. माझ्या ऑफिसबाहेर रांग लावून उभ्या राहणाऱ्या लोकांत आणि त्यांच्यात फरक कळावा अशी कुठलीच खूण नव्हती. पण ते स्वत: पुढं येण्यासाठी रांगेतल्या बाकीच्यांना मागं ढकलू लागले, तेव्हा काहीतरी विचित्र घडतंय हे माझ्या लक्षात आलं. त्या वेळी बाबूजींना वाटलं की, ते पत्रकार असावेत. मी काय चाललंय हे पाहण्यासाठी बाहेर पोर्चमध्ये आले, तर ती तीन माणसं माझ्यासमोर येऊन उभी राहिली आणि नमस्कार वगैरे म्हणायची तसदी न घेता गरजली,

"आम्ही गुप्तचर संस्थेकडून आलो आहोत. आम्हाला तुमची कागदपत्रं पाहायची आहेत. आत्ताच्या आत्ता!"

ही वाद घालण्याची वेळ नाही हे ओळखून मी कागदपत्र आणायला माझ्या खोलीत गेले.

ते माझ्या मागोमाग धावतच माझ्या खोलीत आले. बाबूजी गोंधळून गेले होते. माझ्यासारखंच त्यांनाही काय चाललंय ते कळत नव्हतं. त्यांनी सगळीकडं शोधलं, माझे सगळे कपडे उचकले, माझी स्वयंपाकाची भांडी धुंडाळली, सापडलेला प्रत्येक कागद तपासला. मी असहायपणे पाहत होते. त्यांनी याबद्दल मला काही सांगण्याची वाट बघत होते.

"तुम्ही दोघं इथं खाली बसा. इकडंतिकडं घुटमळू नका!"

"तुम्ही काय शोधताय?"

"गप्प बसायचं. आम्ही प्रश्न विचारू. तुमचं नाव?"

"संपत पाल."

"यांचं?"

"जयप्रकाश."

"हे तुमचे साथीदार आहेत?"

"ते माझा उजवा हात आहेत."

"तुमच्या गँगमधले? हे पैसे गोळा करतात?"

"कसले पैसे?"

"तुमच्या संघटनेसाठी पैसे. तुम्ही कुठं लपवून ठेवले आहेत?"

"आमच्याकडं कुठलेही पैसे नाहीत."

"खोटं बोलू नका! आम्हाला माहीत आहे, तुम्ही बरेच पैसे लपवून ठेवले आहेत."

"शोधून बघा. तुम्हाला काहीही सापडणार नाही."

"तुम्ही तुमची संघटना चालवण्यासाठी जे पैसे वापरता, ते पैसे तुम्हाला कुठून मिळतात?"

"सदस्यत्व शुल्क! तेवढेच पैसे असतात फक्त."

"खोटारड्यांनो! तुमच्यावर दहशतवादी कारवायांना निधी पुरवल्याचा संशय आहे. तुमचे साथीदार कोण कोण आहेत?"

.....

"तुम्ही बाँब बनवता?"

"बाँब? काय गंमत करताय काय?"

"आम्ही गंमत करतोय असं वाटतंय आमच्याकडं पाहून?"

नाही, त्या तगड्या धिप्पाड माणसांकडं पाहून ते गंमत करतायत असं मुळीच वाटत नव्हतं. त्यानंतर त्यांनी तासभर आम्हाला प्रश्नांच्या फैरी झाडून छळलं. त्यांना माझ्या कामाबद्दल सगळं काही जाणून घ्यायचं होतं. माझ्या गँगमध्ये किती सदस्य आहेत, एकूण सदस्यत्व शुल्क किती जमा झालंय, मी सध्या कुठल्या केसेसवर काम करतीय. या साऱ्याची त्यांना माहिती हवी होती. ते पैसे आणि शस्त्रंही शोधत होते, हे स्पष्टच होतं. त्यांच्याजवळ बंदूक वगैरे नव्हती, पण त्यांना त्याची गरजही नव्हती. अतार्रामधल्या आमच्या ऑफिसवरची ही छोटी धाड म्हणजे धाकदपटशा दाखवण्याचा प्रकार होता हे स्पष्टच होतं. त्यांना तिथं काय सापडलं असेल, तर काही किलो तांदूळ आणि काही गुलाबी साड्या! केवढं घबाड म्हणायचं! सुदैवानं त्यांनाही याचा वैताग आला असावा. अखेर ते निघून गेले.

अर्थातच रिकाम्या हातानं! माझे पाय मात्र अजूनही लटपटत होते. त्या मूर्खांनी मला चांगलाच धक्का दिला होता!

या हास्यास्पद धाडीमागं काय आहे हे जयप्रकाशकडून जाणून घ्यायची गरजच नव्हती. दोनच दिवसांपूर्वी उत्तर प्रदेशचे पोलीस महासंचालक विक्रमसिंग यांनी माझ्याविरुद्ध मी नक्षलवादी, दहशतवादी असल्याच्या आरोपावर आधारित केस उघडली होती. नक्षलवादी हे अत्यंत हिंस्र, बंडखोर असतात. गरीब लोकांच्या मुक्ततेसाठी आपण लढा देतोय अशा बहाण्याखाली ते पोलिसांचे खून पाडतात. आजवर त्यांनी उत्तर प्रदेशसहित ज्या राज्यांत ते सक्रिय आहेत अशा ठिकाणी २००० वर मुडदे पाडले आहेत. मला अर्थातच या शक्तिशाली संघटना चालवणाऱ्या, अत्याधुनिक शस्त्रास्त्रं बाळगणाऱ्या लोकांशी काहीही देणं-घेणं नाहीय; पण विक्रमसिंग यांना घाणेरड्या आरोपांद्वारे सिद्ध करायचं होतं की, नक्षलवादी माझ्या गँगला पैसा पुरवत आहेत आणि माझं महिलांविषयक समाजकार्य हा फक्त आडोसा आहे. कालच लखनौच्या काही पत्रकारांचा याविषयी माझी प्रतिक्रिया विचारण्यासाठी फोन आला होता. मीही स्पष्ट शब्दांत माझी प्रतिक्रिया दिली :

"हे अत्यंत हास्यास्पद आहे. गुलाबी गँग न्यायासाठी लढते. सध्या आम्ही खेड्यापाड्यांतल्या पिण्याच्या पाणीपुरवठ्यासाठी असलेला आणि रोजगार हमी योजनेचा सरकारी निधी दुसरीकडं वळवणारे प्रधान आणि बसपाचे भ्रष्ट मंत्री यांच्या विरोधात लढा देत आहोत. नुकताच माझ्या गँगमधल्या बायकांनी खेडोपाडी, ठिकठिकाणच्या सभांत प्रधानांकडं जाहीररित्या हिशेब मागितला आहे. आम्ही कित्येक तक्रारी दाखल केल्या आहेत. हा सगळा माझ्या विश्वासार्हतेला धक्का लावण्यासाठी रचलेला बनाव आहे."

"तुमचा विशेषकरून कुणावर संशय आहे?"

"हो, माझा बांदा जिल्ह्यातल्या ठाणेलचे प्रधान ग्यानसिंग यांच्यावर रोख आहे. त्यांचे काही मंत्र्यांशी जवळचे संबंध आहेत, विशेषतः उत्तर प्रदेशच्या मुख्यमंत्र्यांशी! त्यांनी सूडभावनेनं ओढूनताणून ही कथा रचली असेल, तर मला आश्चर्य वाटणार नाही."

त्याच दिवशी सायंकाळी मुख्यमंत्री मायावती यांनी पोलीस महासंचालकांकडून मोठी चूक घडल्याचं सूचित केलं. असिस्टंट डायरेक्टर जनरल लॉ अॅन्ड ऑर्डर ब्रिजलाल यांनी गुलाबी गँग ही सामाजिक कार्यात सक्रिय संघटना असल्याचं विधान केलं. तसंच महिलांच्या हक्कांचा आदर, हे या संघटनेचं उद्दिष्ट असल्याचं म्हटलं. आमच्या माथ्यावरचे आरोप पूर्णपणे धुवून निघाले होते. बदौसा, अतार्रा आणि नरैनीमधल्या तीन पोलीस अधिकाऱ्यांनी सकाळच्या धाडीच्या वेळी कामाची जरा जास्तच तळमळ दाखवली होती.

त्या विक्रमसिंगनाही जरा धडा शिकवायलाच पाहिजे होता. मी माझ्या वहीतून नंबर शोधून त्या भागातल्या बऱ्याच पत्रकारांना फोन लावला आणि त्यांना हिंदू मंदिरात भेटायला बोलावलं. दुसऱ्या दिवशी ते सर्व जण आले. मी सोबत नैवेद्याचं ताट घेऊन आले होते. मी तो नैवेद्य देवापुढं ठेवून गुडघ्यावर बसून मोठ्यानं प्रार्थना केली :

"हे परमेश्वरा, तुला माहीत आहेच, आमच्या प्रिय पोलीस महासंचालकांचं डोकं ठिकाणावर नाहीय. बिचारे खरंच आजारी दिसतायत. त्यांना लवकरात लवकर बरं कर देवा!"

असं म्हणून मी तुपाचं निरांजन लावून मागं फिरले. पत्रकारमंडळी खिदळत हा प्रसंग पाहत होती. विक्रमसिंगना हे पचवणं कठीण जाईल. त्यांना याबद्दल विचारलं जाईल. आठवड्याभरानंतर त्यांनी याबद्दल अधिकृतरीत्या दिलगिरी व्यक्त केली. त्यासाठी किती गोंधळ! खरंच, हे मूर्ख पोलीस कधीच सुधारणार नाहीत.

युद्धगान – ४

जिसकी लडाई, उसकी अगवाई!
पिळवणुकीचा बळी ठरलेल्या
साऱ्या जणी युद्धात उतरू या!

आपण पिळवणूक आणि भ्रष्टाचार
मुळापासून उपटायला हवा

आपण एकत्र येऊन संघटित व्हायला हवं

आपली आजवर पिळवणूक होत आलीय

आज माझी पिळवणूक झाली, तर
उद्या तुमची पाळी असेल

तुम्हाला उज्ज्वल भविष्य हवं असेल
तर आमच्या गँगमध्ये सामील व्हा

जिसकी लडाई, उसकी अगवाई!
पिळवणुकीचा बळी ठरलेल्या
साऱ्या जणी युद्धात उतरू या!

इन द नेम ऑफ ऑनर

मुख्तार माई

अनुवाद : उल्का राऊत

जून २००२ मध्ये भावाने केलेल्या तथाकथित गुन्ह्याची शिक्षा म्हणून मुख्तार माईवर सामूहिक बलात्कार करण्यात आला. प्रतिष्ठेपायी घडलेल्या ह्या कृत्याची खबर पाकिस्तानातील पत्रकारांना मिळाल्यानंतर मुख्तार माईची कहाणी उजेडात आली.

त्या भयानक बलात्कारानंतर रिवाजाप्रमाणे तिने आत्महत्या करावी अशी अपेक्षा होती. परंतु मुख्तार माईने ती परंपरा मोडली. अभूतपूर्व धैर्य दाखवून तिने बलात्काऱ्यांना कोर्टात खेचलं. पुराण्या रीतिरिवाजांनी जखडलेल्या समाजव्यवस्थेशी मुख्तार माईने असामान्य धैर्याने आणि सर्वस्व पणाला लावून अथक झुंज दिली. खटल्यातील काही आरोपींची सुटका झाल्याने मुख्तार माईच्या जिवाला अजूनही धोका आहेच. असं असलं तरी मुख्तार माईने घाबरून पळ काढलेला नाही. पाकिस्तान सरकारकडून नुकसानभरपाईदाखल जे पैसे मिळाले, त्यातून तिने मुलींसाठी शाळा चालू केली. विशेष म्हणजे ह्या शाळेत ती स्वत:ही मोठ्या उत्साहाने शिकत आहे.

ह्या हृदयद्रावक आणि प्रेरणादायक कहाणीमधून मुख्तार माईने आपली कैफियत जगासमोर मांडली आहे.